ஆதிரா

An uncommon girl

CHAPTER 1

ஆதித்தியன்

D.ADHITHIYAN

வரைப்படம் : சகானா

BlueRose ONE .com
Stories Matter
NewDelhi • London

BLUEROSE PUBLISHERS
India | U.K.

Copyright © D.Adhithiyan 2024

All rights reserved by author. No part of this publication may be reproduced, stored in a retrieval system or transmitted in any form or by any means, electronic, mechanical, photocopying, recording or otherwise, without the prior permission of the author. Although every precaution has been taken to verify the accuracy of the information contained herein, the publisher assumes no responsibility for any errors or omissions. No liability is assumed for damages that may result from the use of information contained within.

BlueRose Publishers takes no responsibility for any damages, losses, or liabilities that may arise from the use or misuse of the information, products, or services provided in this publication.

For permissions requests or inquiries regarding this publication, please contact:

BLUEROSE PUBLISHERS
www.BlueRoseONE.com
info@bluerosepublishers.com
+91 8882 898 898
+4407342408967

ISBN: 978-93-6783-789-4

Cover design: Shivani
Typesetting: Sagar

First Edition: November 2024

முகவுரை

என் இனிய வாசகர்களே!! இந்த புத்தகத்தை கையில் ஏந்தி உள்ள தாம் அனைவரும் எனக்கு மிகவும் நெருக்கமானவர்கள். ஆரம்பமே உங்களுக்கு பீடிகைப் போல தெரியலாம், ஆனால் இதுவே என் ஆழ்மன எண்ணம். இது என் முதல் புத்தகம், முதல் புதினம், எங்கோ ஓரிடத்தில் முகம் தெரியா,. பெயர் அறியா, தங்கள் தான் என் முதல் வாசகர்கள். முதலில் உங்களுக்கு என் மனம்கனிந்த வணக்கங்களை தெரிவித்துக் கொள்கிறேன். இனி நான் இத்தனை புத்தகங்கள் இயற்றினாலும், என் முதல் வாசகர்களான உங்களுக்கு என் வாழ்வில் எப்போதும் சிறப்பு இடமுண்டு.

ஆதிரா ஒரு சாதாரண பெண், அவள் வாழ்வில் ஏற்படும் அசாதாரணங்கள் அவள் வாழ்வை எப்படி மாற்றுகின்றன அதன் மூலம் அவள் எந்த நிலைக்கு உந்தப்படுகிறார் என்பதை கதை இது இருந்து பாகங்களைக் கொண்டது. இப்போது முதல் பாகம் வெளிவந்துள்ளது இரண்டாம் பாகம் அடுத்த வருடம் வெளியாகும் ஆகினும் இக்கதை உங்களுக்கு ஒரு முழுமையான நாவலை படித்த திருப்தியையும் சுவாரசியத்தையும் கொடுக்கும் இது அளிக்கிறேன். காரணம் வேறு வேறு தளங்களில், ஒரே இலக்கை நோக்கி இரண்டு பாகத்தின் கதையும் செல்லும்.

இது என் நான்கு வருட கதை, இக்கதையை எழுத தொடங்கி வருடம் விட்டு வருடம், அத்தியாயம், அத்தியாயமாக நின்றது. பின் என் மனைவியின் உந்துதலினாலும்,என் நலம்விரும்பிகளின் ஊக்கத்தினாலும் எழுதி முடிக்கப்பட்ட கதை "ஆதிரா".

உண்மையில் சொல்லப் போனால் ஆதிரா, என் முதல் கதை கரு, என் படைப்பின் முதல் குழந்தை. அவளை இப்போது

உங்கள் கைகளில் தவழவிட்டுள்ளேன். ஒரு குழந்தையிடம் எத்தனை சுவாரஸ்யமும், குறும்பும், அழகும்,ஆவலும் இருக்குமோ !!! அத்தனையும் இவளிடமும் உள்ளது. அதே நேரம் குழந்தையிடம் இருக்கும் தவறுகளையும், சேட்டைகளையும் ஏற்றுக்கொள்வது நம் மரபல்லவா ? அவ்வாறு இந்த புதினத்தின் சில மரபு மீறல்களையும், வார்த்தை பிரயோகங்களையும், பொறுத்து, தட்டிக்கொடுத்து நல்முறையில் இதனை ஆதரித்து கைபிடித்து அழைத்துச் செல்வீர்கள் என்ற நம்பிக்கையில், தமிழ் புதின உலகில் முதல் அடியை எடுத்து வைத்துள்ளேன், தமிழ் வாசகர்களாகிய உங்களிடம் புத்தகத்தை ஒப்படைக்கிறேன். தங்களுக்கு என் மனம் நிறைந்த நன்றிகள்.

மேலும், இக்கதை நாவலாக முழுமை பெற என்னோடு தோள் கொடுத்து தோள் கொடுத்து என்றா கூறினேன், இல்லை. தன் பங்கு அனைத்தையும் கொடுத்து, எனை ஊக்கப்படுத்தி உறுதுணையாய், உற்றத்துணையாய் என்றும் எனக்காக நிற்கும் என் மனைவி ஆர்த்திக்கும், நான் களைப்படைந்த போதும், சோர்வடைந்த போதெல்லாம் தன் இருப்பற்களை கொண்டு சிரிப்பினால் என் சோர்வனத்தையும் போக்கிய என் அன்பு மகன் ஆர்யனுக்கும், என் அன்பின் முத்தங்கள்

என் மகன் பிறந்த பிறகே இந்த கதையை முழுமையாக முடிக்கும் எண்ணம் வந்தது. அவன் பிறந்த கையோடு எத்தனையோ நாட்கள் இரவில் அவனுடைய உறங்கா விழிகளே!! எனக்கு இக்கதையை எழுதி முடிக்க உதவியது. சில சமயங்களில் மடியில் அவனையும் , கையில் என் கதையையும் ஏந்தியிருக்கிறேன். அப்போதெல்லாம் தானும் உறங்காமல் அவனையும் அரவணைத்துக் கொண்டு என்னையும் கவனித்துக் கொண்ட என் இணியவளுக்கு என் காதலின் நன்றிகளை சொல்லி என்றும் என்னை அவளுக்கே சமர்ப்பிக்கிறேன்.

என் வாழ்வனைத்தும் நான் வணங்கக்கூடிய ஸ்தானத்தில் இருக்கும், எமக்கு உயிர்க்கொடுத்து ,உடமையளித்து, அழகு தமிழ் அளித்து, பேணி வளர்த்த என் தாய், தந்தையருக்கு சிரம் தாழ்த்தி, ஆசிகளைக்கோரி என் வணக்கங்களை சமர்ப்பிக்கிறேன்.

இந்த புத்தகத்தை வெளியிடும் BLUEROSE பதிப்பகததாருக்கும், குறிப்பாக என் கதாபாத்திரங்களுக்கும், காட்சிகளுக்கும் வடிவம் கொடுத்த சகோதரி சாகானாவிற்கும் நன்றிகளை தெரிவித்துக்கொள்கிறேன்.

இறுதியாக என் உயிர் தமிழுக்கும், காலம் காலமாய் தமிழ் வளர்த்த இலக்கிய ஆசான்களுக்கும், எனக்கு அறிவொளி புகட்டிய ஆசிரியர்களுக்கும் இப்புத்தகத்தை சமர்ப்பிக்கிறேன்.

என்றும் அன்புடன் உங்கள்

ஆதித்தியன்

உள்ளடக்கம்

அத்தியாயம் 1
எதிர்காலக் குரல் 1

அத்தியாயம் 2-
ஆதிராவின் ஜனனம் 7

அத்தியாயம் 3
சிறுபிள்ளை ஆதிரா 13

அத்தியாயம் 4
தீவிரவாதி 19

அத்தியாயம் 5
சிறந்த சமூக சேவகி 30

அத்தியாயம் 6
மொழியில்லா சொற்கள் 39

அத்தியாயம் 7
கடத்தியது யார்? 44

அத்தியாயம் 8
உடையும் ரகசியம் 51

அத்தியாயம் 9
திட்டம் 60

அத்தியாயம் – 10
கடைசி நிமிடம் 67

அத்தியாயம் 11
இஸ்ரோவில் அதிர்ச்சி 74

அத்தியாயம் 12
புதிய எதிரி 82

அத்தியாயம் 13
முதல் வழக்கு 90

அத்தியாயம் -14
வாங் லீ 99

அத்தியாயம் 15
  சூப்பர் மார்க்கெட் 106

அத்தியாயம் 16
  பிரதமர் அலுவலகம் 115

அத்தியாயம் 17
  பிரஸ்மீட் பிளான் 122

அத்தியாயம் 18
  நிறைவேற்றப்பட்ட திட்டம் 129

அத்தியாயம் 19
  கம்பனியில் ஆபத்து 137

அத்தியாயம் 20
  ரகசிய அறை 150

அத்தியாயம் 21
  சதிகார சமூகம் 159

அத்தியாயம் 22
  நவபாஷானம் 167

அத்தியாயம் 23
  சீனப் பயணம் 177

அத்தியாயம் 24
  சொகுசு கப்பல் 187

அத்தியாயம் 25
  செஸ் போட்டி 202

அத்தியாயம் 26
  அரையிறுதி 212

அத்தியாயம் 27
  இறுதியாட்டம் 225

அத்தியாயம்- 1

எதிர்காலக் குரல்

அனைவருக்கும் வணக்கம் இது என்னுடைய புதிய கதை தொடந்து ஆதரவு தாருங்கள்

சூரியன் மறைகின்றன தருணம் செங்கதிர் வானெங்கும் வீசிக் கொண்டு இருந்த நேரத்தில் இஸ்ரோவின் தலைமையகத்தின் ஆய்வு கூடத்தில் மும்மரமாக வேலை செய்து கொண்டு இருந்தான் ஆர்யன்.

அப்போது " ஆர்யன் **GET A CUP OF COFFEE"**.என ஒரு குரல் கேட்க திரும்பி பார்த்து வேண்டாம் என்பது போல் தலையசைத்து விட்டு மீண்டும் கம்ப்யூட்டரில் மூழ்கினான் ஆர்யன்.

" என்னடா ரொம்ப தான் பன்ற" என்று முறைத்து கொண்டே சொன்னாள் ஸ்வஸ்தி.

உடனே " தெரியாதா சார் மார்ஸ்க்கு போக கூகிள் மேப்ல ரூட் பாக்குறாரு போல" என்று கிண்டலாக சொன்னான் மித்ரன்.

ஆர்யன், மித்ரன் , ஸ்வஸ்தி மூவரும் பள்ளி பருவம் முதல் நண்பர்கள். ஒன்றாக படித்து ஒன்றாக வேலையும் அவர்கள் ஆசைப்பட்ட படி இஸ்ரோவில் கிடைத்துவிட்டது. இப்போது அவர்கள் இஸ்ரோவின் ஒரு முன்னணி விஞ்ஞானிகள்.ஆர்யன் மிகவும் துடிப்புள்ளவன் சிறு வயது முதல் அறிவியலில் சாதித்தே தீரவேண்டும் என்ற எண்ணம் உள்ளவன்இயல்பாகவே நல்குணமும் சமூக அக்கறையும் கொண்டவன். அறிவியல்

துறையில் சிறந்து விளங்கும் அளவிற்கு அனைத்து தகுதிகளும் கொண்டவன்.

மேலும் நம்பமுடியாத அசாத்தியமான விஷயங்களை அறிவியல் மூலமாக சாதித்து காட்ட வேண்டும் என்ற துடிப்புடன் இருக்கும் ஒரு விஞ்ஞானி. அது போலவே அவனுடைய புராஜக்ட் ஒன்று இஸ்ரோவில் ஏற்று கொள்ளபட்டு இப்போது அந்த திட்டத்திற்கு தலைமை அதிகாரியாகவும் செயல்பட்டு வருகிறான்.

"சரி இவன் இப்போதைக்கு வரமாட்டான் வா ஸ்வஸ்தி நாம போலாம்"என்று சொல்லிவிட்டு அங்கிருந்து சென்றான் மித்ரன்.

தீவிர சிந்தனையில் ஆழ்ந்திருந்த ஆர்யன் சட்டென்று மேஜையை பார்த்தான் அவன் செல்போன் அடித்து கொண்டு இருந்தது. எடுத்து ஹலோ என்றான். " ஏங்க எவ்ளோ நேரம் போன் எடுக்க வீட்டுக்கு வரணுங்கிற நெனப்பு இருக்கா இல்லையா எப்போ பாத்தாலும் வேலை வேலை புராஜக்ட் அப்படினு சொல்லிட்டு இருக்கீங்க எப்போ தான் வருவீங்க" என பரிதாபமாக கேட்டாள் இந்திரா அவன் மனைவி.

" சாரி டியர் என் புராஜக்ட் பினிஷிங் ஸ்டேஜ் ல இருக்கு இன்னும் கொஞ்சம் நாள்ல ஓகே ஆயிடும்" என்றான்

" என்னவோ போங்க" என்று சற்று கோபத்துடன் போனை கட் செய்தாள்.

இரவு அவன் நண்பர்கள் மீண்டும் அவனை அழைக்க வந்தார்கள்." டேய் வாடா போதும் உன் பொறுப்பு கிளம்பு இந்த வாரம் நமக்கு லீவ் அதனால் நம்ம போலாம் இந்திரா எங்கள உண்டு இல்லனு பண்ணிட்டா" என்றாள் சுவஸ்தி.

"இல்லை ஸ்வஸ்தி இது **completion stage** ல இருக்கு கொஞ்சம் வெயிட் பண்ணு" என்றான் ஆர்யன்.அதற்குள் ஒருவன் வந்து " ஆர்யன் சார் **vice - chairman** கூப்பிட்டார்" என்று சொன்னதும்

"இதோ வரேன் "என்று சொல்லி vice - chairman ரூமுக்கு சென்றான் ஆர்யன்.

"சார், **may I come in "**

"**Yes**, உள்ள வா ஆர்யன்" என்றார் **vice chairman.**

என்ன ஆர்யன் **research station** ல இருக்க ஒருத்தர கூட உக்கார விட மாற்றியாமே ?"என்றார்.

"சார் அப்பிடிலாம் எதும் இல்ல சார்" என்றான் ஆர்யன்.

"ஆர்யன் உன்னோட **Sprit** எனக்கு எப்பயும் புடிக்கும் எதாச்சும் செய்து காட்டணும் சாதிக்கணும் இப்பிடி நினைச்சு நீ எவ்ளோ உழைப்பு கொடுக்குற அதையும் நான் பாத்து இருக்கேன். ஆன ஒரு **chairman** சொல்லிக் கொண்டு இருக்கும் போதே குறுகிட்டான் ஆர்யன்.

"சார் என் பிராஜெக்ட் அக்சப்ட் ஆனதே பெரிய விஷயம் சார் இத கொடுத்த நேரத்தில் முடிக்காமல் போனா அடுத்து நான் செய்யணும்னு நினைக்கும் எதையும் செய்ய முடியாது அதனால் தான் சார்" என்றான் ஆர்யன்.

"அது சரி ஆர்யன் ஆனால் நீ செய்யுற விஷயம் எவ்ளோ ஆபத்தானது அது மட்டுமில்ல நடைமுறைக்கு சாத்தியம் இல்லாதது தெரியுமா?

வேற்று கிரகத்தில் இருந்து சிக்னல் வரும் எதாச்சும் காண்டாக்ட் கிடைக்கும் அப்படினு முயற்சி செய்வது practically not advisable " என்றார் **vice - chairman.**

"இல்ல சார் almost நெருங்கி ஆச்சு சீக்கிரமே சக்சஸ் ஆகும் எனக்கு நம்பிக்கை இருக்கு" என்றான் ஆர்யன்."சரி முதல்ல லீவ்க்கு ஊருக்கு போங்க போய்ட்டு வந்து பண்ணுங்க சரியா **it's my order** குடும்பத்தையும் கொஞ்சம் பாருயா" என்றார் **Vice - chairman.**

வேறு எதும் பதில் சொல்ல முடியாமல் சரி என்று தலையசைத்து விட்டு வெளியே வந்தான் ஆர்யன்."என்னடா என்ன சொன்னாரு சார் செம டோஸ் ஆ " என்று கிண்டல் செய்தான் மித்ரன்.

"டேய் சும்மா இருடா என்னாச்சு ஆர்யா " என்றாள் சுவஸ்தி.

ஒன்றுமில்லை என்பது போல் தலையசைத்த ஆர்யன் மீண்டும்

தன்னுடைய சிஸ்டமில் அமர்ந்த்தான் அவன் யோசனை உடனே அங்கே இருந்த ஸ்பெக்ட்ரம் அருகே செல்ல அங்கு

இருந்த டியூனரை ஐ டியுன் செய்து கொண்டே இருந்தான் சில நிமிடங்களுக்கு ஆனால் ஒன்றும் தெரிவதாக இல்லை எந்த சிக்னலும் வரவில்லை சலிப்புடன் தன் மேசையை வேகமாக தட்டினான்.

"ஒன்னும் கவலை படாத ஆர்யா எல்லாம் சரியா நடக்கும் அப்பறமா முயற்சி பண்ணுவோம் இப்போ வா ஊருக்கு கிளம்பலாம்" என்றான் மித்ரன்.

சரி என்று கிளம்பும் போது லேப் மானிட்டரில் ஏதோ சிக்னல் வந்தது ரேடார் சுற்ற தொடங்கியது அலார்ம் சத்தம் ஒலித்தது.

என்ன சத்தம் இது என அனைவரும் அதையே உற்று பார்த்தனர் விண்வெளி ஆராய்ச்சி நிறுவனத்திற்கு அவ்வபோது இப்படி சமிங்ஞை வருவது சகஜம் தான். ஆனால் இன்று இது சற்று விசித்திரமாக இருந்தது.

ஆர்யன், மித்ரன் மற்றும் ஸ்வஸ்தி தங்கள் ஹெட்போன்களை மாட்டி கொண்டனர். மற்ற விஞ்ஞானிகளும் அதை கவனித்தனர்.

அந்த சிக்னல் வழியே ஒரு குரல் ஒலிப்பதை அவர்களால் கேட்க முடிந்தது.

ஏதோ கரகரப்பாக தோன்றியது.

பின் டியுன் செய்து கேட்டனர் அதில்

" நான் **2060** ல் இருந்து பேசுகிறேன் நான் சொல்வதை யாரும் விளையாட்டாக எடுத்து கொள்ள வேண்டாம் இது மிகவும் சீரியஸ் ஆன விஷயம் இங்கே **2060** நிலைமை சரி இல்லை

உலகம் மிகவும் மோசமாக உள்ளது. மனிதநேயம் சற்றும் இல்லாமல் எல்லோரும் சண்டைப் போட்டு கொண்டு ஒருவரை ஒருவர் அடித்து கொன்று கொண்டு இருக்கிறார்கள்.

உலகமே அன்பை இழந்து அழிவை நோக்கி சென்று கொண்டு இருக்கிறது இதற்கெல்லாம் ஒரே ஒரு காரணம்."

" உன்னதமான ஒரு உயிர் இறந்து விட்டது அந்த இறப்பு இவ்வளவு அழிவிற்கும் காரணம்" என்று அந்த குரல் சொல்லும் போது எதோ இடர்பாடுகள் தெரிந்தன ஒலி சரியாக கேட்கவில்லை மீண்டும் டியுன் செய்தனர். இவர்கள் இணைப்பில் பிரச்சனை இல்லை அங்கே ஏதோ கோளாறு.

எல்லோருக்கும் ஆச்சரியம் இது கனவா நிஜமா உண்மையில் நாம் எதிர்கால மனிதனின் குரலை தான் கேட்டோமா இல்லை யாராவது விளையாட்டு செய்கிறார்களா! என குழம்பி இருந்த நேரத்தில் மீண்டும்

அந்த குரல் கேட்டது.

அந்த குரல் " மன்னிக்கவும் நான் சொன்னேனே ஒரு உயிர் இறந்தது என்று அந்த உயிர் இறந்ததால் உலகம் அன்பு என்பதை மறந்தது அப்பாவிகள் கொடியவர்களால் துன்புறுத்தப் படுகிறார்கள். அந்த ஒரு நபர் இருந்த வரை உலகில் அன்பை பரப்பி கொண்டு இருந்தது. அராஜகத்தையும் அநியாயத்தையும் அழித்து அடக்கி கொண்டு இருந்தது. இன்று அந்த அடக்கி ஆளும் சக்தி இல்லை என்ற காரணத்தால் எல்லா அக்கிரம காரர்களுக்கும் பயம் விட்டு போனது. மக்களுக்கு பயம் வந்து விட்டது.

அந்த உயிர் ஒரு பெண் அவள் பெயர்

" ஆதிரா".

அவள் இந்தியாவின் பிரதமராக இருந்தாள் அவள் இருந்த 5 வருடத்தில் உலகம் திரும்பி பார்க்கும் அளவுக்கு சாதனைகள் செய்தாள் உலகம் அனைத்தும் பொதுவான ஒன்று இங்கே பிரிவினை தேவை இல்லை என கொள்கை கொண்டு உலக நாடுகளை ஒன்றிணைத்தாள்.

இதை பிடிக்காத சதிகாரர்கள் அவளை அழித்து இந்த உலகை மீண்டும் பிரிவினை கொண்டு வர வேண்டுமென நினைத்து அவளை அழித்து விட்டனர்.

பின் அவர்களின் கொடிய ஆட்டம் தொடங்கியது உலக நாடுகளை ஒருவருக்கொருவர் எதிரி ஆக்கினர்.

உலக போர் மூண்டது இப்போது மக்கள் அழியும் நிலையில் உள்ளனர் இதை தடுக்கவே நான் இந்த செய்தியை அனுப்புகிறேன்"

என அவன் சொல்வதை கேட்டு ஆர்யன் உட்பட அனைவரும் ஸ்தம்பித்து நின்றனர். மேலும் அந்த குரல் தொடர்ந்தது

"அவளை காப்பாற்ற வேண்டும் அது கடந்தகாலத்தில் உள்ள உங்களால் தான் முடியும். நான் இந்த செய்தியை உங்களுக்கு அனுப்பி உள்ள இந்த காலகட்டத்தில் தான் அவள் பிறக்க போகிறாள் எனவே அவளை பிறந்தது முதல் பாதுகாத்து வளர்த்து வாருங்கள் அவளுக்கு எந்த ஆபத்தும் வர கூடாது அவள் அழிந்தால் இந்த உலகம் அன்பை இழக்கும், வீரத்தை இழக்கும் உலக போர் நேரும் அவளை காப்பற்றுங்கள்

இப்போது இருந்தே அவளை கொல்லப் பல சதிகள் நடக்கும் ஜாக்கிரதை" என கூறிய அந்த குரல் மீண்டும்.

" அவளை பற்றிய தகவல் சொல்கிறேன் அவள் பெயர் " ஆதிரா" என சூட்டபட்டு இந்தியாவில் 01/01/2018 அன்று தமிழகத்தில் பிறந்தாள் அவளை பற்றி வேறு எதுவும் சொல்ல முடியாது இது கடந்த காலத்திற்கு நான் கண்டு பிடித்த டைம் போர்ட்டல் மூலமாக அனுப்பபடும் செய்தி ஒரு வேளை இந்த தகவல் வேறு யாரிடமாவது கிடைத்தால் அவள் உயிருக்கே பிறக்கும் போதே ஆபத்து ஆகிவிடும் எனவே அவளை காப்பாற்றுங்கள்" என்று சொல்லி ஏதோ. எண்ணை சொல்லியது அந்த குரல் 230277 725177

அவ்வளவு தான் அந்த குரல் காணாமல் போனது ஆர்யன் குழப்பத்துடன் மித்ரன் மற்றும் ஸ்வஸ்தியை பார்க்க மொத்த ஆராய்ச்சி கூடமும் அவர்களையே பார்த்தது

அத்தியாயம் - 2-

ஆதிராவின் ஜனனம்

அந்த எதிர்கால மர்ம மனிதனின் குரல் கேட்டதில் இருந்து இஸ்ரோவில் அனைவரும் அதிர்ச்சியுடன் இருந்தனர். ஆர்யன் மற்றும் ஸ்வஸ்தி அந்த மானிட்டரை பார்த்து கொண்டே இருந்தார்கள்.

" **What is this** ஆர்யன் இது உண்மையா இருக்குமா எப்படி எதிர்காலத்துல இருந்து ஒருத்தன் நம்ம கூட பேச முடியும் I think **something wrong"** என்றாள் ஸ்வஸ்தி.

ஆர்யன் அமைதியாக இருந்தான் எதுவும் பேசாமல் மானிட்டரை பார்த்து கொண்டே இருந்தான். அங்கு இருந்த அனைவருக்கும் குழப்பம் கலந்த பயம் சூழ்ந்து கொண்டது. ஏனென்றால் இதுவரை அவர்கள் இப்படி ஒரு விஷயத்தை அனுபவித்தது இல்லை. ஆர்யன் மட்டும் மீண்டும் மீண்டும் அந்த ரெக்கார்டு செய்யப்பட்ட மர்ம மனிதனின் குரலை கேட்டுக்கொண்டே இருந்தான். அவனுக்கு அதில் ஏதோ உண்மை இருப்பது போல் தோன்றியது. ஏனெனில் அவன் இஸ்ரோவில் செய்து கொண்டிருந்த புராஜக்ட் காலத்தையும் விண்வெளி பற்றியது தான்.

எதிர்காலத்தில் காலப்பயணம் நிச்சயம் சாத்தியம் என்பதை மிகவும் நம்புபவன் ஆர்யன். அந்த ஆராய்ச்சியில் தான் அவனும் அவன் குழுவும் வேலை பார்க்கிறார்கள். இதுவே அவனை இஸ்ரோவின் மிகப் சிறந்த விஞ்ஞானி என பெயர் வாங்க வைத்தது. இப்போது அவன் எண்ணமெல்லாம் அந்த குரல் கூறிய வார்த்தைகளில் தான் இருந்தது. தலைமை

அதிகாரி விஷயம் தெரிந்து ஆர்யனை சந்திக்க வந்தார் அப்துல்.

"ஆர்யன் what do u think about it" என்றார் தலைமை அதிகாரி அப்துல். சட்டென்று திரும்பி பார்த்தான் ஆர்யன். "சார், என்னோட கணிப்புபடி இதுல உண்மை இருக்கும் தான் நினைக்கறேன், என்றான்.

"Really, எப்படி அவ்ளோ உறுதியா சொல்றீங்க"

ஆமா சார், எதிர்காலத்துல டைம் டிராவல் கண்டிப்பா சாத்தியமான விஷயம் தான் அந்த கண்ணோட்டத்தில் தான் நான் சொல்றேன்" என்று ஆர்யன் கூற " ஏன் இது யாராவது விளையாட்டுக்கு பண்ண விஷயமா இருக்காது ? " என மித்ரன் குறுகிட்டான்.

"இல்லை மித்ரன், ஒருவேளை ஆர்யன் சொல்றது உண்மையா இருக்க வாய்ப்பு இருக்கு" என்றார் அப்துல்.

"இருக்கலாம் சார் ஆனா அது உண்மை தான்னு சொல்ல என்ன ஆதாரம் இருக்கு" என்று ஸ்வஸ்தி கேட்க "இருக்கு" என மறுமொழி சொன்னான் ஆர்யன். அனைவரும் ஆச்சர்யத்துடன் ஆர்யனை பார்க்க கம்ப்யூட்டரில் எதையோ தேடினன் பின் அவர்களிடம் காட்டி " ஒருவேளை இது யாரச்சு நம்மள குழப்ப செஞ்ச வேலையா இருந்த நம்மளுக்கு இது எங்க இருந்து வந்தது அப்படிங்கற லொகேஷன் காட்டியிருக்கும் அட்லீஸ்ட் VPN பயன்படுத்தி இருந்தாலும் தப்பான லொகேஷன் ஆச்சு காட்டியிருக்கும் பட் இதில் நம்ம பூமியோட எந்த IP அட்ரஸும் இல்லை GPS டிராக் செய்ய முடியல" என்று விவரித்தான் ஆர்யன்.

"சரி,ஆர்யன் அடுத்து என்ன பண்ண போறீங்க" என்று கேட்டார் அப்துல்.. "சார், இன்னில இருந்து அந்த குழந்தை பிறக்க போற தேதி வரை நான் இதை கண்காணிக்க எனக்கு உங்க அனுமதி வேண்டும் சார்" என்றான் ஆர்யன்.

"சரி,ஆர்யன், நீங்க ஒரு முடிவு பண்ணிட்டா மாற மாட்டீங்க ஆல் தி பெஸ்ட்" என்று சொல்லிவிட்டு அங்கிருந்து சென்றார் தலைமை அதிகாரி.

"அப்போ நீ இதை நம்பி இறங்க போற அப்படி தான " என்று மித்ரன் கூற "அவன் மட்டும் இல்லடா நம்மளும் தான் என்ன ஆர்யன் " என்று ஸ்வஸ்தி கேட்க சிரித்து கொண்டே ஆமாம் என்பது போல் தலையசைத்தான் ஆர்யன்.

சில நாட்கள் கடந்தன இதே சிந்தனையில் எப்போதும் இருந்தான் ஆர்யன். சில நேரம் வீட்டுக்கு செல்வான், சில சமயம் ஆராய்ச்சி தளத்தில் தங்கி விடுவான். இப்படி பைத்தியம் போல அலைந்த அவனை அவன் நண்பர்களும் இதர பணியாளர்களும் அவனை எவ்வளவோ சொல்லி பார்த்தனர்.

ஆனால் அவன் அந்த ஆதிரா யார் என்று கண்டுபிடிக்க வேண்டும் என்பதில் உறுதியாக இருந்தான்.

இன்னும் ஒரு மாதம் தான் உள்ள நிலையில் அந்த குழந்தை தமிழ் நாட்டில் பிறக்கும் என்பது மட்டுமே அவனுக்கு அந்த குரல் சொன்னது ஆனால் எங்கே எந்த இடத்தில் என்று யாருக்கும் தெரியாது எப்படி கண்டு பிடிப்பது என்று தவித்தான்.

அப்போது ஸ்வஸ்தியும் மித்ரனும் ஒரு விஷயம் கேட்டனர் ஆர்யனிடம் " ஆர்யா அந்த குரல் சொன்னது போலவே அந்த கொழந்தை தமிழ்நாட்டில் பிறந்தாலும் எத்தனையோ குழந்தை அந்த தேதியில் பிறக்குமே அதுல யாருனு கண்டு பிடிப்பது" என்று கேட்டனர்.

அதற்கு ஆர்யன்," அதான் ஆதிரா என்று பெயர் சொல்லியிருக்கே அந்த குரல் " என்று சொன்னான்.

"சரிப்பா, அன்னிக்கி பிறக்கற அந்த ஒரு குழந்தைக்கு மட்டும் தான் ஆதிரா அப்படினு பேர் வைப்பாங்களா வேற யாருக்கும் வைக்க மாட்டங்கனு என்ன நிச்சயம்" என்று ஸ்வஸ்தி சொன்னாள்.

அதுவும் சரிதான் எத்தனையோ குழந்தை பிறக்கும்போது நாம் எப்படி சரியா சொல்ல முடியும் என்று யோசித்தான் ஆர்யன்.

அப்போது செல்போன் அடித்தது அவன் மனைவி கால் செய்தாள் " ஹலோ சொல்லுப்பா" என்றான். அவன் மனைவி ஏதோ சொல்ல அங்கு அடித்த அலாரம் சத்தத்தில் அது

அவனுக்கு சரியாக கேட்கவில்லை " ஹலோ ஹலோ" என்று சத்தமாக பேசினான். அப்போதும் கேட்கவில்லை கால் கட் ஆகி விட்டது. சரி கால் ரெக்கார்டு பிளே செய்து அவள் என்ன சொன்னாள் என்று கேட்டான்.

அதில் "சீக்கிரம் வீட்டுக்கு வாங்க தமிழ்நாட்டுக்கு எப்போ தான் வர போறீங்க உங்களை பாக்கணும் போல இருக்கு" என்று சொல்லியிருந்தாள்.

ஆமாம் அவளுக்கு அவன் தான் உலகம் ஆனால் ஆர்யன் வேலை மற்றும் இப்போது வந்த இந்த மர்ம மனிதனின் குரலை பற்றியும் அவன் சொன்ன ஆதிரா என்ற பிறக்காத குழந்தை பற்றியும் யோசித்து கொண்டு இருக்கிறான்.

பின் இதை எண்ணி சிரித்தான் ஆர்யன் அப்போது சட்டென்று ஒரு பொறி தட்டியது அவனுக்கு ஒருவேளை செல்போனில் சரியாக கேட்காதது போல் நாம் அந்த மர்ம மனிதனின் குரலை சரியாக கேட்கவில்லையா என்று உடனே மீண்டும் அந்த எதிர்காலத்தில் இருந்து வந்த குரல் செய்தியை கேட்டு பார்த்தான்.

எதுவும் வித்தியாசம் தெரியவில்லை மீண்டும் மீண்டும் உன்னிப்பாக கேட்டான். சிறிது இடர்பாடு அதில் இருப்பதை அறிந்தான் அந்த ரெக்கார்டு ஐ பொறுமையாக டியூன் செய்தான். அப்போது ஒரு விஷயம் அவனுக்கு கேட்டது அவன் முகத்தில் ஒரு சின்ன சிரிப்பு தெரிந்தது.

ஆம் அவனுக்கு ஒரு க்ளூ கிடைத்தது.அதில் ஒரு வரி அந்த குரலில் புதியதாக கேட்டான் அதாவது அந்த குரல் அந்த குழந்தை பற்றிய விவரம் சொல்லும் போது அதன் அடையாளத்தை கூறியுள்ளது.

"ஆதிரா ஆறு விரல் கொண்டவள் பிறக்கும் போதே ஆறுவிரல் கொண்டு பிறப்பாள் அவளை அடையாளம் காண இதுவே வழி" என்று கூறி இருந்தது.

இதை கேட்டதும் துள்ளிக் குதித்து கத்தினான்.

"என்ன ஆச்சு டா ஏன் இப்படி சத்தம் போடுற"என்று மித்ரன் கேட்டான். இனி அந்த குழந்தையை சுலபமாக கண்டுபிடித்து விடலாம் என்றான் ஆர்யன்.

ஒரு மாதம் கடந்தது வீட்டுக்கு கூட போகாமல் ஹாஸ்பிடல் ஹாஸ்பிடல் ஆக அலைந்து குறிப்பிட்ட தேதியில் எந்த பெண் குழந்தை பிறந்தாலும் தனக்கு தகவல் சொல்லும்படி ஒவ்வொரு ஹாஸ்பிடல் டீன் இடமும் கேட்டுக்கொண்டான். அந்த நாளும் வந்தது அன்று நள்ளிரவு 12 மணி முதல் எல்லா மருத்துவமனையிலும் சென்று விசாரித்து கொண்டே வந்தான் ஆர்யன்.

அவனுடன் பழகிய பாவத்திற்காக ஸ்வஸ்தியும் மித்ரன் சுற்றி அலைந்து கொண்டு இருந்தனர். மித்ரன் ஏறக்குறைய பித்துபிடித்தவன் போல் ஆகி விட்டான்.

ஆர்யன் காலை முதல் தேடி தேடி அலைந்தான் இரவு 8 மணி ஆனது." ஆர்யா போதும்டா காலைல இருந்து 40 ஹாஸ்பிடல் செக் பண்ணிட்டோம் இன்னும் நமக்கு ஹோப் குடுக்கறா மாதிரி எந்த விஷயமும் இல்லை வீட்டுக்கு போலாம் நியூ இயர் கூட கொண்டாடலை " என்றனர் நண்பர்கள்.

அப்போது அவன் செல்போன் அடித்துக் கொண்டு இருந்தது. ஆர்யன் கவனிக்கவில்லை "யாருடா கால் பண்றது" என்றுக் கேட்டுக்கொண்டே போனை எடுத்து பார்த்தாள் ஸ்வஸ்தி. அதில் 85 மிஸ்டு கால் என்று இருந்தது அது அவன் மனைவி நம்பர்.

"டேய் இவளோ கால் வந்துருக்கு எடுக்க மாட்டியா பையித்தியம் ஆயிட்ட நீ" என்று சொல்லி விட்டு அந்த நம்பரருக்கு கால் செய்து ஸ்பீக்கரில் போட்டாள் ஸ்வஸ்தி.

கால் attend ஆனது " ஏண்டா நீயெல்லாம் மனுஷனா சாயங்காலத்துல இருந்து எவ்ளோ கால் பண்ணேன் எடுக்க மாட்டியா "என்று அவன் அம்மா கோபத்தோடு பேசினார். " அம்மா நான் ஸ்வஸ்தி பேசறேன் மா என்னாச்சுமா ஆர்யா பக்கத்துல தான் இருக்கான் சொல்லுங்க " என்றாள்.

உடனே அவன் அம்மா" என்னமா பண்றான் அவன் பொறுப்பே இல்லையா அவனுக்கு" என்று சொல்ல " என்னாச்சுமா இப்போ " என்று மித்ரன் கேட்டான்.

"அவனுக்கு குழந்தை பொறந்து இருக்கு ஒரு அப்பனா புருஷனா பிரசவத்தப்பக் கூட இருக்கணும்னு தெரியாதா அவனுக்கு அப்பிடி என்னப்பா வேலை" என்று சொல்ல

அப்போது தான் ஆர்யனுக்கு நினைவு வந்தது அவள் மனைவி கர்ப்பமாக இருந்ததும் இந்த மாதம் தான் அவளுக்கு டேட் கொடுத்து இருந்ததும் ஞாபகம் வந்தது.

"ஆனால், இந்த மாசம் 18 ஆம் தேதி தானம்மா குடுத்தாங்க" என்றான். அவளுக்கு திடீர்னு வலி வந்துடுச்சுடா" என்றார் அவன் அம்மா.
" கொழந்த போறந்தச்சா என்ன கொழந்தாமா" என்றான் பாசத்துடன்.

அடுத்த கணம் அவன் மனம் சந்தோசத்துடன் அதிச்சியும் அடைந்தது. அதிர்ச்சியில் உறைந்தது அவன் மட்டுமல்ல அவன் நண்பர்களும் காரணம் அவர்கள் கேட்ட விஷயம் "பெண் குழந்தைடா அதுவும் அதிர்ஷ்டகார பொண்ணு ஆறு விரலோட பிறந்து இருக்கு டா" என்று அவன் அம்மா சொன்னதுதான்.

மேலும் அவர்களுக்கு அதிர்ச்சி தரும் ஒரு பேச்சை அவர்கள் அங்கு

கேட்டனர் அது அவள் மனைவி பேசியது "அத்தை பாப்பாக்கு பேரு முடிவு பண்ணிருக்கேன் "ஆதிரா" நல்லயிருக்கா" என்றாள்.

"அது என்ன ஆதிரா" என்று ஆர்யனுடைய அம்மா கேட்க "என் பெயர் " இந்திரா" அவர் பெயர் "ஆர்யன்".

"ஆ+திரா" "ஆதிரா" என்றாள் இந்திரா சிரிப்போடு.

ஆனால் அங்கே மூவருக்கு இடி விழுந்தது போல் இருந்தது. பிறக்க போகும் குழந்தை தன் குழந்தையாகவே இருக்கும் என ஆர்யன் நினைத்து கூட பார்க்கவில்லை. அந்த மர்ம மனிதன் சொன்னது அப்படியே நடந்துள்ளது அப்படியென்றால் எதிர்காலம் என்ன ஆகும் என்று யாருக்கும் இப்போது தெரியாது. இதே வேளையில் இந்த குழந்தையை இன்னொருவனும் தேடி கொண்டு இருந்தான்

அத்தியாயம் - 3

சிறுபிள்ளை ஆதிரா

தான் தேடி அலைந்து கொண்டிருந்தக் குழந்தை தனக்கே மகளாய் பிறப்பாள் என ஆர்யன் கனவிலும் நினைக்கவில்லை. ஒருபுறம் தனக்கு மகள் பிறந்து இருக்கிறாள் என்ற சந்தோசம், மறுபுறம் அந்த எதிர்கால குரல் சொன்னது போல அனைத்தும் நடக்கிறது அதுவும் அந்த குரல் கூறிய குழந்தை தன்னுடைய குழந்தையா? என நினைக்கும் போது இதுவரை ஆர்யனிடம் இருந்த ஆவல் குறைந்தது தேடல் நின்றது மனம் சற்று கலங்கியே போயிருந்தான் அவன்.

இருக்காதா என்ன அந்த குரல் கூறியது போல அனைத்தும் நடக்கிறது எனில் அதில் உள்ள அனைத்து விஷயங்களும் உண்மைதான் என்ற நம்பிக்கை ஆர்யனுக்கு மட்டுமல்ல ஸ்வஸ்தி மற்றும் மித்ரனுக்கும் வந்தது. அப்படி இருக்க தன் மகள் இந்தியாவின் பிரதமர் ஆவாள் என்ற கர்வத்தை விட அவள் எந்த நாளில் இறப்பாள் என்ற விஷயம் ஒரு தந்தைக்கு முன்கூட்டியே தெரியும் போது அவன் மனம் எப்படி இருக்கும் கண்களில் கண்ணீர் ததும்ப ரோட்டு ஓரத்தில் அமர்ந்தான் ஆர்யன்.

" ஆர்யன் என்னடா ஏன் இப்படி உக்காந்துட்டு இருக்க வா பாப்பாவை போய் பாக்கலாம்" என்றாள் ஸ்வஸ்தி.

உடனே மித்ரன் " டேய் ஹேப்பியா இருடா எவ்ளோ சந்தோசமான விஷயம் நடந்துருக்கு உனக்கு பொண்ணு பொறந்துருக்கா அதுவும் நாம யார தேடினோமோ அவளே பொறந்துருக்கா " என்றான்.

ஆழ்ந்த யோசனையில் எங்கேயோ பார்த்து கொண்டு இருந்தான் ஆர்யன். பின் தன்னை சுதாரித்து கொண்டு " வாங்க ஹாஸ்பிடல் போலாம் " என சொல்லி கிளம்பினான் அனைவரும் குழந்தையை பார்க்க சென்றனர்.

இவர்கள் செல்வதை தூரத்தில் இருந்து ஒருவன் பார்த்துக் கொண்டு இருந்தான். தனக்குள் ஒரு அசட்டு சிரிப்பு சிரித்து விட்டு நகர்ந்தான்.

இவை அனைத்தும் இங்கே நடக்கும் போது சென்னையின் ஓரத்தில் ஓர் அடர்ந்த வனப்பகுதியில் பாழடைந்த ஒரு அறிவியல் ஆராய்ச்சி கூடம் வெள்ளையர்கள் ஆட்சி செய்த காலத்தில் இரண்டாம் உலக போர் சமயத்தில் பயன்பாட்டில் இருந்த ஆராய்ச்சி கூடம் அது பின் சுதந்திர இந்தியாவில் சில நாள் பயன்பாட்டில் இருந்தது. இப்போது அது இடியும் நிலையில் இருந்தது. ஆனால் அங்கே இந்த இரவு வேளையிலும் ஒளிவிட்டு எரிந்து கொண்டிருந்தது ஒரு மின்விளக்கு ஆள் புகாத காட்டில் மின்சேவை எப்படி என பார்த்தால் சூரிய மின்சக்தி மூலம் மின்னாற்றல் கிடைத்து கொண்டு இருந்தது. அங்கே ஆதிரா யார் ? என இன்னொருவனும் தேடி கொண்டு இருந்தான்.

அவன் இஸ்ரோவின் மிக சிறந்த விஞ்ஞானி இப்போது அல்ல சில வருடங்களுக்கு முன்பு. ஆம், தான் பணத்தின் மீது கொண்டிருந்த பேராசையால் நாட்டின் ஆராய்ச்சி ரகசியங்களையும் அவன் கண்டுப்பிடித்த அறிய கண்டுபிடிப்பான அணுஆயுத ஏவுகணையையும் எதிரி நாட்டு தீவிரவாதிகளுக்கு விற்க முயன்றான். அதனால் தேசத்துரோகி என குற்றம் சாட்டப்பட்டு சிறைக்கு சென்றான். 14 வருடம் கழித்து 5 மாதங்களுக்கு முன்பு தான் வெளி வந்தான். குறிப்பாக சொல்ல வேண்டும் என்றால் அந்த எதிர்கால குரல் செய்தி வருவதற்கு ஒரு மாதம் முன்பு.

அவன் சிறையில் இருந்த நேரம் அவனுக்கு சில பெரிய தாதாக்களின் பழக்கம் கிடைத்தது அவர்களுடன் பழகி அவர்களுள் ஒருவன் ஆனான். தன்னை பரிகாசம் செய்த இந்த நாட்டை மட்டுமல்ல உலகத்தையே அமைதி இழந்து அல்லல் பட வைக்க வேண்டும் என்று நினைத்தான். தான் கண்டுபிடித்த கண்டுபிடிப்பை பயன்படுத்த எல்லா உரிமையும் அவனுக்கு உண்டு அதை தடுக்க அரசாங்கம் யார்? என்ற எண்ணம்

அவனுக்கு இருந்தததது . உலக போரில் உலைகை ஆழ்த்தி தவிக்க வைக்க நினைத்தான். அதற்கு அவனுக்கு பெரும் படை ,பணம் மற்றும் எல்லா நாடுகளின் பழக்கமும் தேவை என்பதை உணர்ந்தான். அந்த தாதாக்களின் உதவியோடு சில உபகரணங்களை வாங்கி யாருக்கும் தெரியாமல் அந்த பழைய ஆராய்ச்சி கூடத்தின் உள்ளே ஒரு சிறிய அறிவியல் ஆராய்ச்சி கூடத்தைத் தயார் செய்தான். யாருக்கும் தெரியாமல் சட்ட விரோதமாக அதை செயல்படுத்தினான்.

அப்படி அவன் வானில் சாட்டிலைட் சிக்னல் கிடைக்க முயற்சி செய்யும் போது அந்த எதிர்கால குரலின் செய்தி இவனுக்கும் பதிவானது ஆனால் சற்று தெளிவு இல்லாமல் இடர்பாடுகள் உடன் கேட்டது அதை ரெக்கார்டு செய்தான்.

பின் அவன் கேட்ட போது இப்படி ஒரு பெண் பிறப்பாள் அவளால் உலகம் அமைதியாய் வாழும் என்பது மட்டுமே அவனுக்கு கேட்டது. மற்றபடி எங்கு பிறக்கும், என்று பிறக்கும் என்ற செய்தியும் அவள் கொல்ல படுவாள் என்பது எல்லாம் அவனுக்கு கேட்கவில்லை.

ஆனால் அந்த குரலை அவன் சாதாரணமாக எடுத்து கொள்ளவில்லை தான் இந்த உலகை போரில் ஆழ்த்தி அழிக்க வேண்டும் என நினைக்கும் போது அமைதியாய் வாழ இந்த குழந்தை காரணமாக இருப்பாள் என தெரிந்த போது அவன் கோபம் இன்னும் அதிகமானது எப்படியாவது அந்த பெண் யாரென கண்டு பிடித்துக் கொல்ல வேண்டும் என முடிவு செய்தான்.

வேறு யாராக இருந்தாலும் இந்த குரலை நம்பாமல் போய் இருப்பார்கள் ஆனால் அவன் மிக பெரிய விஞ்ஞானி அவனால் இதை நம்பாமல் இருக்க முடியவில்லை. ஆனால் இப்போது அவள் யார் எங்கே பிறப்பாள் என்பது தெரியாது. அதை அறிய ஆராய்ச்சியை ஆரம்பித்தான். அந்த குரல் எங்கிருந்து வந்தது என கண்டுபிடிக்க நினைத்தான்.

இங்கே ஆர்யன், ஸ்வஸ்தி மற்றும் மித்ரன் ஹாஸ்பிடல் வந்து சேர்ந்தனர். தன் மகளை காண ஆவலோடு வந்தான் ஆர்யன். அம்மாவிடம் " அம்மா குழந்தை நல்லா இருக்காளா" என்றான். உடனே "பாருடா குழந்தை வந்ததும் பொண்டாட்டிய கூட

மறந்துட்டான் பாரு" என்று அவன் அப்பா கிண்டலாக சொன்னார். " அப்படிலாம் இல்லப்பா" என்றான் ஆர்யன்.

"குழந்தை நல்லா இருக்காடா அழகா சமுத்தா படுத்து தூங்கிட்டு இருக்கா" என்று அவன் அம்மா சொன்னது தான் தாமதம் ஓடி சென்றான் அவள் மகளை பார்க்க இல்லை இல்லை வருங்கால இந்திய அரசின் ராணியை.

சின்னஞ்சிறிய பிஞ்சு கை, எட்டியுதைக்க வலுவில்லாத போதும் ஃபுட்பால் ஆடும் கால்கள். அதை பிடித்து உள்ளங்காலில் முத்தமிட்டான் ஆர்யன். " கால்ல முத்தம் குடுக்க கூடாதுடா பாப்பாக்கு" என்று அவன் அம்மா சொல்ல "நானும் ஒருத்தி இங்கதான் இருக்கேன்" என ஒரு குரல் கேட்டது திரும்பி பார்த்தான் ஆர்யன் கண்களில் ஆனந்தத்தோடு.

அவன் மனைவி இந்திரா கட்டிலில் அமர்ந்திருந்தாள். உடனே அவளை கட்டியணைத்து கொண்டான் ஆர்யன்.

"லவ் யூ டா செல்லம் எனக்கு எவ்ளோ பெரிய கிஃப்ட் குடுத்துருக்க தெரியுமா " என்று சிரித்துக்கொண்டே சொன்னான் ஆர்யன்.

" சாரிங்க, உங்களை கேட்காம நானே பேரு முடிவு பண்ணிட்டேன்" என்று தயக்கத்துடன் சொன்னாள் இந்திரா.

" நீ முடிவு பண்ண பேரு தான் சரி இந்த பேரு தான் உலகத்தையே ஆள போகுது" என்றான் கர்வத்துடன். சொல்லிவிட்டு ஆதிராவை பார்த்து " ஆதிரா ஆதிரா " என்று பெருமையோடு கூப்பிட்டான் ஆர்யன்.

அவன் அப்படி கர்வத்துடன் சொன்னது அங்கு யாருக்கும் அப்போது புரியவில்லை இருவரை தவிர ஸ்வஸ்தியும் மித்ரனும்.

அடுத்த நொடி அங்கே சிரிப்பு சத்தம் மட்டுமே கேட்டது. ஆனால் ஆர்யன் மனதில் ஒரு விஷயம் ஓடி கொண்டு இருந்தது அந்த குரல் சொன்ன விஷயம் " இவளை கொல்ல பல சதிகள் நடக்கும் இவள் பிறந்ததில் இருந்தே இவள் உயிருக்கு ஆபத்து" என்ற அந்த விஷயம் தான்

மனதில் உறுதி கொண்டான் எப்படியாவது ஆதிராவை காக்க வேண்டும் என்று. ஆதிரா அருகிலேயே இருக்க வேண்டும் என்று நினைத்தான் கொஞ்ச நாளில் தன் குடும்பத்துடன்

ஸ்ரீஹரிகோட்டாவிற்கு குடியேரினான். இனி ஆதிரா வாழ்வில் என்னவெல்லாம் நடக்கும் ,எப்படி என்ன செய்வது என்பது பற்றியே அவன் மனம் சிந்தித்தது. அவளை காப்பாற்ற என்னவெல்லாம் செய்ய வேண்டுமோ அதையெல்லாம் செய்தான். வீட்டிற்கு பலத்த பாதுகாப்பு போடுவது, வெளியே சென்றாள் ஆதிராவுடன் மட்டுமே இருப்பது என்று இருந்தான்.

" ஏண்டா இவ்வளவு சீரியஸா எடுத்துகிட்டு இப்படி பண்ணிட்டு இருக்க ஆதிரா குழந்தை டா அவளை யார் என்ன பண்ண போறாங்க" என்றனர் சுவஸ்தியும் மித்ரனும்.

" இல்ல ஸ்வஸ்தி இதை சாதாரணமாக விட என் மனசுக்கு தோணல ஜாக்கிரதையா தான் இருக்கணும்" என்றான்.

" நமக்கு மட்டும் தானடா இந்த விஷயம் தெரியும் நம்ம இன்ஸ்டிட்யூட்ல இருக்கிறவங்களுக்கு கூட அது யாரோ விளையாட்டுக்கு பண்ணிருக்காங்க அப்படினு சொல்லி இந்த விஷயத்த க்ளோஸ் பண்ணிட்டோம் அப்பறம் என்னடா" என்றான் மித்ரன்.

" எல்லாம் சரி ஆனால் அந்த குரல் சொன்னது யாராச்சும் நல்லா கேட்டீங்களா" என்றான் ஆர்யன்.

" நாங்க எங்கடா கேட்டோம் நீதான் திருப்பி திருப்பி அத கேட்டுகிட்டே இருக்க" என்றான் மித்ரன்.

" அதனால் தான்டா சொல்றேன் அதுல ஆதிரா உயிருக்கு குழந்தையா இருக்கும் போதுல இருந்தே ஆபத்துனும் இது வேற யாருக்கும் போக வாய்ப்பு இருக்கு அதனால் என்னால சில விஷயங்கள் தான் சொல்ல முடியும்னு அந்த குரல் சொல்லுச்சு" என்றான் ஆர்யன்.

" அப்போ ஆதிராவை பற்றி வேற யாருக்காச்சு தெரிஞ்சிருக்கும் அப்படினு சொல்ல வரியா" என்றாள் ஸ்வஸ்தி.

" **Exactly**. ஆனால் அது மட்டும் இல்ல வேற யாருக்கும் கிடைக்கல அப்படினா அந்த குரல் ஏன் இது வேற யாரக்காச்சும் போக வாய்ப்பு இருக்கு அப்படினு சொல்லணும். கண்டிப்பா இந்த விஷயம் வேற யாருக்காச்சு போயிருக்க வாய்ப்பு இருக்கு. அதனால் நம்ம கவனமாக தான் இருக்கணும்" என்று சொல்லி கொண்டே ஆதிராவை பார்த்தான். அவனுக்கு ஆமாம் என்பது

போல சிரித்துக்கொண்டு கை கால்களை எட்டி உதைத்து கொண்டிருந்தாள் ஆதிரா.

வருடங்கள் ஓடின தனது பத்தாவது வயதை அடைந்தாள் ஆதிரா. அதே சமயம் ஆதிராவை பற்றி வந்த அந்த குரலை முழுமையாக தெளிவாக பதிவு செய்யும் கருவியை 10 வருடங்களாக போராடி கண்டுபிடித்தான் அந்த தேசதுரோகி விஞ்ஞானி. அவன் பெயர் "Dr.பிரபஞ்சன்" இங்கே எதுவும் அறியா சிறுபிள்ளையாய் ஆதிரா

சந்தோசமாக பால்கனியில் விளையாடி கொண்டிருக்க அதை தூரத்தில் கருப்பு ஜேர்கின் போட்ட ஒருவன் பார்த்து கொண்டு நின்றான்...

அத்தியாயம் – 4

தீவிரவாதி

அன்று சூரியன் சீக்கிரமே உதித்தது பறவைகள் பறந்து சுற்றி கொண்டிருந்தது ஆர்யன் வீடு விழா கோலம் பூண்டிருந்தது. சுற்றம் நட்பு என ஆர்யனின் அன்பிற்கு கிடைத்த சொத்துக்கள் எல்லாம் முத்துகளாய் சிரிப்போடு ஏகோபித்தமாய் ஒரே இடத்தில் கூடி இருந்தனர். ஆனந்த பூங்காற்று அவன் வீட்டை சுற்றி சுற்றி பார்த்து எதையோ தேடி கொண்டு இருந்தது.

மெல்லிய கதவு துவாரம் வழியே ஊடுருவி ஒளியும் ஒலியும் அடித்து பிடித்துக் கொண்டு சென்றன, வாசல்படி மணம் வீசும் மாலை மெல்ல அசைந்து அவள் வருகையை சமிங்கை செய்ய மொட்டவிழும் புத்தம்புது ரோஜா போல் பட்டு காலடி எட்டு வைத்து குட்டி முயல் போல் தத்தி தாவி படிவிட்டு இறங்கி வந்தாள் "ஆதிரா". பச்சிளம் பிஞ்சின் கைபிடித்து சபைக்கு அழைத்து வந்தாள் இந்திரா. புன்னகை ஒன்றே விலையில்லா அணிகலன் என்பதை போல் சிரித்தாள் பூமகள்.

"ஆர்யன் எல்லாம் ரெடியா" என்று இந்திரா கேட்க எல்லாம் தயார் என்பது போல ஆர்யன் தலையசைக்க மித்ரன் மற்றும் ஸ்வஸ்தியின் கையில் மிதந்து வந்தது ஆதிராவின் 10 வது பிறந்தநாள் கேக். கண்ணில் ஆர்வத்துடன் கேக்கை பார்த்தாள் ஆதிரா.

ஊதா நிற கிரீம் வழிய மேலே கிரீடம் வைத்தது போல் செர்ரி பழமும் அங்கங்கே நான்கு பக்கத்தில் கிரீமில் வரையப்பட்ட ரோஜாக்களுக்கு நடுவே **HAPPY BIRTHDAY** ஆதிரா என்ற வாசகம் இருந்தது.

மெழுகுவர்தி ஏற்றி வைக்க மெதுவாக ஊதியனைத்து வெட்டினாள்.

சந்தோசம் மட்டுமே குலாவி கொண்டிருந்த நேரத்தில் ஆதிரா தனக்கு அன்பளிப்பாக வந்த பந்தினை எடுத்து கொண்டு வீட்டுக்கு வெளியே விளையாட சென்றாள். தூரத்தில் இருந்து இதை பார்த்து கொண்டிருந்தான் கருப்பு ஜெர்கின் போட்ட ஒருவன். அவன் ஆதிராவை பார்த்து இங்கு வா என கையசைக்க, முடியாது என்பது போல் தலையசைத்து விட்டு உள்ளே ஓடினாள் ஆதிரா. பலமாக சிரித்து விட்டு அங்கிருந்து நகர்ந்தான் அந்த மனிதன்.

" என்ன ஆர்யன் ரொம்ப சந்தோசமா இருக்க போல " என்று ஸ்வஸ்தி கேட்டாள். " ஆமாம், அங்க பாரேன் அவளை, எவ்ளோ சுட்டியா துருதுருனு அழகா விளையாடிட்டு இருக்கா" என பூரிப்போடு சொன்னான் ஆர்யன். "எல்லாம் சரிதான் அதுக்காக இப்படி ரெண்டு மாசம் லீவ் போட்டுட்டு பொண்ணு கூடவே இருந்தா எப்படிப்பா அங்க நீ இல்லாம புராஜக்ட் அப்படியே நிக்குது" என்றான் மித்ரன்.

" நாளைல இருந்து ஸ்கூல் ஆரம்பிக்குது சோ நான் வருவேன் இனிமேல் " என்றான் ஆர்யன்.

சரி என்று அங்கிருந்து அனைவரும் புறப்பட்டனர்.

மாலை வீட்டுக்கு செல்லும் பறவை போல அங்கிருந்த கூட்டம் எல்லாம் கலைந்து வீடு அமைதி கொண்டது. ஒரே ஒரு சத்தம் தான் கேட்டது அது ஆதிராவின் விளையாட்டு சிரிப்பு சத்தம். அதை கேட்டுக்கொண்டே வானத்தை பார்த்து நின்று கொண்டு இருந்தான் ஆர்யன். பின்னால் ஒரு கை வந்து தொட்டது அது அவன் மனைவி இந்திரா.

" என்ன ஆச்சு இங்கே வந்து நிக்கறீங்க " என்றாள். " இல்லை சும்மாதான்" என்றான் ஆர்யன். " எனக்கு தெரியும் எதோ கவலை உங்களுக்குள்ள இருக்கு எப்பவும் எதையோ நெனச்சி பயம் இருக்கு உங்களுக்கு என்ன வேளையில் எதும் பிரச்சனையா ? " என்றாள் இந்திரா. திடுக்கிட்டு "இல்லை இல்லை " என்றான்.

" அப்பறம் என்ன நிம்மதியா இருங்க " என்றாள். ஆர்யன் அவன் மனதில். " நான் நிம்மதியாக இருக்கத்தான்

நினைக்கிறேன் முடியவில்லையே" என மனதிற்குள் நினைத்துக்கொண்டு இந்திராவிடம் " நான் இல்லனா ஆதிராவை பத்திரமா பாத்துக்கோ " என்றான் ஆர்யன்.

"ஏங்க என்ன ஆச்சு உங்களுக்கு ஏன் இப்படி பேசறீங்க" என்று கேட்டாள்

" இல்லாமா நான் வேலைக்கு போய்ட்டா அப்பறம் பாப்பாவை பாத்துக்க டைம் கிடைக்காது அதான் சொன்னேன்" என்று பதில் சொல்லி மழுப்பினான்.

" என்னவோ போங்க " என்று சொல்லி விட்டு சென்றாள். மீண்டும் நட்சத்திரங்களை பார்த்து கொண்டு நின்றான் ஆர்யன். அதே நட்சத்திரத்தை பார்த்து கொண்டு யோசனையில் இருந்தான் Dr.பிரபஞ்சன் அவன் நீண்ட நாட்களாக தேடி கொண்டிருந்த ஆதிராவை பற்றிய முழு குரல் பதிவு. அந்த எதிர்கால மனிதனின் குரல் பதிவை கண்டுப்பிடித்து தெளிவாக கேட்டான்.

எனவே அறிந்து கொண்டான் அவள் எங்குப் பிறந்திருப்பாள் என்று உடன் நினைத்துக்கொண்டான் அந்த சின்ன பெண்ணுக்கு இப்போது 10 வயது இருக்குமா அவள் எப்படி இந்த உலகத்தை ஒன்று படுத்துவாள் அமைதி பாதையில் கொண்டு செல்வாள். உண்மையில் இந்த குரல் உண்மை தானா என்று. பிறகு அவனுக்கு தோனிற்று இது உண்மையாக தான் இருக்க வேண்டும் இல்லையேல் நமக்கு ஏன் 10 வருடம் ஆக போகிறது இதை கண்டு பிடிக்க என்று தனக்கு தானே சொல்லி கொண்டான். உன்னை தேடிப்பிடித்து அழிப்பேன் ஆதிரா முதலில் உன்னை பிறகு என்னை அசிங்கப்படுத்தி சிரித்த இந்த உலகத்தை என்று சொல்லி அகங்கார சிரிப்பு சிரித்தான்.

அடுத்த நாள் காலை ஆதிரா பள்ளிக்கு செல்லத் தயார் ஆகி கொண்டு இருந்தாள் 5 ஆம் வகுப்பு ஆரம்பம். பள்ளிக்கு அனைத்து குழந்தைகளும் விடுமுறை முடிந்து செல்வதற்கு அழுது கொண்டே வந்த வேளையில் சிரித்துக் கொண்டே அப்பாவுக்கு கையசைத்து விட்டு உள்ளே சென்றாள் ஆதிரா.

சிறு வயதிலேயே புரிந்து கொள்ளும் பக்குவம் கொண்டவளாய் வளர்ந்தாள் அவள். அதற்கு முக்கிய காரணம் ஆர்யன் கூறிய தைரிய மொழிகள்.

நம் நாயகியின் பண்புகள் அவள் எதிர்கால அரசாட்சிக்கு மிக்க துணை செய்யும் அதனால் தான் இதை எடுத்து கூறுகிறேன்.

ஆதிராவின் அன்பும் தைரியமும் சிறு வயதிலேயே வெளிப்படும் வண்ணம் ஒரு சம்பவம் நடந்தது.

ஆதிரா படித்த பள்ளி ஸ்ரீ ஹரிக்கோட்டா நகரிலேயே பெரிய பள்ளி. அன்று வழக்கம் போல் பள்ளி நடைபெற்று கொண்டு இருந்தது. திடீரென்று பள்ளியின் மணியோசை ஒலித்தது பள்ளியின் வாசலில் யார் யாரோ கூட்டமாக சுற்றி திரிந்து கொண்டு இருந்தனர். பள்ளியின் உள்ளே வந்து ஒவ்வொரு வகுப்பிலும் துப்பாக்கி ஏந்திய ஆட்கள் வந்து நின்று ஆசிரியரை மிரட்டினர் பின் பள்ளியில் இருந்த ஸ்பீக்கரில் ஒரு குரல் கேட்டது

"உங்க ஸ்கூல் இப்போ எங்க கண்ட்ரோல் அதனால் யாரும் எதுவும் பேசாமல் நாங்க சொல்றத செய்யனும் இல்லனா தேவை இல்லாம சுட வேண்டியது இருக்கும்"என்று கேட்டது.

குழந்தைகள்,ஆசிரியர்கள் என அனைவரும் ஓர் ஆடிட்டோரியத்தில் அடைக்க பட்டனர்.

செய்தி ஊரெங்கும் பரவியது குழந்தைகளின் பெற்றோர்கள் பள்ளிக்கு முன்னே வந்து கதறி அழுதனர்.

காவல்துறை வந்தது அவர்கள் வேண்டுவது என்ன என்று கேட்க அவர்கள் பதில் அளித்தார்கள், அந்த போலீஸ்காரரர்கள் ஒருவருக்கு போன் வந்தது அதில் " நாங்கள் இந்த ஸ்கூலை கட்டுப்படுத்தி வெச்சிருக்கோம் நாங்க சொல்றத செய்யனும் இல்லனா இந்த ஸ்கூலையே வெடிக்க வெச்சிடுவோம்" என்று பேசினான் ஒருவன்.

" சரி ,உங்க கோரிக்கை என்ன " என்று இன்ஸ்பெக்டர் கேட்க "அதை உங்க கிட்ட சொல்ல முடியாது இஸ்ரோவிற்கு கனெக்ட் பண்ணுங்க என்றான்" அவன்.

இஸ்ரோவிற்கு போன் கனெக்ட் ஆக போனை எடுத்தான் ஆர்யன். " சார்,இங்க **Blossoms** ஸ்கூல் யாரோ ஹைஜாக் பண்ணி வெச்சிருக்காங்க கேட்டா உங்ககிட்ட தான் பேசணும்னு சொல்றாங்க" என்றார் இன்ஸ்பெக்டர்.

குடுங்க நான் பேசறேன் என்றான் ஆர்யன்.

அப்போது அங்கிருந்த தீவிரவாதி ஒருவன்" பாஸ், இந்தாங்க " என்று போனை கொடுக்க ஒரு கை அதை வாங்கியது அது வேறு யாரும் இல்லை Dr.பிரபஞ்சன் தான்.

ஆம் அவன் இந்த பத்து வருடத்தில் மிக பெரிய கேங்ஸ்டர் ஆகி விட்டான் ஒருபக்கம் பணம் விளையாடுகிறது மறுபக்கம் அவன் மிக பெரிய தொழில் அதிபர் அண்டர்கிரவுண்டு விஷயங்கள் மட்டுமே செய்வதால் அவனை பற்றி யாருக்கும் வெளியே தெரியாது.போனை கையில் வாங்கி காதில் வைத்து "ஹலோ" என்றான் பிரபஞ்சன். " நீ யாரு உனக்கு என்ன வேணும் " என்றான் ஆர்யன். தங்கள் வாழ்நாளின் எதிரியிடம் தான் பேசுகிறோம் என்று தெரியாமல் இருவரும் பேசினர்.

" எனக்கு சின்ன விஷயம் நடந்தா போதும் இன்னைக்கு லான்ச் ஆக போற ஜியோ டைம் (**geo time**) சேட்டிலைட் நீங்க லாஞ்ச் பண்ண கூடாது அப்படி பண்ணினா இந்த ஸ்கூல் தரமட்டம் ஆயிடும்" என்றான் பிரபஞ்சன்.

"என்ன ? அது எப்பிடி பண்ண முடியும் உன் விருப்பத்துக்கு எல்லாம் செய்ய முடியாது."

"இங்க உன் பேச்சை கேட்க நான் இல்லை நான் சொன்னதை செய் இல்லைனா இந்த ஸ்கூல் மொத்தமும் இருக்காது"

" சரி சரி லாஞ்ச் பண்ணல ஸ்கூல் ல யாருக்கும் எதும் ஆக கூடாது " என்றான் ஆர்யன். சிரித்து கொண்டே "சரி "என சொல்லி விட்டு கட் செய்தான் பிரபஞ்சன்.

இப்போது எப்படி நிறுத்துவது ஆர்யன், கண்டிப்பாக முடியாது இது நாட்டுக்கே அவமானம் என்றார் தலைமை அதிகாரி .

உடனே ஆர்யன் " சார் எல்லாம் தயார் ஆகட்டும் வெளியில மீடியாக்கு மட்டும் இதனால ஸ்டாப் பண்ணிட்டோம் அப்படினு சொல்லுவோம் அது கொஞ்ச டைம் கிடைக்கும் நமக்கு ராத்திரி 12 மணிக்கு தான் லான்ச் அதுக்குள்ள நாம அவங்கள புடிச்சிடலாம்" என்றான். சரி என்று தலையசைத்து விட்டு மீடியாக்கு பொய்யான தகவலை சொன்னார் அப்துல்.

இதை பார்த்ததும் பலமாக சிரித்தான் பிரபஞ்சன். "என்னையா அசிங்க படுத்தி ஜெயிலுக்குள்ள வெச்சிங்க இப்போ அசிங்க படுங்க உழைப்பு பாழாகி போச்சுன்னா எப்படி இருக்கும்னு உங்களுக்கு புரியனும்" என்று மீண்டும் சிரித்தான். ஆனா உங்களை நம்ப முடியாது எதாச்சும் ஷாக் குடுத்தா தான் சரியா வரும் என்று தனக்குள் சொல்லி கொண்டான் பிரபஞ்சன்.

அதே நேரம் பள்ளிக்கு வந்து சேர்ந்தான் ஆர்யன் " என்னாச்சு சார், உள்ள போக எதாச்சும் வழி தெரிஞ்சிதா" என்றான் ஆர்யன். " இல்ல சார், உள்ள இருந்து யாராச்சும் நம்மள கண்டாக்ட் பண்ணா தான் நமக்கு எவ்ளோ பேரு இருக்காங்கன்னு தெரியும் எதாச்சும் பண்ணலாம் " என்றார் இன்ஸ்பெக்டர்.ராணுவப்படை தலைவரும் எதாச்சும் தகவல் தெரிஞ்சா நாம ஃபோர்ஸ் உள்ள அனுப்பலாம் என்றார்.

உள்ளே குழந்தைகள் அழுதுக்கொண்டு இருந்தன அப்போது அங்கே பிரபஞ்சன் வந்தான் அவன் முகமூடி அணிந்து இருந்ததால் குழந்தைகள் மேலும் பயபட்டு அழுதனர். ஆதிரா தன்னுள் இருந்த பயத்தை வெளிக்கட்டிகொள்ளமல் இருந்தாள். அப்போது பிரபஞ்சன் , "இங்க பாருங்க பசங்களா பயப்பட வேணாம் ... நான் உங்களை எதுவும் பண்ண மாட்டேன் ஆனா உங்களை பத்தின அக்கரை நம்ம கவர்மென்ட்க்கும் உங்களை பெத்தவங்களுக்கும் வரணும் இல்ல , என்ன டீச்சர்ஸ் சொல்றீங்க" என்று அங்கிருந்த ஆசிரியர்களை பார்த்து கேட்க , "இத பாருங்க குழந்தைகளை எதும் பண்ணாதீங்க பிளீஸ்.... "என்று ஒரு ஆசிரியர் சொல்ல "ச்சீ... ச்சீ அதெல்லாம் பண்ண போறது இல்ல ஆனா இங்க இருக்க ஒரு குழந்தையோட தலையில துப்பாக்கி வெச்சி அவங்க அப்பா அம்மாவுக்கு கால் பண்ணி பேச போறோம் அவ்ளோதான்" என்று சொல்ல

அனைவரும் பதறினர் குழந்தைகள் மேலும் அழத்தொடங்கின. ஷு... என்று பிரபஞ்சன் தன் முகமூடியின் மேல் இருந்த வாயில் கைவைத்து finger on your lips என்று சொல்ல அனைத்து குழந்தைகளும் அப்படியே செய்தன. அப்போது பிரபஞ்சன் அங்கு இருந்த ஒரு பெண்ணை அழைத்தான் அந்த குழந்தை வர மறுத்தது "வா" என்றான் கோபமாக அவள் அருகில் இருந்த பெண்" நான் வரேன்" என்றாள், அது ஆதிரா.

"ஓ... பார்றா... கம் கம்.. மை டியர் சைல்ட்... இங்க வா" என்று பிரபஞ்சன் அவளை அழைக்க ஆதிரா அருகே வந்தாள்.

இது என்ன தெரியுமா என்று அவன் தன் கையில் இருந்த துப்பாக்கியை ஆதிராவிடம் காட்டி கேட்க அவள் " இது பிஸ்டல்" என்று சொன்னாள். "பாருடா பிஸ்டலா இதெல்லாம் தெரிஞ்சிருக்கும் உனக்கு எப்படி " என்றான்.

"படத்துல பாத்திருக்கேன்" என்று ஆதிரா பதில் சொன்னாள். சிரித்த பிரபஞ்சன் தொட்டு பாக்கறிய என்று கேட்க

அப்போது பிரபஞ்சன் அருகே இயந்திர துப்பக்கியோடு நின்றிருந்த ஒருவன் இன்னொருவனிடம் "எவ்வளவு திமிரு பாத்தியா அந்த பொண்ணுக்கு கொஞ்சம் கூட பயம் இல்லாம பாஸ்க்கிட்ட பேசிக்கிட்டு இருக்கு" என்று அவன் சொல்ல திரும்பி பார்த்து பிரபஞ்சன் "விடு விடு" என்று கையசைப்போடு சொன்னான்.

பின் ஆதிரா பக்கம் திரும்பிய பிரபஞ்சன், "சரி யாருக்கு போன் பண்ணலாம்" என்று ஆதராவிடம் கேட்க "அப்பாவுக்கு" என்று கூறினாள் ஆதிரா. சரி என்று அவளிடம் நம்பரை வாங்கிய பிரபஞ்சன் தன்னுடைய சாட்டிலைட் மொபைல் ஃபோனில் அந்த நம்பரை பதிந்து ஆதிராவிடம் கொடுத்தான். அதிலே வீடியோ காலாக காட்டியது ஆதிரா திரும்பி பார்க்க

"என்ன உங்க அப்பாக்கு நீ என்கிட்ட மாட்டிட்டு இருக்கனு தெரியனும் இல்ல, அப்பா கிட்ட அப்பா பயமா இருக்கு எப்படியாச்சும் காப்பாத்துங்க அப்படின்னு பேசனும் சரியா? என்று சொன்னான் பிரபஞ்சன்.

ஆர்யனுடைய கைபேசிக்கு வீடியோ கால் வர அதை எடுத்த ஆர்யன் அதிலே ஆதிராவின் முகத்தைக் கண்டு சற்று மனம் பதறினான்.

காரணம் ஆதிராவின் தலையின் மேல் தான் துப்பாக்கியை வைத்திருந்தான் பிரபஞ்சன். அதில் பேசிய ஆதிரா "அப்பா அப்பா பயமா இருக்குப்பா கையில துப்பாக்கி வச்சிருக்காங்கப்பா தலையில வச்சிருக்காங்கப்பா "என்று கூறினாள். கொஞ்சம் பதறிப்போன ஆர்யன் "ஒன்னும் இல்ல ஒன்னும் இல்ல பயப்படாதடா" என்று சொல்ல அந்த வீடியோ திரையில் முகமூடியுடன் தென்பட்ட பிரபஞ்சன், இந்த

வீடியோவை பக்கத்துல இருக்க போலீஸ் கிட்ட காட்டுங்க, இது இஸ்ரோவுக்கான எச்சரிக்கை இப்ப இதோட சீரியஸ் உங்களுக்கு தெரிந்திருக்கும் என்று நினைக்கிறேன். கண்த்துடைப்புக்காக மீடியாவிலும், செய்திகளும் ராக்கெட் லான்ச் நிருத்தியாச்சுனு சொல்லிட்டு பின்னாடி வேலையை பாத்தீங்க ஒரு குழந்தை கூட தப்பிக்காது சரியா? என்று சொல்லிய பிரபஞ்சன் ஆரியனை உற்றுப் பார்க்க , " ஓ.. ஓ.. தி சீஃப் எக்ஸ்கியூடிவ் ஆஃப் ஜியோ டைம் புராஜக்ட் மிஸ்டர் ஆர்யன் நீங்க தானா? சரியான ஆளுக்கு தான் கால் போயிருக்கு உங்க பொண்ணு தானா ? இது தெரியாம போச்சே? ரொம்ப நல்லதா போச்சு நான் சொன்னது நடக்கலைனா உன் பொண்ணு மட்டும் இல்ல அங்க இருக்க எல்லாருமே மர்கையாதான்" என்று பிரபஞ்சன் சொல்ல

டேய்! என்று ஆர்யன் சத்தமிட "போ போ போய் சொன்ன வேலைய பாருங்க மிஸ்டர் ஆர்யன்" என்று சொல்லிவிட்டு மொபைலை அணைத்தான் பிரபஞ்சன்.

"சார் இப்போ என்ன பண்றது ? இட்ஸ் ரியலி கிரிட்டிகல் "..என்று ஒரு ஆர்மி அதிகாரி கேட்க தலைமை இராணுவ அதிகாரியும் உடனிருந்த காவல் ஆணையரும் என்ன செய்வது என்று யோசித்துக் கொண்டிருக்க..ஆர்யன் ஏதோ சிந்தித்தவனாய் அவனுடைய கைபேசியை எடுத்து அதன் உள்ளே ரெக்கார்டிங் ஆப்ஷனுக்குள் சென்றான்.

இதை கவனித்த அந்த ராணுவ அதிகாரி "என்ன பண்றீங்க ஆர்யன் " என்று கேட்க "ஒரு நிமிஷம் சார்.". என்று சொல்லிவிட்டு மொபைல் திரையில் பரபரப்பாக எதையோ தேடினான். பின்னர் ஏதோ ஒரு வீடியோவை திறந்து பார்த்தான். அதை பார்த்துக் கொண்டிருக்கும் போதே அவன் முகத்தில் புன்னகை மலர்ந்தது.

"எஸ் ஐ காட் இட்.. ஆதிரா .. "என்று சொல்லி தன் கைகளை குவித்து அந்த திரையை பார்த்துச் சற்று முத்தமிட்டான். "என்ன ஆச்சு ஆர்யன் எக்ஸைட்டான மாதிரி தெரியுது? "என்று உடன் இருந்த காவல் ஆணையர் கேட்க "ஆமா சார் உள்ள எத்தனை பேர் இருக்காங்க அப்படி என்ற விஷயமும் அவங்க கிட்ட என்ன இருக்கின்ற விஷயமும் தெரிஞ்சு போச்சு.."என்ற ஆர்யன் சொல்ல அனைவரும் ஸ்தம்பித்துப் போனார்கள்.

"ஈஸ் இட் ... என்ன சொல்றீங்க ஆர்யன்..? "என்றார் இராணுவ அதிகாரியும்

"உள்ள மொத்த 10 பேர் தான் இருக்காங்க சார் எல்லார் கையிலயும் ஆட்டோமேட்டெட் துப்பாக்கி இருக்கு.. "

"சார், என்ன சொல்றீங்க ? எப்படி அவ்ளோ சரியா சொல்றீங்க? "என்றார் இராணுவ அதிகாரி.

"மோர்ஸ் கோட்" என்றான் ஆர்யன்.

"மோர்ஸ் கோட் ? எப்படி சார்? யார் குடுத்த சிக்னல்?" என்று அந்த அதிகாரி கேட்க

"என் பொண்ணுதான் சொன்னா"என்றான் ஆர்யன்.

காவல் ஆணையரும், இராணுவ அதிகாரியும் குழம்பி நிற்க ஆர்யன் விளக்கினான். வீடியோ காலில் ஆதிரா, எல்லாரும் துப்பாக்கி வைத்திருக்கிறார்கள் 10 பேர் இருக்கிறார்கள் என்று சமிங்கை மொழி எனப்படும் இராணுவத்தில், உளவுத்துறையில் மற்றும் அரசாங்கத்தின் ரகசியங்களை பாதுகாக்கவும் அதை ரகசியமாக தெரியப்படுத்தவும் பயன்ப்படுத்தப்படும் சமிங்கை மொழியில் தெரிவித்துள்ளாள். ஆதிராவின் பாதுகாப்பிற்காக ஆர்யன் இதையெல்லாம் 4 வயது முதலே பயிற்சிக் கொடுத்து வந்தான்.

ஆர்யன் இந்த விஷயத்தை போலீஸிடம் சொல்ல "நீங்க சொல்றத எப்படி சார் ஏத்துக்க முடியும் ,ஒரு சின்ன பொண்ணுக்கு எப்படி இந்த மோர்ஸ் கோட்லாம் தெரியும்" என்று இராணுவ அதிகாரி சந்தேகத்தோடு கேட்டார்

"சார் , என்ன நம்புங்க என் பொண்ணுக்கு அதை நான் சொல்லிக் குடுத்துருக்கேன் " என்றான்.

அவனை ஏற இறங்க பார்த்த அந்த அதிகாரி "நீங்க ஏதோ சொல்றீங்க ஆனா என்னால ஏத்துக்க முடியல ! வேற வழியும் தெரியல அதனால் முயற்சி பண்றேன். ஆனா சார் நாங்க உள்ள போகிற விஷயம் அவங்களுக்கு தெரிஞ்சா சின்ன சத்தம் கேட்ட கூட ஆபத்து தான்". என்றார் இராணுவ அதிகாரி.

அதற்குள் அங்கே அந்த பள்ளியின் முழு வரைபடத்தை ஆராய்ந்துக் கொண்டிருந்த ஒரு இராணுவ வீரர் " கேப்டன் இந்த

ஸ்கூலில் ஒரு வாட்டர் சம்ப் இருக்கு ஆனா அது பயன்படுத்தப் படாத ஒண்ணு தண்ணி சரியா வராத காரணத்துக்காக அதை பயன்படுத்த முடியாம மூடிட்டு இருக்காங்க பள்ளியோட கரஸ்ப்பாண்டன்ட் கிட்ட கேட்டு கன்ஃபார்ம் பண்ணியாச்சு" என்றார்.

"ஓ இட்ஸ் சோ குட்.. "சரி சார் நாங்க பாத்துக்கறம் இது போதும்" என்று சொல்லிவிட்டு அந்த சம்ப் வழியே சத்தமிடாமல் துளையிட்டு. இராணுவ வீரர்களும் போலீஸும் பத்து பதினைந்து பேர் உள்ளே வந்தனர். வெளிய இருந்து தவழ்ந்து கொண்டு ஒவ்வொருவராய் ஐந்து பேர் சென்றனர். ஆடிட்டரியத்தை சுற்றி வளைத்தனர்.

மீதம் இருந்தவர்கள் உள்ளே இருப்பவர்கள் கண்களுக்கு புலப்படாமல் இருக்க சற்று தூரத்தில் இருந்த மரங்களில் ஏறிக்கொண்டு ஒரே நேரத்தில் அங்கு இருந்த 8 பேரை ஸ்னைபெர் துப்பாக்கியால் சுட்டனர். அங்கிருந்த எட்டு பேரும் மடிந்து கீழே விழுந்தனர். இதை சற்றும் எதிர்பார்க்காத குழந்தைகள் அழ தொடங்கினர்.

உடனே உள்ள வந்த போலீஸ் பயபட வேண்டாம் என்று கூறி எல்லா குழந்தைகளையும் வெளியே கூட்டி போக சொல்லி அங்கிருந்த ஆசிரியரிடம் சொல்ல அவர்கள் குழந்தைகளை கூட்டி சென்றனர்.

இந்த சத்தம் கேட்டு பிரபஞ்சன் முகமூடி அணிந்துகொண்டு வேறு ஒரு அறையில் இருந்து வெளியே வந்தான் அவனுடன் இன்னொருவன் இருந்தான் போலீஸ் அவனை நோக்கி துப்பாக்கியால் குறிவைக்க அவன் சட்டென கையில் ஒரு வெடிகுண்டை எடுத்தான்.

" எல்லாரும் துப்பாக்கியை கீழே போட்டு விட்டு தூரமா போங்க இல்லனா இந்த குண்ட வெடிக்க வெச்சிடுவேன் " என்று சொல்லிக்கொண்டே முன்னே வந்தான் .எல்லாரும் துப்பாக்கியை தூக்கி போட்டனர். மெல்ல முன்னே வந்தவன் அங்கு வெளிய ஓடி சென்ற ஒரு குழந்தையை தூக்கி கொண்டான் "கிட்ட வந்திங்க இந்த குழந்தையை கொன்று விடுவேன்" என்று சொல்லிக்கொண்டே அந்த குழந்தையுடன்

பிரபஞ்சன் மற்றும் அவன் கூட்டாளியும் மேலே மாடிக்கு ஏறி சென்றனர்.

மேலே மொட்டை மாடிக்கு போய்" எல்லாரும் இங்க இருந்து போங்க இல்லனா என்னோட சேர்ந்து இந்த பொண்ணும் செத்துடும்" என்றான். அந்த குழந்தை வேறு யாரும் இல்லை " ஆதிரா " தான்.

அத்தியாயம் 5

சிறந்த சமூக சேவகி

இங்கே பிரபஞ்சன் ஆதிராவை பினயமாகப் பிடித்துக்கொண்டான். அவள் தான் ஆதிரா என்று அறியாமல்.

இதே நேரம் இஸ்ரோவில் உடனடியாக ராக்கெட்டை செலுத்த ஏற்பாடு செய்து கொண்டு இருந்தான் ஆர்யன் ஏனெனில் 12 மணி வரை நேரம் கொடுத்தால் மீண்டும் எந்த சிக்கலும் வரும் என்பதால் இந்த சந்தர்பத்தை பயன் படுத்தி லான்ச் செய்துவிட வேண்டும் என்று நினைத்தான் ஆனால் அவனுக்கு தெரியாது தன் மகள் அந்த கொடியவனிடம் மாட்டிக்கொண்டாள் என்று.

இங்கு பள்ளியில் ஆதிரா என்றே தெரியாமல் அவளை தூக்கி கொண்டு மாடிக்கு ஓடினர் இருவரும். பின்னாடியே இரண்டு போலீஸ் மெதுவாக பின் தொடர்ந்தனர். அவர்கள் மாடிக்கு சென்றனர் ஆதிரா சட்டென பிரபஞ்சன் கையை வலுவாக கடித்தாள்.

"ஆ என்று அலறிய படி ஆதிராவை அவன் ஓடிக்கொண்டே கீழ இறக்கி விட கீழே குடித்தவுடன் தன் காலால் அவன் காலை தட்டி விட்டாள். தடுக்கி கீழே விழுந்தான் பிரபஞ்சன். அவன் கையில் இருந்த வெடிகுண்டு உருண்டு ஓடியது.

அதை எடுக்க பிரபஞ்சன் உடன் வந்தவன் ஓட "ஆ என்று கத்தியப்படி கீழே விழுந்தான் அவன். அவன் முதுகில் தோட்டா பாய்ந்து இருந்தது. பிரபஞ்சன் திரும்பி பார்க்க பின்னல் ஒரு போலிஸ் நின்று கொண்டு இருந்தார்.

இதைப் பார்த்த பிரபஞ்சன் சுதாரித்து உடனே எழுந்து ஓடிச்சென்று மாடியில் இருந்து எகிறி குதித்தான் . கீழே இருந்த

புதரில் உள்ளே விழுந்தான். விழுந்தவன் உடனே எழுந்து ஓடி சென்றான் ஆனால் கால் வலித்தது ஆம் அவன் கால் சிறிது முறிந்தது. ஓடிச்சென்று அங்கு ஒரு மரத்தின் பின்னே ஒளிந்துக்கொண்டான் . மாடியில் ஓரத்தில் ஆதிரா நிற்க போலீஸ் உடன் நின்றனர்.

மேலே இருந்து அவனை தேடினர் அவன் தென்படவில்லை. அவனை யாருக்கும் அடையாளம் தெரியவில்லை ஏனெனில் அவன் முகமூடி அணிந்து இருந்தான். அவனால் தூரத்தில் இருந்து மாடியை பார்க்க முடிந்தது. அப்போது மாலை மங்கி சூரியன் மறைய இறங்கியது.

பிரபஞ்சன் தன் மொத்த திட்டத்தையும் கெடுத்த ஆதிராவையே கோவமாக பார்க்கும் போது சூரியன் ஆதிராவின் பின்னால் சென்று மறைவது போல் தெரிந்தது அவனுக்கு.

அதே சமயம் ஆதிராவுக்கு மேலே ராக்கெட் சீறிட்டு செல்வதையும் பார்த்தான். அப்போது" ஆதிரா கீழ வா " என்று ஒரு ஆசிரியர் அழைப்பதை கேட்டான் பிரபஞ்சன்.

ஆதிரா இவளாக தான் இருப்பாளோ என்று நினைத்துக்கொண்ட பிரபஞ்சன் பெரும் கோபம் கொண்டான். தன் திட்டங்கள் மொத்தமும் இந்த ஆதிராவால் சிதைந்து போனதை அவனால் ஏற்று கொள்ள முடியவில்லை இதுவரை ஆதிரா யார் என்பதை பெரிதாக பொருட்படுத்தாமல் இருந்த அவன் இப்போது அந்த எதிர்கால குரல் சொன்னது உண்மை தான் போல என நினைத்தான்.

இவளை அழித்தே தீர வேண்டும் என்று சபதம் செய்தான். தன்னுடைய முதல் எதிரியாக அந்த சிறிய பெண்ணை நினைத்தான். எனவே அவளை பற்றிய முழு விவரம் அறிய நினைத்தான். மேலே இருந்து கீழே குதித்ததில் அவன் வலது கால் முறிந்தது விட்டது இனி வாக்கிங் ஸ்டிக் வைத்து தான் நடக்க முடியும் என மருத்துவர்கள் சொல்லிவிட்டனர். இதனால் அவன் கோபம் இன்னும் அதிகமானது. அவளை பற்றிய விவரங்களை சேகரித்து வந்தான்.

இதற்கிடையில் அங்கே ஆர்யன் வெற்றிகரமாக தன் முதல் முயற்சியில் சேட்டிலைட் ஒன்றை விண்ணில் செலுத்தி வெற்றி பெற்றதை கொண்டாடினர் அவனுடன் வேலை செய்பவர்கள்.

இது அனைத்தும் ஆதிராவின் புத்திசாலித்தனத்தால் தான் என இஸ்ரோவின் விஞ்ஞானிகளும், போலீசும் அவளை பாராட்டினர். ஆர்யனுக்கு அவ்வளவு சந்தோசம் தன் மகளை எண்ணி பெருமிதம் கொண்டான். அவளுக்கு ஒரு விசேஷமான வாட்ச் ஒன்றை பரிசளித்தான்.

ஆனால் ஒரு வாரம் கூட நாட்கள் நீடிக்கவில்லை அப்படி ஒரு சம்பவம் நடந்தது.

அந்த பள்ளி சம்பவம் நடந்த இரண்டாம் நாள் ஆதிரா பள்ளிக்கு சென்றாள் அன்று அவளை ஆர்யன் கூட்டி செல்லவில்லை எனவே அவள் பள்ளிக்கு தனியாக சென்றாள் அப்போது இரண்டு பேர் அவள் பின்னாடி இருந்து வாயை பொத்தி தூக்கி சென்று ஒரு காரில் போட்டு கொண்டு வேகமாக சென்றனர். ஒரு சிக்னலில் வண்டி நின்றது அந்த காரில் இருந்த ஒருவனுக்கு போன் வந்தது. "ஹலோ, என்ன அவளை தூக்கிட்டிங்காளா" என்று ஒரு குரல் கேட்டது அது பிரபஞ்சன்.

" தூக்கிட்டோம் பாஸ் நம்ம இடத்துக்கு தன் வரோம்" என்று சொல்ல சிக்னல் பச்சை நிறமாக மாறியது.

அவர்கள் கிளம்பிய போது தூரத்தில் எல்லா வண்டிகளையும் போலீஸ் பிடித்துக் கொண்டிருக்க "டேய் , நம்ம வண்டிய எதாச்சும் செக் பண்ணினா நம்ம மாட்டிப்போம் அதனால் வண்டிய திருப்பு " என்று ஒருவன் சொல்ல இன்னொருவன் வண்டியை வேகமாக **U turn** செய்தான். அப்போது சற்றும் எதிர்பாராமல் பெரிய கல் ஒன்று தடுக்கி அந்த வண்டி நிலை தடுமாறி சென்று ஒரு மரத்தில் மோதியது. மோதிய வேகத்தில் வண்டியை ஓட்டியவன் கண்ணாடியில் இடித்து கொண்டு முகத்தில் இரத்த காயம் கொண்டான்.

இன்னொருவன் அங்கே கூட்டம் சேர போகிறது என்று இறங்கி ஓட்டம் பிடித்தான் . வண்டியை ஓட்டியவனும் ரத்த காயத்தொடு ஓடினான். அங்கே இருந்த மக்கள் ஓடி வந்து பார்த்தனர் உள்ளே ஆதிரா கை மற்றும் வாய் கட்டப்பட்டு சீட்டுக்கு கீழே விழுந்தது கிடந்தாள். கார் மோதிய வேகத்தால்

அவள் கீழே விழுந்ததில் கை கால்கள் எல்லாம் சீட்டு கம்பிகளில் கீறி இரத்தம் வந்து கொண்டு இருந்தது.

அப்போது ஒருவன் வேக வேகமாக அவளை தூக்கினான் வழியில் வந்த ஆட்டோவை நிறுத்தி அதில் போட்டுக்கொண்டு ஹாஸ்பிடலில் சேர்த்தான். பிறகு அங்கிருந்து சென்று விட்டான். ஹாஸ்பிடல் ஊழியர்கள் போலீஸ் இடம் சொல்ல போலீஸ் அடையாள அட்டையை வைத்து ஆரியனுக்கு தகவல் சொல்லியது .

ஆதிராவின் குடும்பமே அவளை காணத்துடித்து கொண்டு ஓடி வந்தது. நடந்த அனைத்து விஷயங்களையும் போலீஸ் கேட்டறிந்து ஆர்யணிடம் கூறியது. இதையெல்லாம் கேட்ட ஆர்யன் அதிர்ச்சி அடைந்தான் அந்த எதிர்கால குரல் சொன்னது போல ஆதிராவிற்கு ஆபத்து வருகிறது. எனவே அவள் இங்கிருப்பது சரி அல்ல என்று எண்ணி என்ன செய்வது என்று யோசித்தான்.அவளை யாருக்கும் தெரியாமல் வெளியூரில் இருக்க வைப்பது தான் சிறந்தது என்று முடிவு எடுத்தான். ஆதிராவை கடத்த முயன்றனர் என்பதை அவன் குடும்பத்தில் அவன் சொல்லவில்லை.

சில நாட்களில் டெல்லியில் உள்ள பெரிய ஸ்கூல் ஒன்றில் ஆதிராவிற்கு சீட் கிடைத்திருப்பதாக சொல்லி அவளை அங்கே சேர்த்தான்.

இதில் அவன் மனைவிக்கு விருப்பம் இல்லை . ஆனால் அவன் அவள் விருப்பத்தை மீறியும் அங்கே சேர்த்தான். மேலும் அது ஒரு கண்டிப்பான உறைவிட பள்ளி வருடத்திற்கு ஒரு முறை மட்டுமே குழந்தைகள் வீட்டிற்கு அனுப்பப்படுவார்கள். அந்த நேரத்திலும் ஆதிராவை அவன் வீட்டிற்க்கு அழைத்து வரவில்லை . ஆர்யன் மற்றும் அவன் மனைவியும் கூட அங்கு செல்லவில்லை . ஆர்யனின் மனைவி இந்திரா எவ்வளவு கேட்டும் அவன் அவளை ஆதிராவை பார்க்க அழைத்துச் செல்லவில்லை. இதற்கான காரணம் புரியாமல் பல முறை அவன் ஆர்யனிடம் சண்டைப் போட்டு இருக்கிறாள். ஆனால் ஆர்யனுடைய பிடிவாதம் மட்டுமே அங்கு வென்றது. ஆர்யன் ஆதிராவை தொடர்பு கொள்வதும் இல்லை . எப்போதாவது தொடர்பு கொள்வான் அதுவும் மித்ரன் ஆதிராவை பார்க்க செல்லும் போது.

சந்தோஷமாக தாய் தந்தை அரவணைப்பில் துள்ளி விளையாடிய ஆதிரா ஒரு கூண்டுக்குள் அடைக்கப்பட்ட கிளி போல் ஆனாள். தன்னை தேடி யாரும் வருவதில்லை தானும் அந்த பள்ளி வளாகத்தை விட்டு எங்கும் செல்ல முடிவதில்லை. எப்போதாவது பள்ளியின் சார்பில் சுற்றுலா அழைத்துச் சென்றார் மட்டுமே அவள் வெளி உலகத்தை பார்த்து வந்தாள்.

எல்லாவற்றிற்கும் மேலாக தன் உயிராக நினைத்த தன் தந்தை தன்னிடம் ஒரு வார்த்தை கூட பேசாமல் இருப்பதும் தன்னை வந்து பார்க்காமல் இருப்பதும் அவளுக்கு உலகத்தையே இருண்ட சூனியம் ஆக்கியது.

வருடங்கள் சென்றன, ஆதிரா வளர்ந்தாள் தன் பள்ளி படிப்பை நிறைவு செய்தாள்.

இந்த 8 வருடங்களும் ஆதிரா ஊருக்கு வரவில்லை. இப்போது அவள் கல்லூரி படிப்பை தன் ஊரிலேயே படிக்க வேண்டும் என்று நினைத்தாள். ஆனால் அதற்கு தடை சொன்னான் ஆர்யன். எனினும் கோபம் கொள்ளாத ஆதிரா தன் அப்பா என்ன சொன்னாலும் அதில் ஒரு அர்த்தம் இருக்கும் என நம்பினாள். அவ்வளவு பாசமும் நம்பிக்கையும் அவளுக்கு.

இந்த 8 வருடத்தில் அனைத்து கலைகளையும் கற்று கொண்டாள் ஆதிரா. தற்காப்பு கலை உட்பட. கணிதத்தில் மிகுந்த திறன் பெற்றவளாய் விளங்கினாள். புலிக்கு பிறந்தது பூனையாகுமா என்ன?.பின் அவள் கல்லூரி படிப்பிற்கு அங்கேயே

மிக பெரிய பல்கலைக்கழகங்கள் அவளை அழைத்தனர் காரணம் அவள் தான் 12 ஆம் வகுப்பில் அந்த மாநிலத்திலேயே முதல் மாணவி.

பல படிப்புகளுக்கு அவளுக்கு வாய்ப்பு வந்தபோதும் அவள் தேர்ந்தெடுத்தத்துறை சட்ட வல்லுனர் துறை Bachelor of) .(LAWசமூக சேவையில் தன்னை அர்பணிப்பது அவளுக்கு பள்ளியில் இருந்தே பழக்கமாக இருந்தது அவள் படித்த . மாநிலம் ஆன டெல்லியின் சிறந்தசமூகசேவை மாணவி என்று விருதை வாங்கியவள்.

சட்ட கல்லூரியில் சேர்ந்து இரண்டு வருடங்கள் முடிந்தன அங்கு மாணவர் அமைப்பின் தலைவர் போட்டிக்கான தேர்தல் நடத்தப்பட்டது. அதில் தன்னையும் இணைத்துக் கொண்டு தேர்தலில் போட்டியிட ஆசை கொண்டாள் ஆதிரா. தன் அப்பாவிடம் அனுமதி கேட்க நினைத்தாள் ஆனால் தன் அனைத்து முயற்சிக்கும் தடை சொல்லும் தன் அப்பா இதிலும் தடை தான் சொல்வார் என்று இம்முறை சொல்லாமல் கலந்துக் கொண்டாள்.

தேர்தல் நடந்தது, தன் நற்குணத்தால் எல்லோருடைய மனதையும் வெற்றி கொண்ட ஆதிரா தேர்தலிலும் வெற்றி கொண்டாள். அப்போது அவளுக்கு தெரியாது இது தான் அவள் எதிர்கால அரசியல் சிம்மாசனத்திற்கான முதல் படி என்று.

இந்த 10 வாருடங்களாக ஆதிரா எங்கே சென்றாள் என தெரியாமல் இருந்த பிரபஞ்சன் அவளை தேடிக்கொண்டிருந்தான். பள்ளி சம்பவம் யாரால் நடந்தது என்று கண்டுப்பிடிக்க முடியவில்லை அதனால் பிரபஞ்சன் தான் செய்தான் என்று யாருக்கும் தெரியாது. தன் அடையாளங்களையும் அவன் மாற்றி கொண்டான். பெரும் பணக்காரனாக ஆனான்.

இந்த 10 வருடங்களில் மந்திரிகளும் அரசியல்வாதிகளும் இவன் பேச்சை கேட்கும் அளவிற்கு மிக பெரிய ஆளுமையாக இருந்தான். அதே நேரம் நாட்டின் மிக சிறந்த விஞ்ஞான தொழில்நுட்ப தொழிலதிபர் என்ற பெயரும் பெற்றிருந்தான்.

அவனை ஒரு மாநாட்டிற்கு சிறப்பு விருந்தினராக அழைத்து இருந்தார்கள். நாட்டின் பிரதமர் கலந்துக் கொள்ளும் மாநாடு அது . அங்கே ஒவ்வொரு பொது துறையில் சிறந்த மாணவர்களுக்கு பரிசளிக்கபட்டது.

அப்போது " இந்த வருடத்தின் சிறந்த சமூக சேவை மற்றும் சமூக மாற்றத்திற்கான விருதை பெறப்போகும் மாணவி ஆதிரா" என்று அறிவிக்கபட்டது.

அந்த வார்த்தை, அந்த பெயர் காதில் விழுந்த அடுத்த நொடி அதிர்ந்து போனான் பிரபஞ்சன். கூட்டத்தின் நடுவே இருந்து கம்பீரமாய் நடைபோட்டு வந்த ஆதிராவை கண்ணிமைக்காமல் பார்த்துக் கொண்டே நின்றான் பிரபஞ்சன்.

ஆதிரா மேடை ஏறி வர பிரதமரும் பிரபஞ்சனும் சேர்ந்து அவளிடம் விருதினை கொடுத்தார்கள். " நீங்க சின்ன வயசுல இருந்து இதே ஊரா "என்று பிரபஞ்சன் கேட்க

"இல்ல சார் நான் தமிழ்நாடு" என்றாள் ஆதிரா.

ஸ்கூல் இங்க தான் பண்ணிங்களா? "

"இல்ல சார் , ஶ்ரீஹரிகோட்டாவில்.. 5அம் வகுப்பு வரைக்கும் படிச்சேன் அதுக்கு அப்பறம் இங்க தான்... "என்றாள் ஆதிரா.

பிரபஞ்சனுக்கு எதோ புரிந்தது போல் இருந்தது. மேலும் விருது வாங்கும் போது அவள் கையைப் பார்த்தான் ஆறுவிரல் அவன் சந்தேகம் வலுத்தது .

அப்போது பிரதமர் , இங்கு இன்னொரு விஷயத்தை சொல்ல நான் கடமை பட்டிருக்கேன் இங்கு விருது வாங்குற இந்த ஆதிரா சாதாரண பொண்ணு இல்ல, இப்பதான் எனக்கு அந்த விஷயம் தெரிஞ்சது,

தன்னோட பத்து வயதிலேயே தன்னோட பள்ளியை ஹைஜேக் செஞ்ச தீவிரவாதிகள் பிடிக்க மிகப்பெரிய உதவியா இருந்தது இந்த ஆதிரா தான் அவருடைய சாமர்த்தியம் தான். இந்த மாதிரி பெண்கள் தான் நம்ம நாட்டுடைய சொத்து அவங்களை இப்போ கௌரவிக்கறதுல நான் பெருமைப்படுகிறேன் என்று பிரதமர் சொல்ல பிரபஞ்சன் கண்கள் சிவந்தன , அவன் ஆதிராவை வெறித்துப் பார்த்தான்.

All the best . ஆதிரா **will meet soon"** என வெறுப்பு கலந்த சிரிப்போடு அவன் கூற " **Sure sir, thank you** " என்று சொல்லிவிட்டு அவனைப் பார்த்து சிரித்துவிட்டு நகர்ந்தாள் ஆதிரா.

நேராக தன்னுடைய வீட்டிற்கு சென்ற பிரபஞ்சன் கண்ணில் படும் எல்லாப் பொருள்களையும் கீழேப் போட்டு உடைத்தான். தன் உதவியாளனிடம் எதோ பிரபஞ்சன் சொல்ல அவனும் கணினி திரையில் எதையோ தேடிப் பின் ஒரு மொபைலில் கால் செய்து பிரபஞ்சனிடம் கொடுக்க அதை வாங்கியவன் காதில் போனை வைத்து." ஹலோ ஆர்யன், எப்படி இருக்கீங்க ? என்னையே ஏமாத்திட்டியே ஆர்யன் உன் பொண்ணை இந்த பத்து வருஷத்துல தேடாத நாள் இல்ல , என்றான்.

யார்? யார் பேசுறது ? என் பொண்ணா என்ன சொல்றீங்க என்று ஆர்யன் விக்கித்து போனவனாய் தழுதழுத்தக் குரலில் கேட்க

ஆஹான்... என்ன குரல் உடையுது? நான் யாருனு தெரியாட்டியும் கூட என்கிட்ட இருந்து உன் பொண்ணை காப்பாத்த தானே இத்தனை வருஷமா உன் பொண்ணை ஒளிச்சி வெச்ச என்று பிரபஞ்சன் கேட்க

என் பொண்ணு , என் பொண்ணுனா யாரு எனக்கு பொண்ணு இல்ல யாரும் இல்ல என்று ஆர்யன் பதட்டத்தோடு சொல்ல

ஆதிரா என்ற சொல்லை பிரபஞ்சன் சொல்ல ஆர்யன் ஒருகணம் அமைதி ஆனான்.என்ன ஆர்யன் சத்தமே காணும் ...நானும் எவ்வளவோ தேடினேன் ஏன் உன்னையும் பல வருஷமா பின்தொடர்ந்தேன் ஆனா நீ உன் பொண்ணை பார்க்க போகவும் இல்ல ஏன் ஒரு கால் பண்ணி கூட பேசல ...

அவ்வளவு பத்திரமா காப்பத்திட்டு வந்திருக்க ஆனா விதியை பாத்தியா ஆர்யன் உன் பொண்ணை என் கண்ணுல காமிச்சு கொடுத்துடுச்சு அதுவும் பத்து வருஷமா அவளை கொல்லனும்னு தேடிட்டு இருக்க என் கையாள அவளுக்கு விருது ச்ச்சை ... பரவாயில்ல அதான் இப்போ கிடைச்சிடாளே.. கடவுள் நம்பிக்கை இருந்தா வேண்டிக்கோ ஆர்யன் உன் பொண்ணு வழி இல்லாம சாகனும்னு " என்று பிரபஞ்சன் சொல்ல

ஹேய் .. ஹெய்.... நீ யாரு வேணாம் ஆதிராவை விற்று... என்று ஆர்யன் சொல்லிக்கொண்டே இருக்க அங்கே ஃபோன் அனைக்கப பட்ட சத்தம் கேட்டது. பதறிப்போன ஆர்யன் என்ன செய்வது ஏது செய்வது இன்று அறியாமல் குழம்பிப் போய்

நின்றான். உடனே மொபைல் திரையில் தேடி யாரையும் மித்ரனின் எண்ணிற்கு அழைத்தான்.

டெல்லியில் ஆதிரா தான் விருது பெற்றதை தன் நண்பர்களுடன் கொண்டாடிக் கொண்டிருந்தாள். தன் அப்பாவிடம் இந்த விஷயத்தை மட்டுமாவது சொல்ல வேண்டும் . தன் தந்தை நிச்சயம் பெருமைப்படுவார் என்று நினைத்தாள். அதுவே பிரபஞ்சன் ஆதிராவை அழிக்க ஆயத்தமானன் .

ஆர்யன் தன் மகளை காண மித்ரன் மற்றும் ஸ்வஸ்தியுடன் டெல்லி வந்து சேர்ந்தான். 10 வருடங்களுக்கு முன்பு பாதியில் நின்ற பகை இங்கே மீண்டும் தொடங்கியது . இனி காலம் எதிர்காலத்தை மெய்பிக்குமா?.

அத்தியாயம் 6

மொழியில்லா சொற்கள்

வீட்டுக்கு சென்றுக்கொண்டிருந்த ஆதிரா அவள் வீட்டின் அருகே செல்லும்போது திடீரென ஒரு கை அவளைப் பிடித்து இழுத்தது.

அவள் கண்ணைப் பொத்திக்கொண்டு " நான் யாருனு தெரியுதா" என்று ஒருவன் கேட்க " டேய் அஸ்வின் நீயா **fraud** " என்று திட்டிக் கொண்டே திரும்பி அவன் மீது சாய்ந்து கொண்டாள்.

அஷ்வின் ஆதிராவின் சீனியர் ,அஷ்வினும் ஆதிராவும் இரண்டு வருடமாக காதலிக்கிறார்கள். ஆறுமாதம் பயிற்சிக்காக லண்டின் சென்றிருந்தான் அஸ்வின்.

என்னடி பயந்துட்டியா

ஆதிரா,"பயமா யாருக்கு எனக்கா லைட்டா பயந்தேன் அவ்ளோ தா.

"சாரி பா இன்னைக்கு மதியம் தான் ஏர்போர்ட் வந்தேன் அதன் உன்னோட அவார்டு ஃபங்ஷன்க்கு வர முடியல".

"பேசதடா என்ன பக்கணும்னு ஆசை இருந்திருந்தா சீக்கிரம் வந்துருப்ப இல்லை"

" ஆமா நாங்க தான் ஃப்ளைட் ஓட்டப் போறோம் பாரு"

சரி என்ன சர்ப்ரைஸ் குடுக்க வந்தியா என்று ஆதிரா கேட்க

நான் வந்ததெல்லாம் சர்ப்ரைசே கிடையாது இன்னும் ஒரு பெரிய சர்ப்ரைஸ் இருக்கு.... என்று அஸ்வின் ஊடகமாக சொல்ல

வேற என்ன ஏதாவது வாங்கிட்டு வந்தியா எனக்கு?? என்றாள் ஆதிரா.

"அதிலேயே இரு இது வேற அத பாத்தா அப்படியே நீ ஷாக் ஆயிடுவ "

"அப்படி என்னடா சர்ப்ரைஸ்" என்று ஆதிரா ஆர்வத்தோடு கேட்க

"அப்படியே வீடு வரைக்கும் உனக்கே தெரியும்" என்று அஸ்வின் ஆதிராவை அடைத்துக் கொண்டு அவள் மீது வரை சென்றவன் வீட்டின் வாசல் வந்தவுடன்

"நான் இங்கேயே இருக்கேன் நீ உள்ளே போய் என்னவென்று பாரு" என்று கூறிவிட்டு அஸ்வின் அந்த வீட்டின் வாசல் அருகே நின்றான்.

குழப்பத்தோடும் ஆர்வத்தோடும் தன் வீட்டின் கதவை திறந்து பார்த்த ஆதிராவிற்கு பெரும் அதிர்ச்சியாக இருந்தது. ஊடே சொல்ல முடியாத ஆனந்தமும் பெருகியது அதனால் என்னமோ அவள் கண்கள் நீரால் நிறைந்தது.

அப்பா.,....அப்...அப்பா..... என்று நா தழுத்தழுக்க ஆதிரா சொல்ல எதிரே ஆர்யன் ஸ்வஸ்தி மற்றும் மித்ரன் மூவரும் நின்றுக்கொண்டிருந்தார்கள்.

தான் இத்தனை நாட்களாக இத்தனை வருடங்களாக காண வேண்டி காத்துக்கிடந்த தன் தந்தையின் முகத்தை பார்த்த ஆதிரா வாழ்வின் அத்தனை சந்தோஷங்களையும் ஒரே நேரத்தில் பெற்றவளாய் அவள் தந்தை அருகே ஓடி சென்றாள். ஆனால் அப்படி சந்தோஷத்தோடு சென்ற ஆதிராவிற்கு பெரும் அதிர்ச்சி காத்திருந்தது.

தன்னை நோக்கி ஒரு மாதிரியா வை பார்த்த ஆரியன் நில் என்பது போல் கையை உயர்த்தி செய்கையை காட்ட ஆதிரா அப்படியே நின்றாள்.

"என்ன நெனச்சிட்டு இருக்க உன் மனசுல நீ என்ன பெரிய ஆள் நினைச்சுட்டு இருக்கியா? இல்ல நான் சொன்ன எதையுமே கேட்க கூடாது நினைச்சுட்டு இருக்கியா? இவ்வளவு வளர்ந்து இருக்க இல்ல அறிவு இல்ல ஒரு விஷயம் சொன்னா சொன்னபடிக் கேட்டு நடந்துக்கணும் தெரியாதா? என்று கடாயில் இட்ட கடுகைப் போல புரிந்து தள்ளினான் ஆர்யன். நீ பரிசு வாங்கல, தேர்தலில் நிற்கவில்லை என்று யார் அழுதா ரொம்ப முக்கியம் அது இப்போ... படிக்க அனுப்புனா படிக்கிற வேலைய மட்டும் பாக்கணும் அத விட்டு தேவையில்லாத வேலையை பார்க்க கூடாது" என்று அவன் பேசிக் கொண்டே இருக்க

"இல்லப்பா நான் விருது வாங்கி இருக்கேன் பா... என்று ஆதிரா சொல்லி முடிப்பதற்குள் "

"அதை தூக்கிக் குப்பையில் போடு... விருது வாங்கறாலாம் விருது"... என்று மிகவும் கோபத்தோடு ஆரியன் சொன்னதை கேட்ட ஆதிரா அதிர்ந்து போய் நின்றாள் ஒரு நாளாவது தன் முயற்சிக்கும் தன் வெற்றிக்கும் தன் தந்தையிடம் இருந்து பாராட்டு வரும் தன் தலையை தடவிக்கொடுத்து வாழ்த்துக்கள் சொல்வார் என்று நினைத்த திராவிற்கு அனைத்தும் ஏமாற்றமாக போனது. இது நாள் வரை என் தந்தையிடம் சினம் கொள்ளாத ஆதிரா சினம் கொள்ளத் தொடங்கினாள்.

"நான் அப்படிதான் பண்ணுவேன் எனக்கு புடிச்ச மாதிரி நான் வாழ தான் நினைக்கிறேன் நான் ஒன்னும் கெட்டவழியில போகல இல்ல நல்லா படிச்சு நல்ல மார்க் வாங்கி நல்லவன் தானே பேர் வாங்கி இருக்கேன் சிறந்த சமூக சேவைக்கு தான விருது வாங்கிருக்கேன். இதையெல்லாம் உங்களால புரிஞ்சுக்க முடியல ஏத்துக்க முடியலன்னா மாற வேண்டியது நான் இல்ல நீங்க தான் இத்தனை வருஷமும் என்னைக்காவது என்னோட மனச புரிஞ்சிப்பீங்க புரிஞ்சுப்பீங்க நம்பி நம்பி வாழ்ந்து இன்னிக்கு அது மொத்தமா உடைஞ்சு போச்சு...

எதையும் செய்யாம எதை பத்தியும் தெரிஞ்சுக்காம பத்தோட பதினொன்றாக இருந்துட்டு போனோம்னா இருந்துட்டு போறேன் அதுதான் உங்களுக்கு சந்தோஷம்னா அப்படியே இருக்கேன்". என்று சொல்லிவிட்டு விறுவிறுவென வீட்டிற்கு வெளியே சென்றாள் ஆதிரா.

ஆர்யன் அருகே இந்த ஸ்வஸ்தி அவன் தோளில் கை வைத்து" என்னடா ஆர்யா இப்படி கோபப்பட்டுட்ட அப்பா வேண்டாம் இத்தனை வருஷமா உன்ன பாக்காம ஏங்கி போய் இருக்கா வந்தது வராது இப்படியா அவளை திட்டுவ" என்று சொல்லிக்கொண்டு அவனை திருப்ப கண்கள் கலங்கி இருப்பதை ஸ்வஸ்தி கண்டாள்.

"எனக்கு வேற வழி தெரியல என் பொண்ணு எல்லாரை போலயும் சாதாரணமா சந்தோஷமா வாழனும்னு நினைக்கிறேன் அவளை ஆபத்தில் தள்ளிவிட எனக்கு விருப்பம் இல்லை அவ புரிஞ்சுக்க மாடேங்குறா..." என்று கூறிவாறு அருகில் இருந்த நாற்காலியில் சாய்ந்தான் ஆர்யன்.

ஆதிரா வெளியே வேகமாக அழுதுக்கொண்டே செல்வதை பார்த்த அஸ்வின்" என்ன ஆதிரா அழுதுகிட்டே போறா என்ன ஆச்சுன்னு தெரியலையே... ஆதிரா ஆதிரா... என்று அழைத்தவரே பின் தொடர்ந்தான் அஸ்வின்.

பிரதான சாலைக்கு வந்த ஆதிரா.. அஸ்வின் கூப்பிட்டும் அதைக் கேளாமல் தன் இரு கைகளையும் மார்புக்கு குறுக்காக கட்டிக்கொண்டு கண்ணீரோடு நின்று கொண்டிருந்தாள். அப்போது அங்கே வந்த ஒரு ஷேர் கேப்புக்கு ஆதிரா கை போட அவள் அருகே அந்த கேபும் வந்து நின்றது. உள்ளே நான்கைந்து பேர் அமர்ந்திருந்தார்கள். உள்ளே ஏறி அமர்ந்த அதிரா" இந்தியா கேட் சலொ " என்றாள்.

பார்த்துக் கொண்டிருந்த அஸ்வின் வேகமாக ஓடிவந்து அவனும் அந்த ஆட்டோவில் ஏற உள்ளே இருந்த நான்கு பேரில் இரண்டு பேர் அஸ்வினை எட்டி உதைத்து வெளியே தள்ளினார்கள். இதைப் பார்த்த ஆதிரா "ஹேய் என்ன பண்றீங்க" என்று சொல்லிக்கொண்டு வெளியே இறங்க முயற்சி செய்ய உள்ளே இருந்தவர்கள் ஏதோ ஒன்றை ஆதிரா முகத்திலே ஸ்ப்ரே செய்ய ஆதிரா மயங்கினாள்.

கீழே விழுந்த அஸ்வின் அதிர்ந்து போனான் " ஆதிரா ஆதிரா " என கத்தி கொண்டே ஓடி வந்தான் அதற்குள் அந்த கார் வேகமாக சென்றது. உடனே தன் செல்போனில் அந்த காரின் நம்பரை ஃபோட்டோ எடுத்தான் அஸ்வின். பின்னால் பைக்கில் துரத்தி கொண்டே சென்றான். அதை கவனித்த காரில் இருந்த

ஒருவன் வெளியே எட்டி பார்த்து ஒரு துப்பாக்கியை எடுத்து அஸ்வினை நோக்கி சுட்டான். தோட்டா அஸ்வின் கையில் பட்டு நிலைத்தடுமாறி கீழே விழுந்தான் அஸ்வின்.

விழுந்தவன் மெல்ல தடுமாறி எழுந்து ஆர்யன் இருக்கும் இடத்திற்கு வந்தான். ஆதிரா கடத்தப்பட்டத்தை பதட்டத்தோடு சொன்னான் தோளில் இரத்தம் சொட்ட

ஆதிரா கடத்த பட்டதை கேட்ட ஆர்யன் இடி விழுந்த மரமாய் உருக்குலைந்து போனான். அவன் தோழி ஸ்வஸ்தியும் நண்பன் மித்ரனும் அருகில் இருந்தார்கள்.

அஸ்வின். அவன் முடியாமல் கீழே விழ சென்றபோது அவனை தாங்கி பிடித்தான் மித்ரன்.

அஸ்வின் : சார், சார், ஆதிராவ காப்பாத்தனும் சார் வாங்க சார்" என வலியுடன் புலம்பினான்.

ஸ்வஸ்தி : ஆதிராவை"கொஞ்சம் பொறுமையா இரு அஸ்வின் உனக்கு இரத்தம் கொட்டுது நான் உனக்கு முதல்ல முதல் உதவி பண்றேன்" என்று சொல்லி விட்டு **first aid kit** கொண்டு வந்தாள்.

மித்ரன் : நல்லவேளை புல்லட் சதையை மட்டும் உரசிட்டு வெளிய போய்டுச்சு கட்டு போட்டா சரி ஆகிடும்

அஸ்வின் : சார், இப்போ இது முக்கியம் இல்ல சார் ஆதிரா எங்க இருக்கானு கண்டு பிடிக்கணும் சார்.

ஆர்யன் : அந்த வண்டி நம்பர் நோட் பண்ணியா.

அஸ்வின் :"பண்ணிட்டேன் சார், இதோ பாருங்க ஃபோட்டோ எடுத்துருக்கேன்". என்று போட்டோவை காண்பித்தான்.

தான் இத்தனை நாளாய் எதற்காக பயந்தோமோ அது நடந்து விட்டதோ என்று எண்ணி கலங்கி நின்றான் ஆர்யன்.

அத்தியாயம் 7

கடத்தியது யார்?

ஆதிரா கடத்தப்பட்டதை அடுத்து அஷ்வின் தான் குறித்து வைத்து இருந்த கார் நம்பரை காண்பிக்க

அதில் இருந்த நம்பரை நோட் பண்ண ஆர்யன் உடனே ஃபோன் எடுத்து யாருக்கோ ஃபோன் செய்தான் ஆர்யன்.

ஆர்யன் : ஹலோ, விஜய் நான் ஆர்யன் பேசறேன்.(விஜய் டெல்லி சிட்டி போலீஸ் இன்ஸ்பெக்டர்)

விஜய் : சொல்லு நண்பா எப்படி இருக்க ரொம்ப நாள் ஆச்சு.

ஆர்யன் : எனக்கு உன்னோட ஹெல்ப் வேணும் விஜய் என் பொண்ண யாரோ கடத்திட்டாங்க.

விஜய் : என்னடா சொல்ற எப்போ எங்க

ஆர்யன் : பக்கத்துல ஒரு பார்க்ல.

விஜய் : சரி எந்த வண்டில எதாச்சும் தெரியுமா?

ஆர்யன் : ஆம், அதுக்காக தான் உனக்கு கால் பண்ணேன் வண்டி நம்பர் சொல்றேன் **DL 07 AT 5241** வண்டி என்ன வண்டி அஸ்வின்?

அஸ்வின் : பிளாக் கலர் தார் SUV சார்.

ஆர்யன்: பிளாக் கலர் தார் SUV விஜய்

விஜய் : சரி நான் இப்போவே டிராக் பண்றேன்.

ஆர்யன் : விஜய் எனக்கும் கொஞ்சம் அப்படியே சொல்லு

விஜய் : கண்டிப்பா ஆர்யன்.

ஆர்யன் : சரி, நான் கிளம்பறேன் விஜய் டிராக் பண்ணி சொல்லட்டும் அதுக்குள்ள நானும் மடிராக் பண்ண டிரை பண்றேன். அதற்குள் மித்ரன் மற்றும் ஸ்வஸ்தி " நாங்களும் வரோம் " என்றார்கள்

அஸ்வின் : நானும் வரேன். சார்.

ஆர்யன் : உனக்கு அடிபட்டிருக்கு இந்த நிலைமையில் நீ எப்படி வருவ

அஸ்வின் : பரவாயில்லை சார் எனக்கு ஒன்னும் இல்ல நானும் வறேன்.

ஆர்யன் சரி என்பது போல் தலையசைத்து விட்டு வேகமாக வெளியே சென்றான். அனைவரும் அஸ்வினுடைய காரில் ஏறினார்கள்.வேகமாக காரை கிளப்பி கொண்டு சென்றான் ஆர்யன்.

செல்லும் போது

ஆர்யன் : ஸ்வஸ்தி உடனே லேப்டாப் எடு நான் சொல்ற நம்பர அதுல இருக்க லோகேட்டர் சாப்ட்வேர் ஓபன் பண்ணி டைப் பண்ணு என்று சொல்லிவிட்டு

ஆர்யன் : மித்ரன் நீ விஜய்க்கு கால் பண்ணி கடைசியா அந்த கார் எந்த சிக்னல் தாண்டி போச்சுன்னு கேளு.

அதற்குள் ஸ்வஸ்தி லேப்டாப்பை ஓபன் செய்தாள்.

ஸ்வஸ்தி : சொல்லு ஆர்யன் என்ன நம்பர்.

ஆர்யன் : **11152:675:5488**

ஸ்வஸ்தி டைப் செய்யும் போது மித்ரன் விஜய்யிடம் பேசினான்.

ஆர்யன் : ஸ்பீக்கரில் போடு மித்ரன்.

விஜய் : (போன் ஸ்பீக்கர் வழியே) ஆர்யன் அவங்க எந்த சிக்னலும் கிராஸ் பண்ணி போகல சோ அவங்க உள்வழியா தான் எங்கேயோ போயிருக்கணும்.என்று சொல்லி கொண்டே இருந்தபோது ஸ்வஸ்தி ஆர்யன் சொன்ன நம்பரை லேப்டாப்பில் டைப் செய்ய ஏதோ ஒரு ஒலி கேட்டது

ஸ்வஸ்தி : டேய் ஆர்யா ஏதோ லொகேஷன் மானிட்டர்ல டிராக் ஆகுதுடா.

ஆர்யன் : "எஸ், எஸ், லவ் யூ ஆதிரா". என பெருமையாக சொன்னான்.

அஸ்வின் : என்ன சார் ஆச்சு என்ன லொகேஷன் அது.

ஆர்யன் : நம்ம ஆதிரா இருக்கற லொகேஷன்.

மித்ரன் : என்னடா சொல்ற!!!

ஆர்யன் : ஆதிராகிட்ட நான் குடுத்த வாட்ச்.

அஸ்வின் : ஒரு பிளாக் கலர் வாட்ச் இருக்குமே வித்தியாசமா அதுவா

ஆர்யன் : ஆமா, அது நான் அவளுக்காக அவ பாதுகாப்புக்காக அவகிட்ட எப்பயும் இருக்கணும்னு சொல்லி குடுத்தேன். நல்லவேளை அவ அதை தினமும் யூஸ் பண்றா போல

அஸ்வின் : சார் ஆதிரா எப்பயும் அதை தவிர வேற வாட்ச் கட்டுனதே இல்ல எங்கப்பா குடுத்ததுனு அதை தான் கட்டுவா.

இதை கேட்ட ஆர்யன் சிறிதாய் புன்னகைத்தான்

ஆர்யன் : அது ஹைடெக் GPS வாட்ச். சாதாரண GPS வாட்ச் இல்ல நான் வேலை செஞ்ச ஜியோ டைம் சாட்டிலைட் கூட லிங்க் பண்ணிருக்க வாட்ச். இப்போ அதை டிராக் பண்ணித்தான் போக போறோம். எந்த எடத்துல காட்டுது ஸ்வஸ்தி.

இங்கே ஒரு இடத்தில் பறவைகள் வளர்க்கும் குடோனில் கைகள் கட்டப்பட்டு ஒரு சிறிய அறையில் படுக்கவைக்க பட்டு இருந்தாள் ஆதிரா.அந்த அறைக்கு வெளியே பல கூண்டுகளும் அதில் நிறைய பறவைகளும் கத்திக்கொண்டு கூச்சலிட்டு கொண்டு இருந்தன. அந்த அறைக்கு வெளிய சிறிது தூரத்தில் அந்த ரவுடிகள் 6 பேரும் உக்கார்ந்து தண்ணி அடித்து கொண்டிருக்க அந்த ரவுடிகளில் ஒருவன்

ஒருவன் : டேய், அந்த பொண்ணுக்கு இன்னுமா மயக்கம் தெளியல

இன்னொருவன் : இல்லடா இன்னும் தெளியல

ஒருவன் : சரி கை கால் நல்லா கட்டியிருக்கல

இன்னொருவன் : கை கட்டி போட்டிருக்கேன் கால் கட்டலை

ஒருவன் : ஏண்டா தப்பிச்சு ஓட முயற்சி பண்ண போறா ஒழுங்கா போய் காலை கட்டு. என்றான்.

அதற்குள் இங்கே காரில் மித்ரன்.

மித்ரன் : "டேய், ஆர்யன் சீக்கிரம் போடா ஆதிராக்கு எதாச்சும் ஆக போது" என்று மித்ரன் சொன்னவுடன்

" அதெல்லாம் ஒன்னும் ஆகாது" என ஆர்யனும் அஸ்வினும் ஒரே நேரத்தில் சத்தமாக சொன்னார்கள்.

மித்ரன் சற்று மிரட்சியுடன் இருவரையும் பார்த்துவிட்டு" இல்லடா அவளை எதாச்சும் பண்ணிட்டா"

அஸ்வின் : அவகிட்ட யாரும் நெருங்க முடியாது. மீறி அவகிட்ட போனா என்று அஸ்வின் சொல்லிக்கொண்டே இருக்க இங்கே குடோனில் ஆதிராவின் காலை கட்ட ஒருவன் அவள் இருந்த அறைக்குள் சென்றான்.

அடுத்த நொடி வெளியே பறந்து வந்து ஒரு கம்பியில் இடித்து கீழே இருந்த ஒரு பெரிய கூண்டின் மீது விழுந்தான். அந்த கூண்டின் உள்ளே இருந்த அனைத்து பறவைகளும் வெளியே பறந்தன. என்ன ஆனது என அங்கு இருந்த மற்ற ரவுடிகள் ஓடிவந்து பார்க்க ஆதிரா இருந்த அறையின் கதவு பாதி உடைந்து ஆடிக்கொண்டு இருந்தது.அந்த கதவின் வழியே கட்டப்பட்ட கைகளுடன் வெளியே நடந்து வந்தால் ஆதிரா.

கண்ணில் கோப பார்வையோடு அந்த ரவுடிகளை நோக்கி அவள் நடந்து வர பறந்து கொண்டு இருந்த புறாக்களில் ஒன்று ஆதிராவின் தோளின் மேல் வந்து அழகாக அமர்ந்தது.தோளில் புறாவுடன் உதட்டில் புன்சிரிப்புடன் கண்ணில் கணல் கக்கும் கோபத்துடன் அவர்கள் எதிரில் கம்பீரமாய் நின்றாள் ஆதிரா.

இதை கண்ட ரவுடிகளில் ஒருவன் கையில் கத்தியை ஓங்கி கொண்டு ஆதிராவை பார்த்து ஓடி வந்தான் . ஆதிராவை வெட்ட கத்தியை அவன் ஓங்கிய போது தன் கையில் கட்டப்பட்ட கயிற்றால் அதை தடுத்தாள் ஆதிரா. பின் அந்த கயிற்றோடு

அந்த கத்தியை ஒரு சுற்று சுற்றி அவள் இழுக்க அந்த கத்தியின் கூர்மையில் கயிறு அறுந்தது. அவள் இழுத்த வேகத்தில் அந்த கத்தி தூரமாக போய் விழுந்தது. பின் அவன் கையை பிடித்து முறுக்கி பின் பக்கமாக வந்து எட்டி ஒரு உதை வைக்க அவன் நேராக சென்று அங்கிருந்த தூணில் இடித்து கீழே விழுந்தான்.

இது எப்படி சாத்தியம் ஒரு பெண் எப்படி இவனை அடித்தாள் என அங்கிருந்த மற்ற ரவுடிகள் ஆச்சரியமாய் பார்க்க தனக்கு தெரிந்த ஒரு கராத்தே பயிற்சியின் ஒரு ஸ்டெப் ஐ அங்கே செய்தாள் ஆதிரா. பின் இரண்டு பேர் அவளை அடிக்க ஓடி வந்த போது சற்று குனிந்து தன் இரு கையால் ஓடிவந்த இருவரின் இடுப்பையும் இறுக்கமாக பிடித்து அப்படியே தோளின் மேல் தூக்கி போட்டாள் ஆதிரா. இது சரி பட்டு வராது என அங்கிருந்த அனைவரும் ஆதிராவை சுற்றி வளைக்க கீழே இருந்த ஒரு கம்பியை எடுத்து சுற்றி சுற்றி தன்னை சுற்றி வளைத்திருந்த அவர்களுடன் சண்டை போட்டாள். அப்போது ஒருவன் அவள் காலில் அடிக்க நிலைத் தடுமாறி கீழே விழுந்தாள் ஆதிரா.

48 | ஆதிரா

பின் அனைவரும் அவளை கைகளையும் பிடித்து கொண்டு அவளை முட்டி போடத் வைத்து பிடித்து கொண்டனர்.ஒருவன் தூரமாக விழுந்த கத்தியை கையில் எடுத்து கொண்டு ஆதிராவை கொல்ல வேகமாக நெருங்கினான் .அப்போது சட்டென்று வேகமாக ஒரு கார் அவன் மேல் மோத அந்த ரவுடி காற்றில் பறந்து சென்று விழுந்தான். அந்த காரில் இருந்து ஆர்யன், மித்ரன், அஸ்வின் மற்றும் ஸ்வஸ்தி இறங்கினார்கள்.ஆர்யன் வேகமாக சென்று ஆதிராவை பிடித்து கொண்டு இருந்த இருவரை நெஞ்சில் ஒரு உதை வைக்க மீதம் இருந்த இரண்டு பேர் அலறி அடித்து அங்கிருந்து ஓடினார்கள்.

அப்பாவை பார்த்த ஆதிரா அழுது கொண்டே ஆரியனை கட்டியணைத்து கொண்டாள்.

ஆதிரா : ஒரு நிமிஷம் செத்துடுவென் அப்படினு நெனச்சேன் அப்பா.

ஆர்யன் : நான் இருக்க வரைக்கும் உனக்கு ஒன்னும் ஆக விடமாட்டேன்டா செல்லக்குட்டி. என்ன மன்னிச்சிடு டா

அஸ்வின் : ஆதிரா உனக்கு ஒன்னும் ஆகலை இல்ல

ஆதிரா : இல்ல டா உனக்கு என்ன ஆச்சு கையில

ஒண்ணுமில்ல பேபி ரிலாக்ஸ் என்று அவர்கள் பேசிக்கொண்டிருக்கும் போது ஒரு ஃபோன் மணி அடிக்கும் சத்தம் கேட்டது எல்லாரும் என்ன என்று பார்க்க அங்கே ஒரு ஃபோன் இருந்தது அந்த ரவுடிகளில் ஒருவனுடைய ஃபோன் சண்டையில் கீழே விழுந்து இருந்தது. ஆதிரா அதை எடுக்க குனிந்த போது "டொம்" என்று ஒரு சத்தம் கேட்டது அது ஒரு துப்பாக்கி சத்தம் ஆதிராவை குறி வைத்து ஒருவன் தூரமாக இருந்து சுட அவள் ஃபோனை எடுக்க குணிந்ததால் அந்த தோட்டா மிஸ் ஆகி அங்கிருந்த சுவரில் பட்டது.

இதை பார்த்த அனைவரும் அந்த மனிதனை துரத்தி கொண்டு ஓடினார்கள்.
ஆதிரா அந்த ஃபோனை எடுத்து ஸ்க்ரீனில் தெரிந்த நம்பரை பார்த்தாள் அதில் **boss** என்று வந்தது. கால் அட்டெண்ட் செய்து காதில் வைத்தாள்.

"என்னடா அவள கொண்ணுடீங்காளா "என ஒரு குரல் கேட்டது. அது பிரபஞ்சன்.

"என்ன கொல்லனும்னு ஆசைபட்டா நேர்ல வா "என்று சொல்லி ஃபோனை வைத்தாள் ஆதிரா. இதை கேட்டபிரபஞ்சன் ஆடி போனான். இங்கே அந்த மனிதனை அனைவரும் துரத்தி சென்றனர் ஒரு கட்டிடத்தின் பக்கத்தில் அவன் திரும்பினான் ஆர்யன் துரத்தி போய் அந்த கட்டிடத்தின் அருகில் பார்த்த போது அவனை காணவில்லை. திரும்பி ஆதிரா இருக்கும் இடத்திற்கு வந்தார்கள் அனைவரும். ஆதிரா கையில் அந்த போனை வைத்து கொண்டு யோசித்து கொண்டு இருந்தாள். " என்ன ஆச்சு ஆதிரா" என்றான் ஆர்யன்.

ஆதிரா : "இது எதேர்ச்சையா நடந்தா மாதிரி தெரியல அப்பா யாரோ என்ன கொல்லனும்னு பிளான் பண்ணி என்னை கடத்தியிருக்காங்க அப்பா. இதில் அவன் நம்பர் இருக்கு யாருனு பாருங்க ஆன்டி"என்று அந்த நம்பரை ஸ்வஸ்தியிடம் காண்பித்தாள். அந்த நம்பரை செக் செய்ததில் அது Dr. பிரபஞ்சன் நம்பர் என தெரிய வர.ஆர்யனுக்கு அனைத்தும் புரிந்தது

ஆதிரா : இவர் தான நேத்து எனக்கு அவார்டு குடுத்தாரு இவர் ஏன் என்ன கொல்ல பாக்கணும்.

ஸ்வஸ்தி : "இனிமேல் ஆச்சு அவகிட்ட உண்மைய சொல்லு ஆர்யன் அவளுக்கும் தெரியணும்" என கோவமாக சொன்னாள்.

ஆதிரா : என்ன அப்பா உண்மை என்ன எனக்கு தெரியணும் ?

உன்னை இவன் ஏன் கொல்ல நினைக்கிறான் அப்படினு எனக்கு தெரியல ஆன உன் உயிருக்கு ஆபத்து இருக்கு உன்னை எப்பயும் ஆபத்து சூழ்ந்து இருக்குனு எனக்கு நீ சின்ன வயசுல இருந்த அப்போவே தெரியும் என்று ஆர்யன் சொல்ல

என்னப்பா சொல்றீங்க என் உயிருக்கு ஆபத்தா? என்று அதிர்ச்சியுடன். கேட்க "பின்னே வருங்கால இந்திய பிரதமருக்கு ஆபத்து இருக்காதா என்ன?" என்று மித்ரன் சொல்ல "என்னது இந்திய பிரதமரா!!! " என்றாள் ஆச்சிரியதுடன் ஆதிரா.

அத்தியாயம் 8

உடையும் ரகசியம்

வீட்டில் அனைவரும் ஒவ்வொரு மூலையில் நின்று கொண்டு இருந்தனர். ஆதிரா இன்னும் அதிர்ச்சியில் இருந்து மீளவில்லை. தான் ஒரு பிரதமராக மாறுவோம் என்றும் அதனால் தனக்கு ஆபத்து வரும் என்பதும் தன் அப்பாவிற்கு ஏற்கனவே தெரியும் என்பதும் அவளுக்கு அதிர்ச்சியாக தான் இருந்தது. ஆனால் அடுத்த நொடி கலகலவென சிரிக்கும் சத்தம் கேட்க அனைவரும் திரும்பி பார்த்தனர் ஆதிரா வயிற்றை பிடித்து கொண்டு சிரித்துகொண்டிருந்தாள். எழுந்து நின்று கண்ணாடியை பார்த்து தன் முகத்தை பார்த்து கையை நீட்டி நீட்டி சிரித்தாள்.

"நீ.. நீ.. பிரைம் மினிஸ்டரா இந்த மூஞ்சி PM ஆ" என்று தன்னை தானே சொல்லி சிரித்து கொண்டாள்.

ஸ்வஸ்தி : என்ன ஆதிரா சிரிக்கிற ?

ஆதிரா : பின்னே என்ன ஆண்டி என்ன போய் PM ஆவேன் எனக்கு ஆபத்து அப்படிலாம் சொல்றீங்க உங்களுக்கெல்லாம் என்னாச்சு ? ... என கேலியாக கேட்டாள்.

"இல்ல ஆதிரா இது விளையாட்டு இல்ல "என்று சற்று கோவமாக கூறினாள். இவ்வாறு ஸ்வஸ்தி கோபப்பட்டு யாரும் பார்த்தது இல்லை .சற்று மிரண்டு போனாள் ஆதிரா.

"ஆண்டி என்னாச்சு நீங்க இவளோ கோபப்பட்டு நான் பாத்தது இல்லயே. "

" ஆமா, ஆதிரா கோவம் தான். நீ பிறந்த அன்னியில் இருந்து இவன் நிம்மதியா ஒரு நாள் கூட தூங்கனது இல்ல ஒவ்வொரு

மனிதனுக்கும் அவனோட எதிர்காலத்தை தெரிஞ்சுக்கணும் அப்படிங்கற ஆசை இருக்கும்.ஆன அது தெரிஞ்சா எவ்ளோ கஷ்டம்னு எங்களுக்கு மட்டும் தான் தெரியும். அதுவும் அது தான் பொண்ணோட எதிர்காலத்தை பத்தினதுனு தெரிஞ்சா அதுவும் அவளுக்கு ஆபத்து இருக்குனு தெரிஞ்சா ஒரு அப்பனா அவனோட மனசு எவ்வளவு பாடு பட்டுச்சுனு தெரியுமா ? " தான் உசுரா நினைச்ச தன் பொண்ணை பிரிஞ்சி பேசாம பாக்காம வாழ்ற வழி என்னனு தெரியுமா "என்றாள் ஸ்வஸ்தி கண்களில் கண்ணீரோடு

*ஆமா ஆதிரா இது பொய்னு நாங்களும் நெனச்சோம் ஆனா ஒவ்வொண்ணா நடக்கும் போது தான் எங்களுக்கே புரிஞ்சுது அதனாலே தான் உனக்கு எந்த ஆபத்தும் வரக்கூடதுனு ஆர்யன் இவ்வளவு பயந்தான் உன்னை ஒரு சாதாரண பெண்ணா எந்த ஆபத்தும் இல்லாம பாத்துக்க நெனைச்சான் ஆர்யன் என்று சொல்லி அந்த எதிர்கால மனிதனின் குரல் சொன்ன விஷயம் மற்றும் அன்றில் இருந்த இன்று வரை நடந்த அனைத்தையும் மித்ரனும் ஸ்வஸ்தியும் அனைத்தையும் சொல்ல ஆதிரா ஓடி சென்று அவள் அப்பாவை கட்டி கொண்டாள்.

"அப்பா இவ்வளவு நாளா இதை மனசுலே வெச்சுக்கிட்டு எப்படிப்பா ஒவ்வொரு நிமிஷம் எனக்கென்ன ஆகுமோ நான் எப்படி இருப்பேன்னு நெனப்புல எவ்ளோ கஷ்டபட்டு இருப்பீங்க உங்களை நானும் புரிஞ்சிக்காம நிறைய கஷ்டப்படுத்திட்டேன் ஐ லவ் யூ பா."

"நீ தான்டா என் உலகமே உனக்கு ஒன்னும் ஆக விட மாட்டேன்" என்று அவன் சொன்னதும் சிறிது நேரம் அங்கே பாசக்காற்று மட்டுமே வீசியது.

இனிமே நான் எதையும் செய்யமாட்டேன்ப்பா நீங்க சொல்றா மாதிரியே நடந்துக்கரேன் என்றாள்.

இவ்வளவு நாள் உன்னை நான் கட்டி வச்சிருந்ததே தப்புமா இனிமே என்ன வந்தாலும் பாத்துக்கலாம் சுதந்திர பறவையா உனக்கு என்ன செய்யணும்னு நினைக்ககிறாயோ அதை செய் அப்பா நான் கூட இருக்கேன்.

ஆதிரா புன்முறுவல் செய்தாள்.

சரி, இப்போ அந்த பிரபஞ்சன் ஏன் ஆதிராவ கொல்ல பாக்கணும். என்றான் அஷ்வின்.

அதான் எனக்கும் புரியல அவனுக்கும் இவளுக்கும் என்ன சம்பந்தம் ? என்றான் ஆர்யன்

அப்பா ஒரு நிமிஷம் அவனை நான் எங்கேயோ பாத்திருக்கேன்.

அஸ்வின் : அவனை தான் அடிக்கடி டிவில பாக்கரோமே அப்போ பாத்திருப்ப

ஆதிரா : சும்மா இருடா லூசு

அஸ்வின் : லூசா அடிப்பாவி உனக்காக குண்டடிலாம் வாங்கனேன் பாரு என்ன சொல்லணும்

ஆதிரா : இல்ல அஷூ அவனை நான் வேற எங்கயோ சின்ன வயசுல பாத்த ஞாபகம்.

ஆர்யன் : சின்ன வயசிலயா

ஆதிரா : ஆமப்பா, ஆனா எங்கனு தான்...... அப்பா ஞாபகம் வந்துடுச்சு. நான் 5 வது படிக்கும் போது எங்க ஸ்கூல் ல ஹைஜெக் பண்ணினாங்க ஞாபகம் இருக்கா ?

ஆர்யன் : ஆமா

ஆதிரா : அந்த கேங்ல இருந்த ஒருத்தன் கூட என்ன மேல தூக்கிட்டு போனான் போலீஸ் கிட்ட இருந்து தப்பிக்க... அப்பறம் எகிறி குதிச்சி தப்பிசிட்டானே.!!

ஆர்யன் : ஆமாம், இப்போ அதுக்கு என்ன

ஆதிரா : அப்போ நான் அவன் கைய கடிச்சிட்டு தான்பா தப்பிச்சேன். அப்போ அவன் கையில ஒரு பாம்பு டாட்டூ பாத்தேன், அதே டாட்டூ இந்த பிரபஞ்சன் கையில் அவார்டு வாங்கும் போது பாத்தேன்.

மித்ரன் : ஒரு டாட்டூ வை வெச்சி எப்படி அவன் தான் இவன்னு சொல்ல முடியும் இதே மாறி பல பேர் கிட்ட இருக்கே.

ஆர்யன் : ஆமா ஆதிரா மித்ரன் சொல்றது சரி

ஆதிரா : இல்ல அப்பா அது பிரபஞ்சன் தான் அன்னிக்கி என்ன தூக்கிட்டு போனது ஸ்கூல் ல ஹைஜேக் பண்ணாது எல்லாம் அவன் தான்.

இந்த நேரத்தில் ஸ்வஸ்தி லேப்டாப்பில் எதையோ தேடி கொண்டு இருந்தாள்.

ஆர்யன் : எப்படி அவ்ளோ உறுதியா சொல்லுற ?

ஆதிரா : ஏன்னா அன்னிக்கி அவன் தப்பிச்சு போகும் போது அவன் மாடியில இருந்து கீழே குதிச்சு தான் தப்பிச்சு போனான் அப்பா நான் அவார்டு ஃபங்ஷன்ல அவனை பாத்தப்ப அவன் கால் நொண்டிதான் நடந்தான்.

மித்ரன் : அப்போ அன்னிக்கி ஸ்கூல் ல குதிச்சப்ப அவன் கால் உடைஞ்சி இருக்கும்னு சொல்லுறியா ?

ஆதிரா : எஸ் அங்கிள் அதே தான் அந்த கோவத்துல அவன் என்ன பழி வாங்கனும் அப்படினு நெனச்சி இருக்கலாம் இல்ல.

ஆர்யன் : சரி தான் ஆனாலும் எப்படி அவன் தான்னு சரியா சொல்ல முடியும்

ஆதிரா : அவன் தான் பா ஏன்னா அன்னிக்கி அவன் கையில நான் டாட்டூ மட்டும் பாக்கல இன்னொண்ணும் பாத்தேன்.

மித்ரன் : என்னது அது

ஆதிரா : அவனுக்கும் என்ன போலவே ஆறு விரல் அன்னிக்கி என்ன தூக்கிட்டு போனவனுக்கும் இருந்துச்சு இன்னிக்கி பிரபஞ்சன் கையிலயும் பாத்தேன் என்று ஆதிரா சொல்லி முடிக்க

" ஷி இஸ் ரைட் ஆர்யன்" என்று சொன்னாள் ஸ்வஸ்தி. எல்லோரும் அவளையே பார்க்க

ஸ்வஸ்தி : ஆர்யன், பிரபஞ்சன் இன்னிக்கி தேதியில் ஒரு முக்கியமான சைண்டிஸ்ட் ஒரு பெரிய ஆராய்ச்சி நிறுவனமே நடத்தறான்.ஆனால், அவனோட கடந்த காலம் யாருக்கும் தெரியாது நான் நம்ம இஸ்ரோவோட டேட்டா பேஸ்ல பாத்ததுல அவன் ஒரு மிகப்பெரிய தேசத்துரோகினு தெரிஞ்சுது.

ஆர்யன் : என்ன சொல்ற ஸ்வஸ்தி... என அதிர்ச்சியுடன் கேட்டான்.

பின் ஸ்வஸ்தி பிரபஞ்சன் பற்றிய எல்லா தகவலையும் சேகரித்து சொல்ல

ஆர்யன் : அப்போ ஆதிராவை பழிவாங்க இப்படி பண்ணிருக்கான். இனிமே அவனை சும்மா விட கூடாது.

ஆதிரா: அப்பா ஒரு நிமிஷம் அவன் என்ன அதுக்காக மட்டும் கொல்ல நினைக்கறா மாதிரி தெரியல அப்பா வேற என்னமோ ஒரு காரணமும் இருக்கணும்

ஸ்வஸ்தி : ஏன் அப்படி சொல்ற ஆதிரா

ஆதிரா : தெரியல நீங்க சொன்ன அந்த எதிர்கால குரலுக்கும் இப்போ நடக்கற விஷயம் எல்லாம் வெச்சி பாக்கும் போது அப்படி தோணுது.

அப்போது அங்கே அஷ்வின் வர அவனை கண்ட ஆதிரா அப்பா இவன் அஷ்வின் என்றாள்.

“தெரியும் குட் சாய்ஸ்” என்றான் ஆர்யன்.

“ தேங்க்ஸ் பா ஆனா எப்படி குட் சாய்ஸ் அப்படின்னு சொன்னீங்க இப்பதானே இவன பாக்குறீங்க"

அதெல்லாம் 2 வருஷமா எனக்கு தெரியும் நீ யார் கூட பேசுற பழககுறனு நான் தானே கண்காணிச்சு ஆர்யணுக்கு சொன்னேன் என்றான் மித்ரன்.

" அஸ்வின் மனதுக்குள் " அடபாவிங்களா பின்னாடி ஆள விட்டு ஃபாலோ பண்ணிருக்காங்க" என புலம்பினான்.

"சாரி அஸ்வின் தப்பா நினைக்காதிங்க என் பொண்ணோட லைஃப் இல்லையா அதான்."

"ஐயோ பரவாயில்லை அன்கிள்", என மழுப்பினான்.

ஏ"ண்டா அசடு வழிய சிரிக்கிற கொஞ்சம் நார்மலா இரு." என்று கிசுகிசுத்தாள் ஆதிரா

"சொல்லுவடி சொல்லுவ ஆசையா உன்னை பாக்க வந்தவன கூட்டிட்டு வந்து மாட்டி விட்டுட்டு ஏன் சொல்ல மாட்ட இரு இதே மாதிரி என் வீட்டில் உன்னை மாட்டி விடுறேன்."

"நீ ரொம்ப லேட் அத்தை கிட்டயும் நான் நம்ம விஷயத்த சொல்லிட்டேன்."

"அடிப்பாவி இது எப்போ ? அம்மா என்கிட்ட சொல்லவே இல்ல"

"நான் சொல்லாதீங்க அவனுக்கு ஷாக் குடுக்கலாம் அப்படினு சொன்னேன்".

"நீ குடுத்த ஷாக் எல்லாம் போதும் தாயே ஏண்டி இந்த கொலவெறி ?"

"பின்னே நீ ஃபைனல் இயர் முடிஞ்சதும் நீ ஆறு மாசம் டிரெய்னிங்க்கு லண்டன் போயிட்ட அங்க எதாச்சும் பொண்ண கல்யாணம் பண்ணி கூட்டிட்டு வந்துட்டினா என் வாழ்க்கை என்ன ஆகும் அதான்."

" நான்,அதுவும் லண்டன் பொண்ண, போடி......"

"சரி வெளியே போலாமா"

" ஓய் ! அங்கிள் இருக்காரு இப்போ போய் கேக்கற திட்டுமாட்டாரு."

" அதெல்லாம் திட்டமாட்டேன் அஸ்வின் பாத்து போயிட்டு வாங்க நீ அஸ்வின் கூட போய் கொஞ்சம் பேசு கொஞ்சம் ரிலாக்ஸ் பண்ணு என்ற வார்த்தை கேட்டதும்" என்று ஆர்யன் சிரித்துக்கொண்டே சொன்னான்.

" இப்போ தான் சரியா பேசியிருகீங்க " என மனதுக்குள் நினைத்தான் அஸ்வின்.

பின் அஸ்வவினும் ஆதிராவும் செல்ல யோசனையில் ஆழ்ந்தான் ஆர்யன்.

இங்கே அஸ்வின் மற்றும் ஆதிரா வீட்டியன் அருகே இருந்த பூங்காவில் அமர்ந்து பேசிக்கொண்டு இருந்தார்கள்.

"உங்க அப்பா இவ்ளோ சீக்கிரமா ஓகே சொல்லுவார் என்று நான் நினைக்கவே இல்லை"

"அதான் எங்க அப்பா" என பூரிப்புடன் சொன்னாள்".

" நிஜமாகவே உன் அப்பா ரொம்ப நல்லவர் இல்லடி"

"அவரு மட்டும் இல்ல நீயும் தான். என்று சொல்லி வெட்கப்பட்டாள்."

"என்னடி, சண்டக்காரி முகத்துல சரோஜா தேவி வெட்கம்லாம் தெரியுது"

"போடா லூசு உன்னை எனக்கு எவ்ளோ புடிக்கும் தெரியுமா? ஏன் புடிக்கும் தெரியுமா?"

"அது மாமா ப்ரோபோஸ் பண்ண ஸ்டைல் பாத்து புடிச்சிருக்கும்."

"உன் தலை, நீ தான, இம்ப்ரஸ் பண்றேன் அப்படினு பஞ்சுமிட்டாய் வாங்கி குடுத்தியே அதுவா"

"இல்லையா பின்ன?"

"நீ வந்து லவ் சொல்லாம இருந்திருந்தா நானே வந்து சொல்லியிருப்பேன்."

"நிஜமாவா அப்போ நீயும் என்ன மொதல்ல இருந்தே லவ் பண்ணியா?"

"இந்த உலகத்திலேயே நான் ரசிச்ச, வியந்த, மதிச்ச முதல் ஆண் என் அப்பா தான் என்மீது எவ்ளோ அன்பு வைக்க முடியுமோ அதை தாண்டி வெச்சாரு என் அம்மாவை விட என்மேல தூசு பட்டாலும் துடிச்சு போவாரு"

" சரி அதுக்கும் இதுக்கும் என்ன சம்மந்தம்"

"நான் என் அப்பாவை குடும்பத்தை எல்லாம் விட்டுட்டு 8 வருஷமா பிரிஞ்சு இருந்தேன். ஒவ்வொரு நாளும் என் அப்பா என்கூட இல்லனு தோணும். ஆனா இந்த இரண்டு வருஷமா எனக்கு அந்த ஃபீலிங் தோணல உன்னை பார்க்கும் போது எல்லாம் நான் என் அப்பா கூட இருக்கா மாதிரி உணர்ந்தேன் இப்பவும் உணர்கிறேன்.

அதனால் தான் உன்னை புடிச்சதுக்கு காரணம்."இப்போ என் அப்பாவும் என்கிட்ட பேச ஆரம்பிச்சிட்டாங்க இப்போ நான் ரொம்ப சந்தோஷமா இருக்கேன் இதுக்கெல்லாம் ஒரு வகையில அந்த லூசு பிரபஞ்சன் தான் காரணம்.

"அப்போ பஞ்சுமிட்டைக்காக இல்ல 30 ரூபா போச்சா." - என்று சிரித்தான்.

"கஞ்சம் எவ்ளோ ஃபீலிங் ஓட சொன்னேன் 30 ரூபாய்க்கு ஃபீல் பன்ற போடா" என்று சொல்லிவிட்டு ஆதிரா எழுந்து கொள்ள

அஷ்வின், தன் கையை நீட்டினான் அவன் கட்டுடன் இருப்பதைப் பார்த்து ஆதிராவிர்க்கு மனம் பொறுக்க வில்லை அவன் கையை பிடித்து கொண்டு அவனோடு சாய்ந்து கொண்டு வீட்டிற்கு வந்தாள்.என்ன அதுக்குள்ள வந்துடீங்களா? என்றான் மித்ரன். ஆம் என்பது போல் தலையசைத்து விட்டு இவனுக்கு கொஞ்சம் ஓய்வு வேணும் அங்கிள் அதனாலதான் என்றாள் ஆதிரா.

ஆதிராவும் அஸ்விணும் மற்றொரு அறைக்கு வந்தனர். " அம்மா" என்ற முணுமுணுப்போடு ஒரு நாற்காலியில் அமர்ந்து கொண்டான். அவனை பார்த்த ஆதிரா " என்னடா செல்லம் ரொம்ப வலிக்குதா" என கனிவோடு கேட்க

அஸ்வின் : இப்போ மட்டும் கேளு, அங்க எல்லார் முன்னாடியும் லூசுனு சொல்லி திட்டின இல்ல

ஆதிரா : அச்சோ சாரிடா செல்லம் நான் ஒரு கோவத்தில அப்படி சொல்லிட்டேன் சாரிடா

அஸ்வின் : ஒன்னும் தேவை இல்ல நீ பேசாத போ

ஆதிரா : அஷு, என்னடா கோச்சிகிற என்று சொல்லிக்கொண்டே அவன் கையில் தட்டினாள் அது குண்டு பட்ட இடம் என்று அவள் அறியவில்லை

அஸ்வின் : ஆ..ஆ அடிப்பாவிப்பட்ட இடத்திலேயே படும்னு சொல்லுவாங்க இதானா அடிப்பட்ட இடத்துல ஏண்டி அடிச்ச.... என வலியால் கத்தினான்

ஆதிரா : அய்யோ சாரிடா சாரிடா தெரியாம பட்டுடிச்சு சாரி

ஆனால், அவன் வலி அடங்காமல் துடித்துக்கொண்டே இருக்க சட்டென அவன் கூச்சல் அடங்கியது பெரும் நிசப்தம் குடிகொண்டது அதற்கு காரணம் வலியில் கூச்சலிட்ட அவன் உதட்டிற்கு ஆதிரா அவள் உதட்டால் மருந்து போட்டு கொண்டு இருந்தாள். அடுத்த கணம் இருவரும் சற்று விலகி அமர ஒருவரை ஒருவர் பார்த்து வெட்கத்துடன் சிரித்துக்கொண்டனர்.

அஸ்வின் : பரவாயில்லையே மருந்து கசக்காம ஸ்வீட்டா தான் இருந்துச்சு.

போடா ஃபிராடு என்று ஆதிரா சொல்லிவிட்டு அவள் எழுந்திருக்க அவள் கையை பிடித்து இழுத்தான் அஸ்வின்.

ஆதிரா : என்னடா ?

அஸ்வின் : இன்னும் கொஞ்சம் வலிக்குது.....

ஆதிரா : அதுக்கு ?

அஸ்வின் : இன்னொரு டோஸ் டானிக் கிடைக்குமா ?

ஆதிரா : அதெல்லாம் ஸ்டாக் இல்ல நீ கைய விடு

அஸ்வின் : பிளீஸ் பிளீஸ் .... அவன் கெ(கொ)ஞ்சி கேட்க

ஆதிரா : போய்த்தொலை என்று சொல்லிக்கொண்டே அவன் அருகே செல்ல "ஆதிரா." என ஒரு பலத்த குரல் கேட்டது. இருவரும் சட்டென சுதாரித்துக்கொண்டனர். யார் என்று திரும்பி பார்க்க அங்கே ஆதிராவின் தோழி பிரியா நின்று கொண்டு இருந்தாள். அஸ்வின் சிறகுடைந்தை பறவையாய் தலையில் அடித்து கொண்டு ஓரமாக போய் அமர்ந்தான்.

பிரியா: என்னடி ஆச்சு உனக்கு யாரோ உன்னை கடத்திட்டு போட்டாங்கனு கேட்டு ஒண்ணுமே புரியல அதான் ஓடி வந்தேன்.இப்போ ஒன்னும் இல்ல தானே நல்லா இருக்க இல்ல

ஆதிரா : ஒன்னுமில்லை நல்லா இருக்கேன்.பாவம் அஸ்வின்க்கு தான் கையில..

பிரியா : (திரும்பி பார்த்து) அய்யோ உனக்கு என்னடா, இப்போ எப்படிடா இருக்கு வலிக்குதா ?

அஸ்வின் : பரவாயில்லை பிரியா இப்போ வலியில்லை.

பிரியா : எனக்கு நீ இங்க இருக்கணு தெரியாதுடா

அஸ்வின் : (மெல்லிய குரலில்) அப்படியே தெரிஞ்சா மட்டும்..

பிரியா : என்னடா

அஸ்வின் : ஒண்ணுமில்ல.. எப்போ கிளம்புவ

பிரியா : அதுக்குள்ளையா நான் இன்னிக்கு முழுக்க இங்க தான் அப்போ நான் போறேன் ... என்று சொல்லிவிட்டு 'சிவபூஜை உள்ளே கரடி வந்தா மாதிரி' என்று முணுமுணுத்து கொண்டே அஷ்வின் செல்ல ஆதிரா அவனை பார்த்து புன்முறுவல் செய்தாள்.

அத்தியாயம் 9

திட்டம்

தன் திட்டங்கள் மீண்டும் தோல்வியடைந்ததை எண்ணி பிரபஞ்சன் மிகவும் சீற்றம் கொண்டான் வெறிப்பிடித்தவன் போல இருந்தான். எப்படி ஒரு பெண் இவ்வளவு திறமையாக சண்டை போட முடியும் அதுவும் என்னிடமே இவ்வளவு திமிராக பேச முடியும் என்று அவனை அவனே கேட்டு கொண்டிருந்தான்.

அவளை அழிப்பது அவன் தந்தை ஆர்யன் உள்ளவரை கடினம் என்பதையும், அவன் தான் ஆதிராவுக்கு பெரிய பலம் என்றும் உணர்ந்தான். எனவே முதலில் ஆர்யன் கொல்ல படவேண்டும் என நினைத்தான். அப்படி அவன் ஆர்யன் யாரென முழுமையாக பார்கையில் அவன் இப்போது இஸ்ரோவின் மிக பெரிய தலைமை பொறுப்பில் இருப்பதை அறிந்தான்.

எனவே புதியதாக திட்டம் ஒன்றை யோசித்தான் பின் பலமாக சிரித்தவன் "ஒரு கல்லில் ரெண்டு மங்கா" என்று சொல்லி தன்னை ஆசுவாசப்படுத்தி கொண்டான்.

இங்கே ஆதிரா விட்டில் ஆர்யன் யோசித்து கொண்டு இருந்தான். பிரபஞ்சன் தான் இதனை செய்திருக்க வேண்டுமெனில் இனி இதை எப்படி தடுப்பது என்று அப்போது ஆண்டு வந்தான் மித்ரன்.

மித்ரன் : என்னடா இன்னும் அதே யோசனையில் இருக்கியா.

ஆர்யன் : ஆமா அவனை எப்படி ஆச்சு ஸ்டாப் பண்ணனும்.

மித்ரன் : அதை எப்படி பண்ண முடியும் இப்போ அவன் எவ்ளோ பெரிய ஆளுனு தெரியும் இல்ல

ஆர்யன் : தெரியும் ஆனால் அதை நம்ம ஒடைக்கணும் இல்ல அவன் என்ன பிளான் பண்றான் அப்படினு ஆச்சு தெரியும்.

மித்ரன் : டேய், எப்படிடா முடியும் அவ்ளோ ஈஸி இல்ல அது

ஆர்யன் : தெரியும் என்கிட்ட ஒரு பிளான் இருக்கு, அதுக்கு உன் ஹெல்ப் வேணும்.

மித்ரன் : என்ன பிளான்டா என்று கேட்க

அப்போது ஆதிரா உள்ளே வர

ஆதிரா : என்னது அப்பா, எதோ பிளான் அப்படினுலாம் பேசிட்டு இருக்கீங்க.

ஆர்யன் : அது ஒன்னும் இல்லமா, நாங்க வந்து ஒரு வாரம் ஆகிடுச்சு இல்ல அதான் இன்ஸ்டிட்யூட் ரிசர்ச் வொர்க் அப்படியே இருக்கு அதான் என்ன பண்ணலாம்னு பிளான் பண்ணிட்டு இருந்தோம்.

ஆதிரா : ஆமா, அப்பா நீங்க மொதல்ல ஊருக்கு கிளம்புங்க இந்த பிரச்சனை எல்லாம் நானே பாத்துக்கறேன்.

ஆர்யன் : அதெல்லாம் ஒன்னும் இல்லமா இன்னும் ஒரு வாரம் தான் அதுக்குள்ள எல்லா பிரச்சனையும் முடிச்சிடலாம் .... என்று சொல்ல

ஆதிரா : என்னபா பண்ண போறீங்க

ஆர்யன் : இல்லமா போலீசில் சொல்லிருகேன் அவங்க பாத்துப்பாங்க

" சரிப்பா " என்று சொல்லிவிட்டு ஆதிரா சென்றாள்.

உடன் ஆர்யன் " மித்ரன் நாம சீக்கிரம் ஆரம்பிக்கனும்" என்றான்.

அடுத்த நாள் காலை மித்ரன், பிரபஞ்சனின் அலுவலகம் சென்றான்.

அங்கு ரிசப்ஷன் பெண்ணிடம் " நான் பிரபஞ்சன் சாரை பாக்கணும் " என்று ஹிந்தியில் சொன்னான்.அதற்கு அந்த பெண் நீங்கள் யார் என கேட்டதற்கு

" நான் இஸ்ரோவின் சீனியர் சயின்டிஸ்ட் " என சொல்ல அந்த பெண்ணும் அவனை அங்கு உள்ள சோஃபாவில் அமர சொன்னாள். பின் மித்ரன் அங்கே அமர்ந்து சுற்றும் முற்றும் பார்த்துக்கொண்டே இருந்தான்.

அங்கு இருந்த எல்லாவற்றையும் சுற்றி பார்த்து எதோ எழுதி கொண்டே இருந்தான். பிறகு ரெஸ்ட் ரூம் எங்கு என கேட்டு விட்டு அந்த பக்கம் செல்லாமல் ரெஸ்ட் ரூமுக்கு அருகில் இருந்த எல்லாவற்றையும் கவனித்தான்.

மீண்டும் அவன் வந்து அதே இடத்தில் அமரும் போது

" மிஸ்டர் மித்ரன் **You can go now** " என்று அந்த ரிசப்ஷன் பெண் சொல்ல உள்ளே சென்றான் மித்ரன்.

ஒரு அறை அருகில் சென்று அதன் கதவை தட்டி " மே ஐ கம்மிங் சார்" என்றவுடன் "கம்மிங் "என்று ஒரு குரல் சொல்ல உள்ளே நுழைந்தான்.

பிரபஞ்சன் : எஸ் மிஸ்டர் மித்ரன் பிளீஸ் டேக் யுவர் சீட்

மித்ரன் : தேங்க் யூ சார்.

பிரபஞ்சன் : சொல்லுங்க மித்ரன் என்ன விஷயமா பாக்க வந்தீங்க

மித்ரன் : சார், நான் இஸ்ரோவில் வொர்க் பண்றேன். உங்களோட ரிசர்ச் எல்லாம் மைண்ட் ப்ளோயிங். அதான் உங்ககிட்ட என் ரிசர்ச்க்கு இருக்கற சந்தேகங்களுக்கு உதவி கேக்கலாம் அப்படினு வந்தேன். உங்களால் உதவி பண்ண முடியுமா ?

பிரபஞ்சன் : உங்க இஸ்ரோ இன்ஸ்டிட்யூட்ல இல்லாத விஞ்ஞானிகளா? அதை விட்டு எங்க கம்பனி உதவி கேட்டு வந்துருகீங்க... என நக்கலோடு கேட்டான்.

மித்ரன் : அப்படி இல்ல சார் இது என்னோட ரிசர்ச் இதை பத்தி நான் அவங்க கிட்ட கேட்டா ஏற்கனவே கவர்ன்மென்ட் புராஜக்ட் நிறைய இருக்கு அதை விட்டுட்டு இப்போ உன் ரிசர்ச் பாக்க நேரம் இல்லனு சொல்லுவாங்க அது மட்டும் இல்லாம அவங்க சொல்ற வேலைய மட்டும் பாருனு சொல்லுவாங்க அதான் ... என்று சொன்னான்.

பிரபஞ்சன் : சரி, நாங்க உங்களுக்கு உதவி பண்றோம். நாளைக்கு வாங்க ... என்று சொன்னான்.

சரி என்று சொல்லிவிட்டு அங்கிருந்து கிளம்பினான் மித்ரன்.

அவன் சென்றதும் பிரபஞ்சன்

"இஸ்ரோவில் இருக்க நம்ம ஆளுங்களுக்கு ஃபோன் பண்ணு அங்க மித்ரன் அப்படினு யாராச்சும் வேலை செய்றங்களானு கேளு " என்றான்.

அவனும் ஃபோன் செய்து விசாரித்தான். பிறகு "ஆமாம், பாஸ் மித்ரன் இஸ்ரோவில் தான் வொர்க் பண்றான்" என்றான்.

இங்கே வீட்டுக்கு வந்தவன் ஆர்யன் மற்றும் ஸ்வஸ்தியிடம் கூறினான்.

வரைபடம் : சகானா

மித்ரன் : ஆர்யன் நாம நினைக்கிற மாதிரி இல்ல அங்க ரொம்ப செக்யூரிட்டி இருக்கு எல்லா இடத்திலயும் சிசிடிவி கேமரா இருக்கு அவ்ளோ சுலபம் இல்ல என்று சொன்னான்.

பின் அவன் அங்கே எந்த இடத்தில் எல்லாம் கேமரா உள்ளது எங்கு எல்லாம் செக்யூரிட்டி இருக்கிறார்கள் என்று அவன் எழுதி வந்ததை காண்பித்து விளக்கினான்.

பின்னர், " சரி இதுக்கு நான் யோசிச்சு ராத்திரி என்ன பண்ணலாம்னு சொல்றேன் நைட் இங்க வந்துடுங்க ஆதிராவுக்கு தெரிய வேண்டாம்" என்றான் ஆர்யன்.

அன்று இரவு மூவரும் கலந்து ஆலோசித்தனர் பின் ஆர்யன் மித்ரனிடம் ஒரு கேமராவையும் ஒரு ஈ போல இருந்த **bug mic** ஒன்றையும் கொடுத்து அவன் திட்டத்தை கூறினான்.

அடுத்த நாள் மித்ரன் பிரபஞ்சன் வர சொன்ன நேரத்திற்கு சென்றான். அங்கு அவனுக்காக காத்திருந்தான். பின் அவனை பிரபஞ்சன் அழைக்க மித்ரன் அவனை காண உள்ளே சென்றான்.

பிரபஞ்சன் : வாங்க மித்ரன் ரொம்ப நேரம் வெயிட் பண்ணீங்கப்போல

மித்ரன் : இல்ல அதெல்லாம் ஒண்ணுமில்ல சார்

பிரபஞ்சன் : சரி , உங்க ரிசர்ச் காட்டுங்க என்னால முடிஞ்ச உதவி பண்றேன்.... என்று சொன்னதும் தன் கையில் வைத்திருந்த புராஜக்ட் ஃபைலை கொடுத்தான் மித்ரன்.

பிரபஞ்சன் அந்த ரிபோர்ட் பார்த்து கொண்டு இருந்த போது மித்ரன் ஆர்யன் கொடுத்த **bug mic** ஒன்றை பிரஞ்சனின் டேபிலில் அடியில் ஓட்டினான். பின் அதை ஆன் செய்தான்.

பிறகு பிரபஞ்சன் " சரி மித்ரன் நான் உங்க ரிபோர்டை என் கம்பனி சயிண்டிஸ்ட் கிட்ட கொடுத்து பாக்க சொல்றேன் அப்பறம் அவங்க உங்களுக்கு ரிவ்யூ சொல்லுவாங்க " என்றான்.

மித்ரன் சரி என்று சொல்லிவிட்டு எழுந்து செல்லும் பொது அங்கே ஒரு புகைப்படம் பெரிய லேமினேஷன் செய்து மாட்டி வைத்திருப்பதை பார்த்தான். பின் பிரபஞ்சன் இடம் "இந்த படம் அழகா இருக்கு எங்க வாங்குனீங்க" என்றான்.

அதற்கு பிரபஞ்சன் "லண்டன்" என்று சொல்ல " ரொம்ப நல்ல இருக்கு சார்" என்று சொல்லி அதை தொட்டு பார்ப்பது கொண்டே " சார் உங்க பின்னாடி இருக்கே அது எங்க சார் வங்கனது" என்று மித்ரன் கேட்க பிரபஞ்சன்

அவனுக்கு பின்னால் இருந்த ஃபோட்டோ வை திரும்பி பார்த்தான் அந்த நேரத்தை பயன்படுத்தி வேகமாக மித்ரன் தொட்டு பார்த்த ஃபோட்டோ மேலே அவன் கொண்டு வந்த சிறிய கேமராவை வைத்து விட்டான் அதற்குள் பிரபஞ்சன் மீண்டும் முன் பக்கம் திரும்பி " இது இந்தியாவில் தான் வாங்கனேன் " என்றான். .

சற்று சுதாரித்து கொண்டு மித்ரன் " சூப்பர் சார் சரி நான் வருகிறேன்" என்று அங்கிருந்து கிளம்பினான். வீடு வந்த மித்ரன் " அய்யோ சாமி, அங்க இருந்து வருவதற்குள்ள போதும் போதும்னு ஆயிடுச்சு, எல்லாம் ஓகே " என்றான்.

ஆர்யன் : இனிமே அவன் என்ன பிளான் பன்றானு நமக்கு தெரிய வரும் . மித்ரன்,ஆமா, ஆர்யா சரி நம்ம நம்மளோட புராஜக்ட் பக்கம் போய் பல நாள் ஆச்சு அதை பாப்போமா

ஆர்யன் : அதுவும் சரி தான் புராஜக்ட் ஜியோ கிராவிட்டி அப்படியே கிடக்குது இல்ல வா அதையும் பாப்போம்.

ஸ்வஸ்தி : அப்போ பிரபஞ்சன் என்ன பிளான் பண்றான் அப்படினு யார் பாக்கறது **bug** வெச்சா மட்டும் போதுமா

ஆர்யன் : அதான் நீ இருக்கியே அதை நீதான் பார்க்கணும் எதாச்சும் தெரிஞ்சா சொல்லு என்று சொல்ல சரி என்பது போல் தலையசைத்தாள் ஸ்வஸ்தி.

இப்படியே இரண்டு நாட்கள் சென்றது.

ஆர்யன் : ஸ்வஸ்தி, மித்ரன் எங்க போனான் காலைல இருந்து ஆள காணும்

ஸ்வஸ்தி : தெரியல டா காலையில எங்கயோ போனான் இன்னும் வரல.என்று பேசிக்கொண்டு இருக்கும் போது ஃபோன் அடித்தது. " மித்ரன் காலிங் " என்று வந்தது. ஆர்யன் அந்த ஃபோனை அட்டெண்ட் செய்ய.

" ஹலோ, ஆர்யன் உன் ப்ரெண்ட் மித்ரன் காணும் அப்படினு யோசிசிட்டு இருக்க போல உன்னோட மித்ரன் இப்போ என்கிட்ட "என்ன வேவு பாக்க என் கம்பனியிலயே **bug fix** பண்றீங்களா" உன் பொண்ண என்கிட்ட இருந்து காப்பாத்துன இல்ல இப்போ என்ன பண்ண போற **It's time to meet** ஆர்யன் மீட் பண்ணலாமா? " என்று சொல்லி ஏளன சிரிப்பு சிரித்தான் பிரபஞ்சன்.

இதை கேட்டு ஆடிபோய் நின்றான் ஆர்யன்.

அத்தியாயம் – 10

கடைசி நிமிடம்

ஆர்யன் , பிரபஞ்சன் சொன்னதை கேட்டதும் ஆடிபோனான். ஒழுங்கா அவனை விடு பிரபஞ்சன்.என்றான் ஆர்யன்

கண்டிப்பா விட்டுறேன், ஆனா அதுக்கு முன்னாடி நீ எனக்கு ஒன்னு செய்யனும்.

என்ன செய்யனும்…..

இப்போ நீ ஒரு புராஜக்ட் பண்ணிட்டு இருக்கியாமே புராஜக்ட் ஜியோ கிராவிட்டி.

அதுக்கு என்ன இப்போ?

அது எனக்கு வேணும் ஆர்யன்.

உடனே ஃபோனில் இன்னொரு குரல் தூரமாக கேட்டது

" வேண்டாம் ஆர்யன் நீ இங்க வராத எதையும் எடுத்துட்டு வராத" என்று மித்ரன் அலறினான்.

அதை குடுத்தா மித்ரனை ஒன்னும் பண்ண மாட்ட இல்ல.

“கண்டிப்பா ஒன்னும் பண்ணமட்டேன் ஆர்யன், நீ சீக்கிரம் வா பாப்போம்”.

“ எங்க வரணும்?” என்று ஆர்யன் கேட்டதும் பிரபஞ்சன் இடத்தை சொல்ல ஆர்யன் கிளம்ப தயார் ஆனான்.

அப்போது ஆதிரா வர

என்னப்பா ஆச்சு எங்க போறீங்க என்று கேட்க எதையோ சொல்லி மழுப்பினான்.உடனே அவள் ஸ்வஸ்தியிடம் கேட்க ஸ்வஸ்தி அனைத்தையும் சொன்னாள்.

“அப்பா நானும் வரேன்”

“இல்ல ஆதிரா நீ இங்கேயே இரு நான் பாத்துக்கறேன்”. என்று சொல்லிக்கொண்டு இருந்த நேரத்தில் அஸ்வின் வந்தான்.

“வா அஸ்வின் நான் சொன்னது ஞாபகம் இருக்கு இல்ல இங்க இருந்து ஆதிரா சுவஸ்தியை பத்திரமாக பாத்துக்கோ சரியா”,என்று கேட்க சரி என்பது போல தலையசைத்தான்.

பிறகு ஆதிரா அவனை மீண்டும் விடமாட்டேன் என்பது போல கட்டிக்கொண்டு அழ "ஆதிரா மித்ரன் நமக்கு முக்கியமில்லயா? அதுக்கு நான் போனால் தான் முடியும்" என்று சொல்லிவிட்டு கிளம்பினான். அப்போது ஸ்வஸ்தியை அழைத்தான், தன்னிடம் இருக்கும் ஒரு வாட்சை கொடுத்து " இதை பத்திரமா வெச்சிகோ ஆதிரா கிட்ட இருக்குற வாட்ச் ஓட டிராக்கர். இதை வெச்சி ஆதிராக்கு எதாச்சும் அப்படினா தெரிஞ்சிக்கலாம் " என்று சொல்ல

“நீ ஏன் இதை என்கிட்ட தர நீயே வெச்சிக்கோ” என்றாள் ஸ்வஸ்தி.

“இல்ல ஸ்வஸ்தி எதுக்கும் நீ வெச்சிக்கோ நான் வந்ததும் வாங்கிக்கறேன்.” என்று சொல்லிவிட்டு ஆர்யன் பிரபஞ்சன் சொன்ன இடத்திற்கு கிளம்பினான்.

அங்கு போய் சேர்ந்ததும் அங்கிருந்த ஒரு ஸ்பீக்கரில் ஒரு குரல் கேட்டது " வா ஆர்யன் பரவாயில்லையே நண்பன் மேல அவ்வளவு அக்கறையா உள்ள வா" என கேட்டது.

அது ஏற்கனவே ஆதிராவை கட்டி வைத்திருந்த அதே இடம் உள்ளே வந்த ஆர்யன் அங்கு கட்டப்பட்டு இருந்த மித்ரனை கண்டான்." மித்ரா " என்று அவன் மித்ரன் அருகில் செல்ல

" நில்லு நில்லு ஆர்யன் உன் பாசத்துல நீ அவன் கிட்ட போனால் அவன் வெடிச்சு செத்துடுவான், அவன் மேல வெடிகுண்டு இருக்கு " என்று சொல்ல

“ஒழுங்கா அவனை அனுப்பிடு”

“அனுப்பலாம் அனுப்பலாம் முதல்ல நான் கேட்டது எங்க?” என்று பிரபஞ்சன் கையசைத்து கேட்க

“இதோ இருக்கு நீ முதல்ல அவனை அனுப்பு இல்லனா நான் மனுஷனா இருக்க மாட்டேன் என்று சொல்ல, பிரபஞ்சன் சிரித்து கொண்டே "அந்த புராஜக்ட் என்கிட்ட குடு "என்றான். ஆர்யன் அந்த புராஜக்ட் ஃபைலை கொடுத்தான்.

“ஒழுங்கா அவனை அனுப்பு பிரபஞ்சன்” என்று சீற்றத்தோடு கேட்டான் ஆர்யன், அவன் கண்களில் வெறி கொப்பளித்தது.

“டேய், அவனை அவிழ்த்து விடுங்கடா” என்று அனாயசமாக பிரபஞ்சன் சொல்ல மித்ரன் அவிழ்த்து விடபட்டான்.

ஆர்யன் அவனை கட்டியணைத்து கொண்டான்.

“ஆர்யன் நான் இவளோ தூரம் கஷ்டபப்பட்டது உன்னை சுலபமாக விடுறதுக்கா... ” என சொல்லி சிரிக்க அங்கிருந்த அவன் ஆட்கள் அனைவரும் சிரித்தனர்.

“பிரபஞ்சன் நீ கேட்டதை நான் கொடுத்துட்டேன். இப்போ நீ எதாச்சும் ஏடாகூடமாக பண்ண அப்பறம் நான் சும்மா இருக்க மாட்டேன் மித்ரன் போகட்டும் நாம அப்பறம் எதுவானாலும் பேசிக்கலாம்” என்று அவன் சொல்லிக்கொண்டு இருக்கும்போதே அவன் முதுகில் ஒரு கத்தி பாய்ந்தது.

" ஆ " என வலியில் கத்திக்கொண்டு பின்னால் திரும்பிப் பார்த்த ஆர்யனுக்கு பெரும் அதிர்ச்சி காத்திருந்தது.

பின்னால் முதுகில் குத்தியது "மித்ரன்". இதை கண்ட ஆர்யன் " நீயா மித்ரா" என கலக்கமான குரலில் கண்கள் கலங்க கேட்டான்.

“சபாஷ்.. சபாஷ் மித்ரன் நானே அவனை குத்தி இருந்தாலும் இவளோ சந்தோசம் கிடைச்சிருக்காது” என சொல்லி கைத்தட்டி சிரித்தான். ஆர்யன் கீழே முட்டிபோட்டு நிற்க. மித்ரன் சிரித்துக்கொண்டே அவன் எதிரில் வந்து நின்றான். பிரபஞ்சன் . PiN என்ன ஆர்யன் , நம்ம நண்பனே நம்மள குத்திட்டானே அப்படினு அதிர்ச்சியில் இருக்கியா ஒரு சின்ன ஃபிளாஷ் பேக் இருக்கு கேக்கறியா

" நீ என்ன டிராக் பண்ண நினைச்சி கேமராவும் மைக்கும் வைக்க சொன்ன, என்ன அவ்ளோ முட்டாளா நெனச்சிட்ட இல்ல, அதான் உனக்கே தெரியாம ஒரு செக் வெச்சேன் உன் நண்பன் அந்த கேமரா வைக்கற வரைக்கும் உன் நண்பனா தான் இருந்தான் என்ன செய்ய அவன் நேரமா இல்ல உன் நேரமானு தெரியல அவன் கேமரா வெச்சதை நான் பாத்துட்டேன்,

அப்பறம் துப்பாக்கி முனையில் வெச்சி கேட்டேன் அப்பயும் அவன் சொல்லலை அப்பறம் பணத்த காட்டினேன் உன்னை பத்தின விஷயங்களை என்கிட்ட சொல்றேன்னு ஒத்துகிட்டான்."

" உனக்கு மட்டும் தான் மைக் வைக்க தெரியுமா எனக்கும் தெரியும் அதான் உன் மித்ரன் கிட்டயே குடுத்து நீ பேசுறதை கேட்டேன் அப்போ தான் தெரிஞ்சிது உன் புராஜக்ட் பத்தி அதை எப்படியாச்சும் எடுக்கணும்னு யோசிச்சேன்,

உன் மித்ரணுக்கு ஒன்னுனா நீ துடிச்சி போவியாமே அதான் அவனை வைத்தே உன்னையும் உன் புராஜக்ட் ரெண்டையும் புடிச்சேன். " ஒரே கல்லில் ரெண்டு மங்கா" சாரி சாரி நீ தான உன் பொண்ணோட பலம் இன்னியோட அது போச்சு அப்போ ஒரே கல்லில் மூணு மாங்கா " என்று பிரபஞ்சன் சொல்ல

“உன்னால என் பொண்ணையும் சரி என் புரோஜக்டையும் சரி ஒன்னும் செய்ய முடியாது!! என்ன கொண்ணுட்டனு நீ இப்போ வேணும்னா சந்தோஷப்பட்டுக்க ஆனா இதுக்கு நீ என் பொண்ணுகிட்ட பதில் சொல்லியே ஆகனும். அது மட்டும் இல்லை என் புராஜக்ட் கோடிங் கண்டுபிடிக்க உனக்கு பல வருஷம் ஆகும்”என்று வலியுடன் பேசினான் ஆர்யன்.

“ஓ.. ஓ.. ஓ… பொறுமை ஆர்யன் நீயே அதுக்குள்ள எல்லாத்தையும் பேசிட்டா அப்பறம் நான் எதுக்கு ? உன் புராஜக்ட் நான் யூஸ் பண்ண முடியாதுனு எனக்கும் தெரியும் ஆனா என் பிளான் அது இல்ல கண்ணா”என்று பிரபஞ்சன் சொன்னதைக்கேட்ட ஆர்யன் திடுக்கிட்டான்.

“பின்ன என்ன பண்ண போற ?”

“அதை விட பெரிய தண்டனை உனக்கு குடுக்க போறேன் நீ செத்தாலும் உன் பேர் சொல்ல வேணாமா அதுக்கு தான் உனக்கு ஒரு பெரிய பேர் வாங்கி குடுக்கப்போறேன் என்னனு

தெரியுமா "தேசத்துரோகி" நல்ல இருக்கு இல்ல? என்று அவன் ஏளனமாக கேட்க

"ஏய், என்ன சொல்ற"என்று பதறினான் ஆர்யன்.

"ஆமா, ஆர்யன் நீ இஸ்ரோவோட இந்த சீக்ரெட் புராஜக்டை தீவிரவாதிகளுக்கு விற்க நினைச்ச அது தெரிஞ்ச உன் நண்பன் மித்ரன் உன்னை வேண்டாம்னு தடுத்தான் நீ கேக்கலை அவனை நீ கொல்ல வந்த தற்காப்புக்காகவும் நாட்டுடைய நலனுக்காகவும் மித்ரன் உன்னை கொண்ணுட்டான் அவ்ளோதான் எப்படி இருக்கு ஆர்யன்" என்று பிரபஞ்சன் கேட்க

"மித்ரன் நீயாட இப்படி பன்ற? அவன் என்னென்னவோ சொல்றான் ஏண்டா" என கண்ணில் கண்ணீரோடு கேட்டான் ஆர்யன்.

"என்ன மன்னிச்சிடு ஆர்யன் எனக்கு வேற வழி தெரியல எனக்கும் உன்னை மாதிரியே திறமை இருக்கு, அறிவு இருக்கு, ஆனா இஸ்ரோவில் இருக்க எல்லாருக்கும் நீதான் ஹீரோ. உனக்கு கீழே தான் நான் இருக்கணும் ஏன் நான் மேல வர கூடாதா ? அதோட இத்தனை நாளாய் நான் என்ன பெருசா கண்டேன்" என்றான் மித்ரன்.

"டேய், உன்னை யாருடா மதிக்கல உனக்கு என்ன கிடைக்கல எனக்கு கீழே வேலை செய்ய புடிக்கலனா சொல்லி இருக்கலாமேடா"

"என்னடா சொல்றது எனக்கு திறமை இருக்கு எனக்கு வாய்ப்பு குடுங்க வாய்ப்பு குடுங்கன்னு கெஞ்ச சொல்லுறியா காசு பணம் அப்படினு நான் எதுவுமே பாக்கலையே இது போதாதுனு உன் பொண்ணுக்கு என்ன ஆகும் எப்போ என்ன நடக்கும்னு பாத்துகிட்டு அவளுக்கு காவல் காத்துகிட்டே இருக்கணுமா? அதான் வாய்ப்பு கிடைக்கும் போதே அதை பயன்படுத்தி கிட்டேன்" என்று மித்ரன் சொல்ல பிரபஞ்சன் குறுக்கிட்டு சொன்னான்.

" இப்போ உன்னை கொன்றதுக்காக மித்ரனுக்கு பாராட்டும் கிடைக்கும் பதவியும் கிடைக்கும் ஏன்னா இப்போ நீ ஒரு தேசத்துரோகி"என்று சொல்லி பிரபஞ்சன் அங்கலாய்ப்பாய் ஒரு சிரிப்பு சிரித்தான்.

71 | ஆதித்தியன்

"ஆனா, அதை எப்படி நம்ம நம்ப வைக்கறது இவனுக்கு அங்க நல்ல பேரு மட்டும் தான் இருக்கு" என்று கேட்டேன் மித்ரன்..

"அதுக்கு அங்க என் ஆளுங்க ரெண்டு பேரு இருக்காங்க அவங்க உனக்கு சாட்சியாக இருப்பாங்க ஆர்யன் தீவிரவாதி கூட தொடர்பில் இருந்ததால் நீ அவனை கொன்றதாகவும் அதுக்கு ஆதாரமாக இருக்கற இந்த புராஜக்ட் ஃபைலை காணும் அப்படினு அவங்க உங்க இஸ்ரோவின் தலைவர்கிட்ட சொல்லுவாங்க"

"அப்போ நான் என்ன பண்ணட்டும்" என்று கேட்ட மித்ரனிடம் பிரபஞ்சன்,"நீ இவன் உடலை கொண்டுப்போய் போலீஸ் கிட்ட ஒப்படை இவன் பாக்கெட் உள்ளே தீவிரவாதிகள் கூட சம்பந்தம் இருக்கிற மாதிரி அவங்க கிட்ட இருந்து வந்த மெயில் இருக்க போனை வெச்சிடு."

"அந்த மெயில் இருக்க ஃபோன் எனக்கு எப்படி கிடைக்கும்"

"என்கிட்ட இருக்கு ISIS தீவிரவாதிகள் கிட்ட இருந்து எனக்கு வந்த மெயில் அந்த ஃபோன் தரேன்."என்று பிரபஞ்சன் சொல்ல

"அப்போ இப்போவே போலீஸை இங்க கூப்பிடலாம்."

"சரி, அப்போ நான் இங்க இருந்து போறேன் நீ வேலையை முடி."

"ரொம்ப நன்றி சார், நீங்க இல்லனா இவனுக்கு கீழே வேலை செஞ்சே வாழ்க்கையை முடிச்சிருப்பேன்" என்று மித்ரன் பிரபஞ்சனைப் பார்த்து சொல்ல ஏளனமாக அவனை பார்த்து சிரித்தான் ஆர்யன்.

"இந்த நேரத்திலேயும் இவன் திமிர பாரு இவனை என் கையால் எதாச்சும் செய்யணும்.."என்று சொல்லிகொண்டே தன் கையில் இருந்த ஒரு துப்பாக்கியைக் கொண்டு ஆர்யனை நோக்கி சுட தன்னை முதுகில் குத்திய மித்ரனை ஒரு பார்வை பார்த்து கொண்டே கீழே விழுந்தான் ஆர்யன்.

உடனே , இங்கே ....அப்பா... என அலறினாள் ஆதிரா,அவளுக்கு ஏதோ ஒரு இனம்புரியாத பயம் சூழ்ந்து கொண்டது ஏன் என்று அவளுக்கு விளங்க வில்லை. அங்கே இருந்த ஆர்யணின் ஃபோட்டோ ஒன்றை எடுத்து பார்த்து, தன் மடியில் வைத்து கொண்டாள்.

அவளை அறியாமலேயே அவள் கண்கள் கலங்கின அவள் விழியோரம் வந்த கண்ணீர் அவள் கன்னம் தாண்டி மடியில் வைத்திருந்த ஆர்யனின் ஃபோட்டோ மீது விழ " அப்பா " என்ற வார்த்தை மட்டும் அவள் உதட்டில் இருந்து வந்தது.

அத்தியாயம் 11

இஸ்ரோவில் அதிர்ச்சி

நட்பில் வஞ்சகம் இருக்க கூடாது இருந்தால் அது நட்பாக இருக்காது இங்கே ஆர்யன் நன்பனால் கீழே விழுந்தான். பின் பிரபஞ்சன் அங்கிருந்து செல்ல மித்ரன் ஆர்யனை தூக்கி காரில் போட்டு கொண்டு கிளம்பினான்.

வீட்டில் ஆதிரா மனக்குழப்பதுடன் இருந்தாள், ஆர்யனுக்கு ஃபோன் செய்த போது தொடர்பு எல்லைக்கு வெளியே இருப்பதாக வந்ததால் இன்னும் பயம் அவளை சூழ்ந்து கொண்டது. அடுத்த நொடி கொஞ்சம் மனம் கலங்கி போனாள் ஆதிரா.

இங்கே இஸ்ரோ ஆராய்ச்சி கூடத்தில் இருவர் தனியாக பேசிக்கொண்டு இருந்தார்கள் ரகசியமாக "டேய், பாஸ் ஃபோன் பண்ணாரு ஆர்யன் செத்துட்டான் அவனை கொன்னது மித்ரன் தானாம் அதனால் அவனை பத்தி சொல்லிட்டு அவனை போலீஸ் விசாரிக்கும் போது மித்ரன் வேணும்னு புராஜக்ட்காக தன் கொன்றான் அப்படினு சொல்லனுமாம் அதுக்கு ஆதராமா ஒரு வீடியோ இருக்காம் அதை போலீஸ் விசரிக்கற அப்போ கொடுக்கணும் அப்படினு சொன்னாரு " என்று சொல்லி பேசிக்கொண்டிருந்தார்கள்.

பிறகு அவர்கள் நேராக தலைமை அதிகாரி அப்துல் இடம் சென்று எதையோ சொன்னார்கள்.அதை கேட்டு அதிர்ந்து போனார் அப்துல்.

அங்கே அனைவரும் கூடியுள்ள ஒரு இடத்திற்கு வந்தார் அப்துல் அனைவரிடமும் " ஒரு சோகமான செய்தி அதிர்ச்சியான செய்தியும் கூட ஆர்யன் இறந்து விட்டான்

மேலும் அவனை கொன்றது மித்ரன்" என்று சொன்னவுடன் அனைவரும் " என்ன சொல்றீங்க சார் " என அதிர்ச்சியுடன் கேட்க

"ஆமாம் ஆர்யன் நம்முடைய புரோஜெக்ட் ஒன்றை தீவரவாதிக்கு விற்க பார்த்த போது வேறு வழி இல்லாமல் மித்ரன் கொன்று விட்டார்" என்று அவர் சொன்னதும் " இதற்கு என்ன ஆதாரம்" என்று கேட்ட போது அவர் ஒரு வீடியோவை போட்டு காண்பித்தார் அதில் ஆர்யன் மித்ரனை விடுவிக்க புராஜக்டை கொடுத்தான் அல்லவா அது படமாக்க பட்டிருந்தது அதை வீடியோ எடுத்து அந்த இரண்டு பேர்க்கு அனுப்பி இருந்தான் பிரபஞ்சன்.

இதை பார்த்த அனைவரும் நம்பமுடியாமல் நின்றார்கள்.

அப்போது அப்துல் "இப்போ டெல்லி ஆபீஸில் இருந்து மித்ரன் வீடியோ கால் செய்வார்" என்று மித்ரன் இவர்கள் இருவரிடம் சொல்லி இருக்கிறார் என்று சொல்லிக்கொண்டு இருக்கும் போது ஒருவர்

"சார் வீடியோ கால்" என்று சொல்ல அதை அங்கு இருந்த பெரிய ஸ்க்ரீனில் கனெக்ட் செய்ய சொன்னார் தலைவர் அப்துல்.

கால் கனெக்ட் ஆனது அதில் மித்ரன் தெரிந்தான் அதை பார்த்ததும் "சொல்லுங்க மித்ரன் ஏன் ஆரியனை கொன்றீங்க அதுக்கு என்ன அவசரம் எங்க கிட்ட சொல்லியிருந்தா நாங்க விசாரிச்சிருக்கலாம் இல்ல" என்று சொன்னார்.

" இல்லை சார் நானும் அவனை எவ்வளவோ தடுத்தேன் ஆனால் அவன் கேக்கலை " என்று சொன்னான்.அதற்குள் இஸ்ரோவில் ஒரு நபர் அப்போ அந்த வீடியோ யார் எடுத்தது " என்று கேட்க நான் தான் எடுத்தேன் முதலில் அவனை செய்வதை இங்க சொல்லணும் அப்படினு தான் வீடியோ எடுத்தேன். ஆனால் அவன் அந்த புராஜக்ட் கொடுத்து விட்டான் அது அந்த தீவிரவாதிகளிடம் இருந்தா எவ்வளவு பிரச்சனை அதான் நான் அட்டாக் பண்ணேன் அப்போ ஆர்யன் தடுத்தான். அதான் அவனை கொல்ல வேண்டியதா போச்சு" என்று அவன் சொன்னான்.

அனைவரும் சோகமாக இருந்தனர் எனினும் "ஆர்யன் அப்படி செய்திருக்க மாட்டான்" என்று பலர் கூறினர். பிறகு மித்ரன் "சார் இதை உங்க கிட்ட சொல்ல சொல்லி ரெண்டு பேர்க்கிட்ட சொன்னேன் அவங்க அதை உங்ககிட்ட சொன்னார்களா? " என்று கேட்டவுடன் அந்த இருவரும் 'சொல்லிட்டோம் மித்ரன் சார்' என்று முன்னால் வந்து நின்றார்கள். அப்போது மித்ரன்

"குட் ஜாப் பாய்ஸ்" என்று மித்ரன் சொல்ல

"டேய், இவனை நாம மாட்டி விட போறது தெரியாம நம்மளை பாராட்டுறான் பாரு" என்று அவர்கள் இருவரும் சொல்லி சிரிக்கும் போது" எவ்ளோ நேரம் டா பேசுவ நீ " என்று அந்த விடியோவில் ஒரு குரல் கேட்டது.

"இரு, ஆர்யன் மனப்பாடம் பண்ணி பேசிட்டு இருக்கேன் இல்ல?" என்று சொல்லி மித்ரன் கொஞ்சம் நகர அந்த விடியோவில் ஆர்யன் தெரிந்தான். இதை கண்ட அனைவரும் ஆச்சர்யம்,அதிர்ச்சி மற்றும் ஆனந்தம் அடைந்தனர் பலர் சந்தோஷ கூச்சலிட்டனர்.

தலைவர் அப்துல், "சபாஷ் ஆர்யன் நீ சாதிச்சிட்ட" என்று சொல்ல இது ஒன்றுமே புரியாமல் பிரபஞ்சனின் அந்த இரண்டு ஆட்களும் ஒன்றும் புரியாமல் நிற்க

"என்னப்பா ஒன்னும் புரியலையா இருங்க புரியற மாதிரி ஆர்யன் சொல்லுவாரு...." என்று சொல்லிவிட்டு வீடியோவை பார்த்தார் அப்துல்.

"சார் அதெல்லாம் அவங்களுக்கு தெரிய வேணாம் சஸ்பென்ஸ் ஓடவே ஜெயில்க்கு போகட்டும் ...." என்று ஆர்யன் சொல்ல

"சரி ஆர்யன் அதுவும் சரிதான் .". என்று சொல்லிவிட்டு அங்கு இருந்த போலீஸை அழைத்தார் அவர்கள் வந்து அந்த இரண்டு பேரையும் அழைத்து சென்றார்கள்.

"சரி சார் நானும் கிளம்பறேன் இன்னும் 3 நாள்ல வரேன்" என்றான் ஆர்யன்

"ஆர்யன் உடம்புல கத்தி குத்து எல்லாம் வாங்கியிருக்கிங்க ஓய்வு எடுத்துகிட்டு அப்பறம் வந்தா போதும் பாத்துக்கோ"என்ற

அப்துல் மித்ரன் நீ இல்லனா இது எதுவுமே நடந்துருக்காது" என்றார்.

" சார் அவன் என் நண்பன் அவனை என்னால் எப்படி விட்டு குடுக்க முடியும்" என்று சொல்ல அவனை பின்னால் இருந்து கட்டிக்கொன்டான் ஆர்யன்.

ஆர்யன் : சார் நீங்க ஹெல்ப் பண்ணாம இருந்திருந்தா அந்த ரெண்டு பேரையும் கண்டு புடிச்சு இருக்க முடியாது என்று சொல்லிவிட்டு வீடியோ கால் முடிந்தவுடன் இருவரும் வீட்டுக்கு சென்றனர்.

ஆரியனை பார்த்ததும் ' அப்பா ' என்று ஓடி வந்து கட்டிக்கொண்டாள் ஆதிரா.

மித்ரன்: நான் ஒருத்தன் இருக்கேன் இந்த அங்கிள் உன் கண்ணுக்கு தெரியல இல்ல

ஆதிரா : உங்களால தான் எங்க அப்பாவுக்கு இவ்வளவு பிரச்சனை பாருங்க கத்திக்குத்து எல்லாம் வாங்கியிருக்காரு

மித்ரன் : நல்லா இருக்கே இவன் சொல்லி தான எல்லாத்தையும் பண்ணேன் அவன் இவனை சுடுவான்னு நான் எதிர் பாக்கவே இல்ல.

ஆதிரா : எங்க அப்பாவை கொல்ல பாத்தான் இல்ல அவனை ... என்று வேகமாக உள்ளே சென்றாள்.

ஆர்யன் : டேய் அவ எங்க போறா இவளோ கோவமாக என்று சொல்லிக் கொண்டு உள்ளே என்று பார்க்க ஆதிரா யாருக்கோ கால் செய்து கொண்டிருந்தாள்.

இங்கே பிரபஞ்சன் ஃபோன் அடித்தது ஏற்கனவே ஆர்யன் எப்படி பிழைத்தான் என்று புரியாமல் விழித்து கொண்டிருந்தான். அந்த ஃபோனை எடுத்தவனுக்கு இன்னும் எரிச்சல் ஊட்டும் விதமாக அதில் பேசியது ஆதிரா.

ஆதிரா : என்னடா கிழவா.. என் அப்பா எப்படி தப்பிச்சாரு அப்படினு புரியாம முழிக்கற போல எங்க அப்பாவையே கொல்ல பாத்திருக்க இல்ல உன்னை விட மாட்டேன் பிரபஞ்சன்.

மித்ரன் : ஆதி மா அவனுக்கு முதல்ல ஆர்யன் எப்படி பிழைச்சான் அப்படினு சொல்லு எவ்ளோ நேரம் சஸ்பென்ஸ் ஓட இருப்பான்

ஆதிரா : அதுவும் சரி தான், என் அப்பா எப்படி தப்பிசாருனு ஒரு சின்ன ஃபிளாஷ் பேக் போலாமா என் அப்பாகிட்ட நீ சொன்னியே அதே போல தான் என்று சொல்லி ஆதிரா நடந்ததை சொல்ல ஆரம்பித்தாள்.

அதாவது "மித்ரன் முதன் முதலில் பிரபஞ்சன் அலுவலகத்திற்கு சென்றான் அல்லவா அப்போதே ஒரு கேமரா மற்றும் ஒரு மைக்கையும் பிரபஞ்சன் ரூமில் வைத்து விட்டான்.

அதன் மூலம் பிரபஞ்சன் இஸ்ரோவில் ஆள் வைத்திருக்கிறான் என்பதை ஆர்யன் அறிந்து கொண்டான் எனவே அவர்கள் யாரென்று கண்டுபிடிக்க வேண்டும் என்று முடிவு செய்தான் ஆர்யன். அதனால் அடுத்த நாள் மீண்டும் அவனை பிரபஞ்சன் ஆபீஸ் சென்று அவன் பார்க்கும் படியாக கேமராவை வைக்க சொன்னான் . அதன் மூலம் வேண்டும் என்றே பிரபஞ்சன் கண் பார்வையில் சிக்கினான் மித்ரன் .

பின் ஆர்யனுக்கு எதிராக செயல் படுவதாக சொல்லி மித்ரன் பிரபஞ்சன் நம்பும் படி பேசினான். இதை நம்பிய பிரபஞ்சன் ஆர்யனை கண்காணிக்க ஒரு மைக்கை கொடுத்தான். இதன் பிறகு ஆர்யன் மற்றும் மித்ரன் ஒரு திட்டம் தீட்டினர். இல்லாத ஒரு புராஜக்டை இருப்பதாக சொல்லி பிரபஞ்சன் கேட்கும் படி அந்த மைக்கை வைத்து பேசினார்கள் இருவரும். பின் பிரபஞ்சன் அந்த புராஜக்ட் தனக்கு கிடைக்க வேண்டும் என்று மித்ரனிடம் கேட்ட போது தன்னை கடத்தி வைத்தால் அவன் வருவான் நீங்கள் அந்த புரோஜக்டை வாங்கி கொள்ளலாம் என்று சொல்ல பிரபஞ்சன் அதை நம்பி மித்ரனை கடத்தி அந்த புரோஜெக்டை வாங்க நினைத்தான் அவன். ஆனால் இப்படி தேசத்துரோகி என்று பழி சுமத்த இருக்கிறான் என்று இவர்கள் சற்றும் நினைத்துப் பார்க்கவில்லை.

தன்னை கடத்த போகிறார்கள் என்று ஏற்கனவே மித்ரன் ஆர்யனிடம் சொல்ல ஆர்யன் தான் அங்கு வந்ததும் தன்னை கத்தியால் குத்துமாறு கூறினான். இதை கேட்ட மித்ரன் அதிர்ந்தான். ஏன் என்று கேட்டான் அப்போது தான் அவனை

பிரபஞ்சன் நம்புவான் என்றும் யார் அந்த இஸ்ரோவில் வேலை செய்யும் இருவர் என்பதையும் கண்டு பிடிக்க முடியும் அவனுடைய திட்டம் என்பதும் தெரியும் என்று ஆர்யன் சொன்னான்.

மேலும் மித்ரன் குத்திவிட்டால் பிரபஞ்சன் எதுவும் செய்ய மாட்டான் அப்போது தான் தப்பிக்க முடியும் என்று கூறினான் ஆர்யன். ஆனால் அவர்கள் எதிர்பார்க்காத ஒன்று பிரபஞ்சன் ஆர்யனை சுட்டது தான்.

அதனால் தான் மித்ரன் ஆர்யனை காப்பாற்ற பிரபஞ்சனிடம் ஆர்யனை காரில் கொண்டு செல்வதாக சொல்லி அவனை அனுப்பி வைத்து விட்டு ஆர்யனை காரில் போட்டு கொண்டு வந்து காப்பாற்றினான்." என்று இவை அனைத்தையும் சொல்ல ஆடி போய் நின்றான் பிரபஞ்சன் .

பிரபஞ்சன் : என்னையே ஏமாத்திட்டீங்க இல்ல உங்களை என்ன பண்றேன்னு பாருங்க என்று அவன் பெரும் சத்தத்துடன் கத்தினான்

ஆதிரா : உன்னால் எங்களை ஒன்னும் பண்ண முடியாது உன் ஆளுங்களை பிடிச்சாச்சு என்று ஆதிரா சொல்லிக் கொண்டிருக்கும் போது மித்ரனின் ஃபோன் அடித்தது அதை எடுத்து பேசிய மித்ரன் அதிர்ச்சி ஆனான்.

மித்ரன் : நாம புடிச்சி கொடுத்த அந்த ரெண்டு பேரயும் யாரோ சுட்டுட்டாங்களாம் என்று அவன் சொன்னதை ஃபோன் வழியாக கேட்ட பிரபஞ்சன் பலமாக சிரித்தான்.

பிரபஞ்சன் : பாத்தியா நான் சொல்லல என்ன யாரும் ஒன்னும் செய்ய முடியாது என்று ஏளனமாக சொல்ல

ஆதிரா : ரொம்ப சந்தோஷப்படாத கிழவா **50** வயசான உனக்கே இவளோ இருக்கு அப்படினா எங்களுக்கு எவ்ளோ இருக்கும் நீ எங்க அப்பா பாக்கெட்ல ஒரு ஃபோன் வெச்சியே தீவிரவாதிகள் கிட்ட இருந்து வந்த மெயில் இருந்த மொபைல் அதை வெச்சி அது உன்னுடைய மொபைல் தான் அப்படினு கண்டு புடிச்சாச்சு அது மட்டும் இல்ல உன் கம்பனியில் வெச்ச மைக் மற்றும் கேமரா மூலமா நீ பேசனது எல்லாம் ரெக்கார்டு பண்ணி ரெண்டையும் போலீசில் கொடுத்தாச்சு

பிரபஞ்சன் : என்ன சொல்ற

ஆதிரா : ஏன் காது கேக்கலையா உன் ஆட்டம் முடிஞ்சுது அப்படினு சொன்னேன் இன்னுமா போலீஸ் அங்க வரல .... என்று ஆதிரா சொல்லிக்கொண்டு இருக்கும்போதே பிரபஞ்சன் இருக்கும் இடத்தில் போலீஸ் சைரன் சத்தம் கேட்டது திரும்பி பார்க்க அங்கு போலீஸ் கார்கள் வரிசையாக வந்து கொண்டு இருந்தன.

“என்ன பாஸ் மாமனார் வீட்டு வண்டி வந்துடுச்சா போ போ தேட போறாங்க என் அப்பாவையா சுட்ட இதுதான் உனக்கு கிளைமாக்ஸ்." என்றாள் ஆதிரா

“மறுபடியும் நான் **20** வருஷத்துக்கு முன்னே இருந்தா மாதிரி ஆக்கிட்ட இல்ல ஆதிரா, இது கிளைமாக்ஸ் இல்ல இது தான் இன்டர்வல் வெயிட் அண்ட் சி “என்று சொல்லிவிட்டு ஃபோன் கட் செய்துவிட்டு அங்கு ஒரு பட்டனை பிரஸ் செய்தான். பிரபஞ்சனுடைய டேபில் கீழே ஒரு கதவு திறந்தது அதில் உள்ளே குதித்தான் பின் அந்த சுரங்க கதவு மூடிக்கொண்டது. போலீஸ் வந்த பொது அங்கு யாரும் இல்லை.

இங்கே ஆதிரா மிகுந்த சந்தோஷத்தில் இருந்தாள்.

மித்ரன் : அப்பாடா ஒரு வழியா அவன் தொல்லை மொத்தமா ஒழிஞ்சுது எடுத்த ரிஸ்க் வீன் போகல

ஆதிரா: சரி மித்ரன் அங்கிள் தோட்டாவை எப்படி நீங்க வெளிய எடுத்தீங்க ஏன்னா டாக்டர் சொன்னாரு தோட்டாவை முன்னவே எடுத்ததால் தான் காப்பாத்த முடிஞ்சுது அப்படினு

மித்ரன் : நான் எங்க எடுத்தேன் நானே அவனை காரில் போட்டுகிட்டு என்ன செய்ய ஏது செய்ய அப்படினு தெரியாம போய்ட்டு இருக்கும் போது சிக்னல் வேற போட்டாச்சு அப்போ ஒருத்தர் காரில் லிஃப்ட் கேட்டு ஏறுனாரு டாக்டர் போல அவர் தான் தோட்டவை எடுத்தாரு

ஆர்யன் : ஆனா நான் அவரை எங்கயோ பாத்து இருக்கேன் நல்ல தெரிஞ்ச முகம் மாதிரி தெரிஞ்சிது ஆனால் நான் மயக்கத்தில் இருந்ததால் சரியா பாக்க முடியல

மித்ரன் : நான் அவர் முகத்த பாக்கலை ஏன்னா அவர் மாஸ்க் போட்டு இருந்தார்.

ஆதிரா : யாராக இருந்தாலும் சரி அவர் நல்லா இருக்கணும் நான் அவர எப்பவாச்சு பார்த்தா கண்டிப்பா நன்றி சொல்லணும் என்று சொல்லி பெருமூச்சு விட்டாள்.

அத்தியாயம் 12

புதிய எதிரி

அன்று இரவு நிம்மதியாக உறங்கி அடுத்த நாள் மகிழ்ச்சியோடு எழுந்தான் ஆர்யன். எதையோ சாதித்து விட்டோம் என்ற ஒரு பூரிப்பு அவன் முகத்தில் தெரிந்தது. ஆனால் அந்த சந்தோசம் வெகுநேரம் நிலைக்கவில்லை. எழுந்தவன் நியூஸ் பார்க்க டிவியை ஆன் செய்ய அதில் அவனுக்கு அதிர்ச்சி கொடுக்கும் ஒரு செய்தி ஓடி கொண்டு இருந்தது.

" பிரபல விஞ்ஞானி பிரபஞ்சன் செய்த குற்றத்திற்க்காக போலீசார் அவனை கைது செய்ய சென்ற போது தப்பி ஓட்டம்" என்ற தலைப்பு செய்தியை பார்த்து ஆடி போய் நின்றான் ஆர்யன்.

தான் முடிந்ததாக நினைத்த விஷயம் இன்னும் முடிவடையவில்லை என்பதை அறிந்தான் ஆரியன். சரி இனி என்ன நடந்தாலும் பார்த்துக்கொள்ளலாம் என்ற நினைப்போடு தன்னை சமாதானம் செய்து கொண்டான்.

ஆதிரா : என்னப்பா கிளம்பிட்டீங்களா?

ஆர்யன் : ஆமாமா வந்து ரொம்ப நாளாச்சு போய் வேலைய பார்க்கணும் நீ ஜாக்கிரதையா இரு சரியா என்று சொல்லிவிட்டு ஆரியன் மற்றும் அவன் நண்பர்கள் மூவரும் கிளம்பினார்கள்.

அடுத்த சிலநாட்களில் ஆதிரா தன்னுடைய சட்டப்படிப்பு பயிற்சிக்காக லண்டன் சென்றாள்.

பிரபஞ்சன் எங்கு சென்றான் என்று யாருக்கும் தெரியவில்லை போலீஸ் அவனை தீவிரமாக தேடிக் கொண்டிருந்தது.

ஆர்யன் வழக்கம்போல அவனுடைய ஆராய்ச்சிக் கூடத்திற்கு சென்று தன் வேலையை பார்த்துக்கொண்டிருந்தான் அவன் செய்துக் கொண்டிருந்த புராஜெக்ட் நடந்து கொண்டிருந்தன.

வருடங்கள் சில ஓடின, தன்னுடைய **31** வது வயதை அடைந்தாள் ஆதிரா.

இந்த நேரத்தில் டெல்லியில் மத்திய அரசு ஒரு கார்ப்பரேட் கம்பெனிக்கு எதிராக உச்சநீதிமன்றத்தில் வழக்கு ஒன்றை தொடர இருந்தது.

அதற்கு காரணம், ஷாங் குரூப் ஆப் கம்பெனி என்ற சீன கம்பெனி தன்னுடைய புதிய தொழிற்சாலை ஒன்றை நடத்தி வந்தது அதிலிருந்து வெளியாகும் புகையில் நச்சுக்காற்று இருப்பதாக மத்திய அரசு கண்டுப்பிடித்தது. அதனால் அங்கே சுற்றி உள்ள மக்களுக்கும் சுற்றுச்சூழலும் பாதிக்கப்படுகிறது என கண்டறிந்தது இந்திய அரசு. அரசு அனுமதிப்பதை விட அதிகமான நச்சுக்காற்று அந்த தொழிற்சாலையில் இருந்து வெளியாகும் புகையில் இருப்பதாய் அரசு சந்தேகிக்கிறது அதனால் அந்த தொழிற்சாலையை மூடச்சொல்லி அந்த கம்பெனிக்கு பரிந்துரை செய்தது.

ஆனால் அந்த நிர்வாகம் தாம் அரசாங்கத்துடன் போட்டுக் கொண்ட ஒப்பந்தத்தை காட்டி இன்னும் பத்து வருடங்களுக்கு இந்த ஒப்பந்தம் நீடிக்கிறது அதனால் இப்போது தொழிற்சாலையை மூட முடியாது என்றும் வேண்டுமென்றால் அரசு நிர்ணயித்த அளவைவிட அதிகமான தொழிற்சாலைப் புகை வருகிறது என வழக்குப்பதிவு செய்து நிரூபித்தால் தொழிற்சாலையை மூடுவதாக அந்த கம்பெனி கூறியிருந்தது.

அந்த கம்பெனிக்கு ஆதரவாக சீன அரசும் இந்திய அரசுடன் பேச்சுவார்த்தை நடத்தியது இதன் காரணமாக அரசாங்கத்தால் நேரடியாக அந்த கம்பெனியை மூட சொல்ல அனுமதி இல்லை என்பதை மத்திய அரசு அறிந்தது.

எனவே இதை வழக்கின் மூலமாக தான் கொண்டு செல்ல வேண்டும் என்பதை அரசு புரிந்து கொண்டது. இதையறிந்த இந்தியாவின் மிகச்சிறந்த வழக்கறிஞர் ஆன பிரதீப் மேத்தா, இந்திய பார் கவுன்சிலின் தலைவராகவும் விளங்கியவர். அந்த கம்பெனி எதிர்த்து உச்ச நீதிமன்றத்தில் பொதுநல வழக்கு தொடர்ந்தார். இதனால் அந்த கம்பெனி இந்த வழக்கை சந்திக்க வேண்டியதாக இருந்தது.

பிரதமர் இடத்தில் நேரடியாக அந்த கம்பெனி முறையிட்டது. இதற்காக அந்த கம்பெனி சிஇஓ சியாங் பிரதமரை காண சென்றார்.

இங்கு நடக்கும் உரையாடல் எல்லோருக்கும் புரிவதற்காக தமிழில் கொடுக்கப்பட்டுள்ளது.

ஷியாங் : குட் மார்னிங் சார்.

பிரதமர் : குட் மார்னிங் ஷியாங் சொல்லுங்க எந்த விஷயமா வந்திருக்கீங்க.

ஷியாங் :நான் ஏன் வந்திருப்பேன் உங்களுக்கே தெரியும்.

பிரதமர் : ஹ்ம்ம் சொன்னாங்க உங்களுடைய கம்பெனி கேஸ் கோர்ட்டுல வந்திருக்கு அப்படின்னு.

ஷியாங் : அதான் சார் அந்த விஷயமாகத்தான்... என்று அவர் இழுக்க

பிரதமர்: புரியுது என்னால உங்களுக்கு ஏதாவது உதவி ஆகுமா கேட்க வந்திருக்கீங்க. அதானே ?

ஷியாங் : ஆமாம் சார்

பிரதமர் : உங்க கம்பெனியில் தான் சொன்னாங்களே கோர்ட்ல கேஸ் போட்டு நிரூபித்தா நாங்க கம்பெனியை மூடிவிடுவோம் அப்படினு.

ஷியாங் :சார் அப்படி இல்ல சுமூகமாக பேசி முடிக்கலாம் அப்படின்னு தான் நான் வந்தேன்

பிரதமர்: சுமூகமாக பேச எதுவுமே இல்லை சார் எதுவானாலும் கோர்ட்ல பார்க்கலாம்.

ஷியாங் :சார் நான் என்ன சொல்ல வர்றேன்னா

பிரதமர்: சரி போயிட்டு வரலாம் நன்றி

சரி என்று சற்று கோபத்தோடு அந்த கம்பெனியின் சிஇஓ கிளம்பி வெளியே செல்ல அந்த நேரத்தில் உள்ளே நுழைந்தார் பிரதீப் மேத்தா.

அவரைப் பார்த்த சிஇஓ உதவியாளர் "சார் இவர்தான் நம்ம கம்பெனி மேல கேஸ் போட்ட அரசாங்கத் தரப்பு வக்கீல்" சொல்ல சற்று அவரை முறைத்துக்கொண்டே சென்றார் அந்த சிஇஓ.

உள்ளே வந்த பிரதீப் மேத்தா பிரதமரிடம் "யார் அவர்" என்று கேட்க நம்மளுடைய எதிர்த்தரப்பு என்று பதிலளித்தார் பிரதமர்.

பிரதீப் மேத்தா: ஓ உதவிகேட்டு வந்துட்டு போறாரு போல.

பிரதமர் : அத விடுங்க மேத்தா கேஸ் பத்தி ஆதாரம் எல்லாம் என்ன ஆச்சு.

பிரதீப் மேத்தா : எல்லாம் ஓகே சார் ஆனா இன்னும் ஒரே ஒரு ஆதாரம் கிடைக்கணும் இப்ப வரைக்கும் நம்மளால இந்த புகையினால் பாதிப்பு இருக்குனு மட்டும் தான் நிரூபிக்க முடியும் ஆனால் அந்த பாதிப்பு எந்த அளவுக்கு இருக்குனு நம்மளால சொல்ல முடியாது. அதுக்குதான் ஆதாரத்தை தேடிக்கிட்டு இருக்கேன்.

பிரதமர்: என்ன சொல்றீங்க பாதிப்பு இருக்குனு நிரூபிக்க முடிச்சாலே கேஸ் முடிஞ்சிடும் இல்ல

பிரதீப் மேத்தா: இல்ல சார் அது அவங்களுக்கு மேல்முறையீடு செய்ய இன்னொரு வாய்ப்பு கிடைக்கும். ஆனால் அந்த போகையில இருக்கிற டாக்சிக் கேஸ் அதாவது விஷவாயு என்ன அப்படின்னு கண்டுபிடிச்சா தான் நம்மளால அந்த கம்பெனியை மூட முடியும்.

பிரதமர் : அப்போ டெஸ்டிங் மூலமா கண்டுபிடிக்கலாமே !!

பிரதீப் மேத்தா : இல்ல சார் அதை முயற்சி பண்ணிட்டோம்,ஆனால் எந்த டெஸ்டிங் மூலமும் நிரூபிக்க முடியல அதுதான் எனக்கு ஒரே யோசனையா இருக்கு.

பிரதமர் : சீக்கிரம் ஏதாவது செய்யுங்கள் மேத்தா நாம் இந்த வழக்குல தோத்துட்டா அரசு கார்ப்பரேட் கம்பெனிக்கு ஆதரவா செயல்படுவது அப்படின்னு மக்கள் பேச ஆரம்பிச்சுடுவாங்க.

பிரதீப் மேத்தா : கண்டிப்பாக ஏதாச்சும் பண்றேன் நான் வரேன் என்று சொல்லிவிட்டு பிரதீப் மேத்தா அங்கிருந்து சென்றார்.

அடுத்த கணம் கம்பெனி சிஇஓ அலுவலகம்

இந்த பிரதீப் மேத்தா எப்படி

ஷியாங் P.A : நேர்மையான ஆளு சார் பணம் கொடுத்து எல்லாம் அவர விலைக்கு வாங்க முடியாது

ஷியாங் : ஓ அவ்ளோ பெரிய ஆளா.

ஷியாங் P.A : ஆமா சார் இதுவரைக்கும் ஏகப்பட்ட பொதுநல வழக்கு தொடர்ந்து அவரு அதுல ஜெயிச்சிருக்காரு. அதனாலதான் அரசாங்கமே அவர பப்ளிக் புரோசிக்யுட்டரா நியமித்து இருக்காங்க.

ஷியாங் : சரி என்னதான் நடக்குதுன்னு பாக்கலாம்.என்று சொல்லிவிட்டு ஒரு அசட்டுச் சிரிப்பு சிரித்தான்.

சில நாட்கள் இந்த வழக்கு தொடர்ந்து நடந்து கொண்டிருந்தது இறுதி விசாரணை குறிக்கப்பட்டு அந்த நாளும் வந்தது. அடுத்த நாள் விடிந்தால் இந்த வழக்கின் இறுதி விசாரணை ஆனால் பிரதீப் மேத்தா ஏதோ ஒரு மனக்குழப்பத்தில் இருந்தார்.

அவர் மனதுக்குள் இந்த வழக்கை இறுதி செய்ய போதுமான ஆதாரம் இல்லை என்றும் இதனால் இந்த வழக்கை அவர்கள் வெகு சுலபமாக வென்று விடுவார்கள் என்றும் மனதில் எண்ணி வருந்திக் கொண்டிருந்தார்.

ஆனால் தன்னிடம் உள்ள ஆதாரங்களைக் கொண்டு எப்படியேனும் இடைக்கால தடை வாங்கிவிடுவது என்ற நினைப்போடு உறுதியாய் இருந்தார்.

இதே நேரத்தில் அந்த கம்பெனியின் சிஇஓ தன்னுடைய உதவியாளரிடம் ஒரு திட்டத்தை பற்றி ஆலோசனை செய்து கொண்டிருந்தார்.

எப்படியாவது பிரதீப் மேத்தா இடத்தில் இருக்கும் அந்த ஆதாரங்களை எடுத்துவிடவேண்டும் என்று எண்ணிக்கொண்டிருந்தான்.

அப்படி முடியாமல் போனால் வேறுவழியின்றி பிரதீப் மேத்தா அவர்களை கொன்றுவிட வேண்டும் என்ற முடிவோடு இருந்தான்.

பல கோடி மதிப்புள்ள இந்த தொழிற்சாலையில் அவ்வளவு சுலபமாக மூட விட்டுவிடக்கூடாது என்று தனக்குள் சொல்லிக்கொண்டான்.

அடுத்த நாள் காலை நீதிமன்றத்தில் அந்த வழக்கு விசாரணைக்கு வந்தது சம்மந்தப்பட்ட இருத்தரப்பில் இருந்தும் ஆட்கள் வந்திருந்தார்கள் அந்த கம்பெனி சிஇஓ ஆன ஷியாங் அங்கு இருந்தார்.

சிறிது நேரத்திற்கெல்லாம் அங்கே நீதிபதி வர அனைவரும் எழுந்து நின்றார்கள். அனைவரையும் அமர சொல்லிவிட்டு நீதிபதி வழக்கை தொடருமாறு பணித்தார்.

ஆனால் அவர் அங்கே கண்ட போது அரசு தரப்பு வழக்கறிஞரான பிரதீப் மேத்தா அங்கே காணவில்லை.

நீதிபதி : எங்க பிரதீப் மேத்தா இன்னும் வரல

உதவி வக்கீல் : யுவர் ஆனர் அவர் வரவேண்டிய நேரம் தான் இன்னும் கொஞ்ச நேரத்துல வந்துருவாரு

நீதிபதி : வழக்கு **10** மணிக்கு தெரியும் இல்ல அப்புறம் வராம இருந்தா எப்படி இன்னும் **15** நிமிஷம் தான் நேரம் கொடுக்கமுடியும் அதுக்குள்ள வரல அப்படின்னா இந்த வழக்கை தள்ளுபடி செய்திடுவேன்..

இதைக் கேட்டதும் உதவி வழக்கறிஞர் பிரதீப் மேத்தா அவருக்கு கால் செய்ய அவர் காலை எடுக்கவில்லை. என்ன செய்வது ஏது செய்வது என்று தெரியாமல் விழித்துக் கொண்டிருக்க உள்ளே வந்த ஒரு காவல்துறை ஆய்வாளர் ஏதோ ஒன்றை அங்கிருந்த நீதிமன்ற பணியாளரிடம் சொல்ல அந்த பணியாளர் அதை நீதிபதி இடம் சொன்னார்.

அதை கேட்ட நீதிபதி சற்று அதிர்ச்சியானார். பின்னர் அங்கிருந்த அனைவரையும் பார்த்து "அரசவை வழக்கறிஞர் பிரதீப் மேத்தா ஒரு விபத்துக்கு உள்ளானார்" என்று கூற நீதிமன்றத்தில் இருந்த அனைவரும் சற்று அதிர்ச்சியானார்கள். ஒருவரைத் தவிர அது அந்த கம்பெனியின் சிஇஓ. ஏனெனில் என்ன நடந்திருக்கும் என்று அவருக்கு தெரிந்திருந்தது.

பிரதீப் மேத்தாவிடம் இருக்கும் ஆதாரங்களை எடுக்க முடியாது என்று அறிந்த அவன் அவரை கொல்லும் முயற்சியில் விபத்து ஏற்பட செய்து அந்த ஆதாரங்களையும் கைப்பற்றி விட்டோம் என்ற செய்தி அவனுடைய போனுக்கு வந்திருந்தது. அடுத்த கணம் இதை தனக்கு சாதகமாக பயன்படுத்திக் கொண்ட அந்த கம்பெனியின் வழக்கறிஞர் போதுமான ஆதாரங்களை இதுநாள்வரை சமர்ப்பிக்காததாலும் இப்படி ஒரு சூழ்நிலையில் உள்ளதாலும் இந்த வழக்கை தள்ளுபடி செய்யுமாறு நீதிபதியிடம் சொல்ல

நீதிபதியும் சிறிது நேர யோசனைக்குப் பின் வேறு வழியில்லாமல் இந்த வழக்கை தள்ளுபடி செய்யும் முடிவுக்கு வந்தார். பின்னர் இந்த வழக்கை தள்ளுபடி செய்வதாக சொல்லி அவர் கையெழுத்துப் போட வரும் நேரத்தில்

"**EXCUSE ME YOUR HONOUR**" என்று ஒரு குரல் கேட்டது

குரல் வந்த திசை நோக்கி நீதிபதி உட்பட அனைவரும் நீதிமன்றத்தின் வாசலை திரும்பி பார்க்க வாசல் கதவு காற்றில் மெல்ல ஆடி கொண்டிருந்தது. அந்த வாசல் வழியே புயல் போல வேகமாய் உள்ளே நுழைந்தாள் **ஆதிரா**.

புதிதாக வந்த ஆதிராவை கண்ட அனைவரும் யார் என்று புரியாமல் பார்த்துக் கொண்டிருக்க அங்கிருந்த ஒருவனுக்கு மட்டும் முகத்தில் புன்னகை வந்தது அது பிரதீப் மேத்தா அவருடைய உதவி வழக்கறிஞர் முகத்தில் ஏனெனில் அவன்தான் ஆதிராவின் காதலன் அஸ்வின்.

உள்ளே வந்த ஆதிரா

ஆதிரா : குட் மார்னிங் மை லார்ட். மை நேம் இஸ் ஆதிரா ஜூனியர் அட்வகேட் ஆஃப் பிரதீப் மேத்தா.என்று சொன்னாள்.

வருடங்கள் ஓடியதில் தன்னுடைய 31 வது வயதை அடந்திருந்தாள் ஆதிரா அதற்கே உரிய பக்குவமும் , அறிவும் , பொறுமையும் நிறைந்தவளாய் திகழ்ந்தாள். இந்த **10** வருடத்தில் லண்டன் சென்று பயிற்சி எடுத்தாள், பல வழக்கறிஞர்களிடம் உதவியாளராக பணிபுரிந்தாள். அவளின் திறமையால் வழக்கறிஞர் பார் கவுன்சில் உறுப்பினரும், உச்சநீதிமன்ற அரசுத்தரப்பு வழக்கறிஞராகவும் விளங்கிய பிரதீப் மேத்தாவிடம் ஜூனியராக சேர்ந்து அவருடைய மனதில் இடம் பிடித்த சிறந்த மாணவியாகவும், உதவியாளராகவும் திகழ்ந்தாள்.

நீதிபதி : சொல்லுங்க என்ன விஷயம்

ஆதிரா : யுவர் ஆனர் இந்த வழக்கை பிரதீப் மேத்தாவுக்கு பதிலாக நான் வாதாட போகிறேன் என்று சொல்ல உடனே குறுக்கிட்ட எதிர்த்தரப்பு வழக்கறிஞர் "இது எப்படி சாத்தியம் அரசு தரப்பு வழக்கறிஞர் இடத்தில் திடீரென்று ஒருவர் எப்படி வாதாட முடியும்" என்று சொல்ல

ஆதிரா : எதிர்த்தரப்பு வழக்கறிஞர் சட்டத்தை சரியா படிக்கல போல சம்பந்தப்பட்ட வழக்கறிஞர் அனுமதி கொடுத்தா அந்த வழக்கை யார் வேண்டுமானாலும் வாதாடலாம் என்று சொல்லி தன்னிடமிருந்த ஒரு காகிதத்தை நீதிபதியிடம் கொடுக்க நீதிபதி அதை பார்த்துவிட்டு " நீங்க தொடரலாம் ஆதிரா அதுக்கு முன்னாடி பிரதீப் மேத்தாவுக்கு விபத்து ஏற்பட்டது என்று சொன்னாங்க இப்ப எப்படி இருக்காரு" என்று கேட்க

ஆதிரா : பயப்பட ஒன்னும் இல்லை மை லார்ட் அவர் பாதுகாப்பா இருக்காரு சின்ன காயம் தான் விபத்தை ஏற்படுத்தின வண்டி உடைய ஓட்டுநரை பிடிச்சாச்சு இது விபத்தா இல்ல கொலை முயற்சியா அப்படினு போலீஸ் விசாரணையில் தெரியும் என்று சொல்ல ஷியாங் சற்று பதட்டத்துடன் ஆதிராவை பார்க்க ஆதிரா அந்த சிஇஓ ஷியாங் ஐ பார்த்து

ஒரு ஏளன சிரிப்பு சிரித்தாள்.

அத்தியாயம் 13

முதல் வழக்கு

நீதிமன்றம் முழுவதும் சற்று அமைதி நிலவ சிறிது நேரத்தில் நீதிபதி ஆதிரா நீங்க வழக்க தொடங்கலாம் என்று சொல்ல

ஆதிரா : தேங்க் யூ மை லார்ட் இந்த இந்த வழக்கில் சொல்லப்படும் விஷயம் என்னவென்றால் இந்த சாங் குரூப் ஆஃப் கம்பெனிஸ் உடைய தொழிற்சாலையிலிருந்து வெளிவரும் புகை அளவுக்கு மீறிய நச்சுத் தன்மை கொண்டதாகும் இதனால் அந்த இடத்தின் சுற்றி வாழ்ந்து கொண்டிருக்கும் மக்களுக்கும் சுற்றுச்சூழல் பாதுகாப்புக்கும் பங்கம் விளைவிப்பதாக இருக்கிறது எனவே அதனை கருத்தில் கொண்டு இந்த ஃபேக்டரி மூடப்பட வேண்டும்.

எதிர்த்தரப்பு : ஏற்றுக்கொள்ள முடியாத வாதம் யுவர் ஆனர் நச்சுப்புகை அளவுக்கு மீறி இருக்கு என்பது ஆதிரா உடைய வாதம்.

ஆதிரா : மை லார்ட் நான் இப்போ ஒரு அரசு தரப்பு வழக்கறிஞர் எதிரத்தரப்பு வக்கீல் என்ன பெயர் சொல்லி அழைப்பதை நான் வன்மையாக கண்டிக்கிறேன்

நீதிபதி : இப்படி ஒரு வழக்கறிஞரை பெயர் சொல்லி ஒருமையில் அழைக்க கூடாது

எதிர்த்தரப்பு : மன்னிக்கணும் யுவர் ஆனர் அரசு தரப்பு வழக்கறிஞர் சொன்னது போல அந்த தொழிற்சாலையில் இருந்து வரும் புகை அதிகமான நச்சுத்தன்மை இருப்பதாக இருந்தால் அதற்கான ஆதாரம் எங்கே ஆதாரம் இல்லாமல் ஒரு குற்றம் சாட்டுவதை கண்டிப்பாக ஏற்றுக் கொள்ள முடியாது.

ஆதிரா : ஆதாரம் இருக்கு யுவர் ஆனர் அந்த பகுதியில் உள்ள மக்களுக்கு அதிகமான நோய்கள் பாதிப்புகள் ஏற்பட்டு இருக்கு இதை கருத்தில் கொண்டுதான் இந்த வழக்கு தாக்கல் செய்யப்பட்டது

எதிர்த்தரப்பு : நீங்க சொல்ற மாதிரி அந்த புகையின் காரணமாக தான் அங்கு இருக்க மக்களுக்கு நோய்கள் வருது அப்படின்னு உங்க கிட்ட என்ன ஆதாரம் இருக்கு.

ஆதிரா : அந்த பகுதியில் வாழ்கின்ற மக்கள் எல்லாருக்கும் ரத்தம் சம்பந்தப்பட்ட நுரையீரல் சம்பந்தப்பட்ட பிரச்சனைகள் வந்துகிட்டு இருக்கு ஒருத்தர் இல்லைன்னா ரெண்டு பேர் அப்படின்னா நாம சாதாரணமா எடுத்துக்க முடியும் ஆனால் அந்தப் பகுதியில் இருக்க நிறைய மக்களுக்கு இந்த பிரச்சனை இருக்கு. அதை காரணமா வச்சு தான் இந்த கோரிக்கையை நாம் முன்வைத்திருக்கிறோம்

எதிர்த்தரப்பு : அந்த பகுதியில் இருக்க மக்களுக்கு இப்படியான பாதிப்புகள் இருக்கு அப்படிங்கிறது உண்மை, ஆனால் அது இந்த புகையால் அப்படின்னு நீங்க எப்படி சொல்ல முடியும். யுவர் ஆனர் அந்தப் பகுதியில் தண்ணி சரி இல்லாத ஒரு நிலைமை இருக்கு குடிக்கிற தண்ணியும் அங்கு இருக்க சுகாதார அமைப்பும் சரி இல்ல.

குடிமக்கள் இருக்கிற இடத்தில சுகாதாரம் சரி இல்லைன்னு சொன்னா அவங்களுக்கு இந்த பிரச்சினைகள் வரத்தான் செய்யும் அதற்கு அந்த அரசாங்கம் தான் பொறுப்பு அதை தவிர்த்துவிட்டு 2 கிலோமீட்டர் தொலைவில் இருக்க ஒருதொழிற்சாலை தான் காரணம் அப்படி என்று எப்படி சொல்ல முடியும்.

ஆதிரா : சொல்ல முடியும் யுவர் ஆனர் ஒரு தொழிற்சாலையில் இருந்து வெளியேறும் புகை தன்னுடைய இடத்தில் இருந்து எட்டு கிலோமீட்டர் சுற்றளவுக்கு செல்லக் கூடியது அப்படி இருக்கும் போது இரண்டு கிலோ மீட்டர் அருகில் இருக்கிற ஒரு பகுதி பாதிக்கப்படும் என்பதில் என்ன ஆச்சர்யம் இருக்கு.

எதிர்த்தரப்பு : அரசு வழக்கறிஞர் குற்றம் மட்டுமே சொல்லிக்கிட்டு இருக்காங்களே தவிர அதற்கான ஆதாரம்

என்ன என்று சொல்லவே மாட்டேங்குறாங்களே ஒரு அனுமானத்தை மட்டும் வச்சி எப்படி ஒரு தீர்ப்பு வாங்க முடியும் எனக்கு வேடிக்கையா இருக்கு.

ஆதிரா : மக்களோட பிரச்சனை உங்களுக்கு வேடிக்கையாகத்தான் இருக்கும் எதிர்தப்பு......மன்னிக்கணும் எதிர்த்தரப்பு வழக்கறிஞரே. யுவர் ஆனர் ஆதாரம் இல்லாமல் எதுவும் சொல்லல.

இதோ இது அந்த பகுதியில் இருக்க மக்களுடைய ஆரோக்கிய மற்றும் சுகாதார அமைப்பின் மூலம் கொடுக்கப்பட்ட சான்றிதழ். இதில் கொடுக்கப்பட்டுள்ள விவரம் என்னவென்றால் அந்தப் பகுதி மக்கள் உடைய ஆரோக்கிய அமைப்பு மிகவும் பாதிக்கப்பட்டுள்ளது அதற்கு காரணம் அவர்களுடைய ரத்தத்துல ஏதோ ஆபத்தான ரசாயனம் கலந்தது தான் காரணம் அப்படின்னு சந்தேகிக்கப்படுகிறது.

எதிர்த்தரப்பு : நோட் திஸ் பாயிண்ட் யுவர் ஆனர் சந்தேகிக்கப்படுகிறது அதுவும் ஏதோ ஒரு ரசாயனம் ரத்தத்தில் கலந்திருக்கும் அப்படினு சந்தேகம் வருகிறதாம்.இப்படி சந்தேகத்தின் பேரில் ஒரு புகழ்பெற்ற கம்பெனியின் மீது அதுவும் அரசு முதலில் அங்கீகாரம் கொடுத்த ஒரு கம்பெனியின் மீது இப்படி குற்றம் சுமத்தி அதை மூட வைக்க வேண்டும் என்று நினைப்பது அரசின் இயலாமையை காட்டுகிறது.

ஆதிரா : அரசின் இயலாமை என்பது எதுவும் இல்லை மை லார்ட் மக்கள் தேர்ந்தெடுத்த அரசை இழிவாக பேசுவது மக்களை இழிவு படுத்துவதற்கு சமமாகும்.

எதிர்த்தரப்பு : நான் அரசை இழிவுபடுத்தவில்லை யுவர் ஆனர் ஒரு சராசரி இந்தியக் குடிமகனாக அரசை விமர்சிக்க எனக்கு அனைத்து உரிமையும் உள்ளது அதையே நான் எடுத்துரைத்தேன்.சரியான தகுந்த சாட்சியத்தை காட்டினால் எங்கள் தரப்பு நிச்சயம் இந்த நீதிமன்றம் சொல்வதை கேட்போம் என்பதை தெரிவிக்க விரும்புகிறேன்.

நீதிபதி : அதிரா அவர் சொல்வது போல உங்களிடம் தகுந்த சாட்சியம் உள்ளதா

ஆதிரா : இருக்கு யுவர் ஆனர்

எதிர்த்தரப்பு : மறுபடியும் அந்த மக்களோட ஸ்கேன் ரிப்போர்ட் எக்ஸ்ரே இதெல்லாம் கட்ட போறீங்களா போறீங்களா. யுவர் ஆனர் எங்களுடைய கம்பெனியில் இருந்து வெளியாகும் புகை எந்த வகையிலும் தீங்கானது இல்லை அப்படின்னு இந்திய சுகாதார ஆய்வு மையம் அந்த புகையை ஆய்வு செய்து கொடுத்த ரிப்போர்ட் அதை உங்களுக்கு சமர்ப்பிக்க விரும்புகிறேன்.

நீதிபதி : அதை வாங்கிப் பார்த்த நீதிபதி எல்லாம் சரியாதான் இருக்கு இதுக்கு என்ன சொல்றீங்க அதிரா. என்று கேட்க

ஆதிரா : இதற்காக தான் இவ்வளவு நேரம் காத்துகிட்டு இருந்த மை லார்ட்.

நீதிபதி : என்ன சொல்றீங்க

ஆதிரா : ஆமாம் மை லார்ட் அவங்களுடைய தொழிற்சாலையில் இருந்து வெளியாகும் புகையை பரிசோதித்ததில் அதில் அரசு மற்றும் சுகாதாரத்துறை நிர்ணயித்த அளவை விட நச்சுப்புகை வெளியாகவில்லை.

எதிர்த்தரப்பு : அப்புறமென்ன யுவர் ஆனர் அரசு தரப்பு வக்கீல் அவங்களே ஒத்துகிட்டாங்க எங்கள் தரப்பில் எந்த தவறும் இல்லை என்று இனி இந்த வழக்குக்கு அவசியமில்லையே

ஆதிரா: பொறுமை பொறுமை ஏன்? ரொம்ப சந்தோஷப்படாதீங்க நான் இன்னும் பேசி முடிக்கல. ஆமாம் மை லாட் அந்தப் புகையில் எந்த பாதிப்பும் இல்லை என்பது சுகாதாரத்துறை கொடுத்த ரிப்போர்ட் தான். ஆனா அந்த ரிப்போர்ட்டில் இருப்பது உண்மை அல்ல

எதிர்த்தரப்பு : அப்போ அரசாங்கமும் அரசாங்கத்துடன் துறையும் தப்பு செஞ்சிருக்காங்க ன்னு சொல்ல வரீங்களா

ஆதிரா : உங்களுடைய அனுமானம் அதற்கு நான் பதில் சொல்ல முடியாது. யுவர் ஆனர் எனக்கு ஒரு ஐந்து நிமிடம் இதை விவரிக்க நேரம் வேண்டும் யாரும் குறுக்கே பேசவோ தலையிடவோ கூடாது உங்கள் அனுமதியுடன்

நீதிபதி : Request granted.

ஆதிரா : Thank you, மை லார்ட் சுகாதாரத்துறை கொடுத்த ஆவணத்தில் எந்தப் பிழையும் செய்யவில்லை சொல்லப்போனால் அந்த புகையை பரிசோதித்ததில் என்ன ரிசல்ட் வந்ததோ அதைத்தான் அவர்கள் கொடுத்துள்ளார்கள் ...என்று சொல்லிக் கொண்டிருக்கும் போது குறுக்கே "அப்புறம் என்ன?" என்று எதிர்தரப்பு கேட்க நான் பேசும்போது குறுக்கே

பேசக்கூடாது என்று இப்போதான் நீதிபதி அவர்கள் கிட்ட அனுமதி வாங்கினேன் அதனால நீங்க கொஞ்சம்...... என்று ஆதிரா தன் கைகளால் சைகை காண்பிக்க அமைதியாக அமர்ந்தார் எதிர்த்தரப்பு வழக்கறிஞர்.

ஆதிரா : ஆனால் அந்த ரிப்போர்ட்டில் காண்பிக்கப்பட்ட ஒரு விஷயம் இருக்கு அந்த கம்பெனியில் இருந்து வரும் புகையை பரிசோதித்தால் அதில் எந்த ஒரு நச்சுத்தன்மை இருப்பதாகவும் தெரியாது. ஏன் என்றால் அதிலிருந்து வெளிவரும் புகையில் கலந்திருப்பது கார்பன் மோனாக்சைடு (**corbon monoxide**) இது வாசனையோ நிறமோ அல்லது கண்ணுக்கு தென்படக்கூடிய வகையிலோ இருக்காது இந்த வாயுவானது அப்படிப்பட்ட தன்மை கொண்டது ஆனால் இது மனிதர்களுக்கு மிகவும் தீங்கானது. எல்லாரும் கேட்கலாம் கார்பன் மோனாக்சைடு நம்மள சுத்தி இல்லவே இல்லையா அப்படின்னு நாம சமைக்கிற எரிவாயு முதல் கொண்டு அதில் கார்பன் மோனாக்சைட் இருக்கு. ஆனால் அதற்கான அளவுகோல் மாறினால் அது உயிருக்கு ஆபத்து.

நீதிபதி : சரி அப்போ இதுல அந்த இருக்கு அப்படிங்கறது என்ன ஆதாரம்?

ஆதிரா : இதோ இருக்கு மை லார்ட் இந்த தொழிற்சாலைகளிலிருந்து வெளியேற்றப்படும் புகையில் ஹைட்ரஜன் கலக்கப்படுகிறது அதனோடு கலக்கும் போது கார்பன் மோனாக்சைட் இருப்பது தெரியாமல் போகிறது நீங்கள் பரிசோதித்தால் அதில் கார்பன் மோனாக்சைடு இருப்பதை கண்டுபிடிக்க முடியாது.

எதிர்த்தரப்பு : அப்புறம் நீங்க மட்டும் எப்படி கண்டுபிடிச்சீங்க அதனை ஆதாரமாக சொன்னாலும் எப்படி நாங்க ஏத்துக்க முடியும்

ஆதிரா : நான் ஏற்கனவே சொன்ன கொஞ்சம்..... என்று ஆதிரா மீண்டும் சைகை செய்ய அமைதியானார் அந்த வக்கீல்.

ஆதிரா : மிகவும் தெளிவாக புத்திசாலித்தனமாக அவர்கள் செய்த வேலைதான் அந்த ஹைட்ரஜன் கலப்பு இதனால் இதை பரிசோதித்தும் எந்த பலனும் இல்லை. ஆனால் காற்று ஒரே பக்கம் என்றும் வீசாது என்று ஒரு பழமொழி உண்டு. அதுதான்

இங்கு எனக்கு கிடைத்த ஆதாரம். தெரிந்தோ தெரியாமலோ இவர்கள் தொழிற் சாலையிலிருந்து அந்தப் புகையில் கலந்திருந்த ஹைட்ரஜன் வான் மண்டலத்தில் கலக்கும் போது தன்னுடைய இயல்பை மாற்றி வெப்பநிலை காரணமாக மழை மேகத்துடன் கலந்து மழையாக வந்திருக்கிறது.

நான் சொல்லுகிற இந்த அனைத்தும் ஏதோ கதை போல இருக்கும் கொஞ்சம் தெளிவாக சிந்தித்து பாருங்கள். இந்த வழக்குல இந்த ஆதாரத்தை கடந்த ஆறு மாசமாகாட்டாம இருந்ததற்கான காரணம் அது மழை காலம் மழைக் காலத்தில் மழை வருவது சகஜம்தான்.

ஆனால் கோடைகாலத்தில் வெப்ப சலனம் காரணமாக தான் மழை வரும் அப்படி இந்த ஒரு மாத காலத்திற்குள் வெப்ப சலனத்தால் ஏற்பட்ட மழை அளவு இந்த தொழிற்சாலையை சுற்றியுள்ள இடங்களில் அதிகம் மற்ற இடங்களை கருத்தில் கொள்ளும்போது.. அதுக்காக இந்த தொழிற்சாலையினால் தான் மழை வந்தது அப்படின்னு அர்த்தம் இல்லை. மற்ற இடங்களில் பெய்த மழை நீரையும் இங்கே பெய்த மழை நீரையும் எடுத்து ஆய்வு செய்ததில் இந்த இரண்டு இடங்களில் தொழிற்சாலை இருக்கும் இடத்தில் பெய்த மழை மழைநீரில் மட்டும் அதிக அளவு அமிலங்கள் இருப்பது தெரியவந்துள்ளது.

Acid rain test என்ற பரிசோதனையின் மூலம் இது கண்டறியப்பட்டது அதாவது இவர்கள் ஹைட்ரஜனோடு கலந்து விட்ட அந்தப் புகை கலந்த மழை நீர் அதில் கார்பன் மோனாக்சைட் அளவு அதிகமாக இருப்பது நிரூபிக்கப்பட்டுள்ளது அதற்கான ஆதாரம் இதோ உங்கள் பார்வைக்கு...என்று அந்த ஆதாரத்தை ஆதிரா கொடுக்க அதை ஆய்வு செய்தது உண்மை என்று தெரிய வந்தது.

நீதிபதி: எப்படி இது சாத்தியம் இப்படி எல்லாம் பண்ண முடியுமா சுகாதாரத்துறை பரிசோதித்ததில் தெரியாதது எப்படி இப்ப இதில தெரிஞ்சது.

ஆதிரா : அதுதான் மை லாட் அதுக்காகத்தான் இந்த வழக்கை தொடர்ந்தபோது அந்த கம்பெனி மேல ஸ்டே ஆர்டர் வாங்கல அந்த கம்பெனி செயல்பட்டுக் கொண்டே இருந்ததால்தான் இந்த வெயில் காலத்தில் பெய்த மழையினால் இந்த விஷயம் கண்டுப்பிடிக்க முடிந்தது. இதில் அந்த

கம்பெனியோட இன்னொரு சாணக்கியத் தனமும் இருக்கு டெல்லி ஏற்கனவே காற்று மாசு அதிகம் உள்ள இடம் இதனால் தான் இவங்க டெல்லியை தேர்ந்தெடுத்து இருக்காங்க. ஏற்கனவே இருக்கிற காற்றுமாசு கூடவே இதையும் சேர்த்து விட்டால் எந்த பிரச்சனையும் இல்லை என்று நினைத்துக் கொண்டு இருந்தார்கள். ஆனால் உண்மையை என்னிக்கும் மறைக்க முடியாது.இதை ஆராய்ந்த நீதிபதி வேறு ஏதாவது சொல்லனுமா என்று எதிர் தரப்பு வழக்கறிஞரை கேட்க எதுவும் இல்லை என்பது போல் தலையை ஆட்டினார் அவர்.

நீதிபதி : மக்கள் நலனும் நாட்டின் நலமும் தான் என்றும் முக்கியம் அதை கருத்தில் கொண்டு இந்த நச்சுப் புகையை வெளியிடும் சாங் குரூப் ஆஃப் கம்பெனிஸ் உடைய அந்த தொழிற்சாலையை நிரந்தரமாக மூட வேண்டும் என்றும், அந்த இடத்திலிருந்து அகற்ற வேண்டும் என்றும் அரசு நிர்ணயித்த அளவை மீறி பித்தலாட்டம் செய்து நச்சுப் புகையை வெளியிட்ட தாலும் அரசை ஏமாற்றியதாகவும் இந்த நீதிமன்றம் கருதுகிறது எனவே அந்த கம்பெனிக்கு **25** லட்சம் ரூபாய் அபராதம் விதிக்கிறது என்று சொல்லி இந்த வழக்கை முடிக்கிறேன்

. மேலும் இக்கட்டான சூழ்நிலையில் சரியான நேரத்திற்கு வந்து தன்னுடைய முதல் வழக்கை திறம்பட வாதாடி நாட்டின் நலனுக்காகவும் உழைத்த ஆதிராவை இந்த கோர்ட் மிகவும் பாராட்டுகிறது, பெருமைப்படுகிறது.என்று நீதிபதி சொல்ல அங்கு கூடியிருந்த அனைத்து மக்களும் கைத்தட்டி உற்சாகம் செய்தனர்.அங்கிருந்த அனைத்து வழக்கறிஞர்களும் ஆதிராவுக்கு வாழ்த்துக்கள் தெரிவிக்க ஒருவன் மட்டும் ஆதிராவின் மேல் கடும் சினத்தோடு பார்த்துக் கொண்டிருந்தான்.

தன்னைப் பார்த்துக் கொண்டிருந்த சிஇஓ ஷியாங்கை பார்த்த ஆதிரா அவனருகே வந்து "சார் இது எதுவும் வேணும்னு செஞ்சது கிடையாது மக்களுக்கு எது நல்லதோ அதுக்காக தான் இவ்வளவும் எதுவும் தப்பா எடுத்துக்காதீங்க" என்று சொல்லிவிட்டு ஆதிரா திரும்ப ஒரு சிட்டிகை போட்டு அவளை அழைத்தான் அவன் "ஜெயிச்சுட்டே அப்படின்னு நினைக்காத நீ உன் வாழ்க்கையிலேயே பெரிய தப்பு பண்ணியிருக்க இதற்கான விளைவு உனக்கு கூடிய சீக்கிரமே தெரியும் ஏன்

இப்படி ஒரு கேஸ் நடத்தனோம் அப்படின்னு வாழ்நாள் முழுக்க நீ வருத்தப்படுவ" என்று அவன் சொல்ல

ஆதிரா : என்ன **revenge** ஆ எனக்கு இதுக்கெல்லாம் நேரமில்லை நிறைய வேலை இருக்கு நான் வரட்டா.... என்று சொல்லிவிட்டு சென்றவள், மீண்டும் வந்து

"ஒன்னு சொல்ல மறந்துட்டேன் நீங்க இன்னும் ஒரு வழக்கையும் சந்திக்க வேண்டியிருக்கும் இப்பதான் தெரிஞ்சது பிரதீப் மேத்தாவுக்கு நடந்தது விபத்து இல்ல கொலை முயற்சி அப்படின்னு ரெடியா இருங்க பாஸ் மீண்டும் சந்திப்போம்..". என்று சொல்லி வணக்கம் என்பது போல் சைகை செய்துவிட்டு ஆதிரா செல்ல தன்னால் அடக்கமுடியாத கோபத்தோடு நின்று கொண்டிருந்தான் ஷியாங்

. ஆதிரா இந்த வழக்கில் வெற்றி பெற்றதை சுயநினைவு திரும்பிய பின் தெரிந்துகொண்ட பிரதீப் மேத்தா அவளை பார்க்க வேண்டும் என்று அழைத்து இருந்தார்.

அங்கே அவருக்கு ஒரு போன் வர அதில் பேசியது பிரதமர் இவ்வளவு திறம்பட வாதாடிய பெண் யார்? என்று பிரதீப் மேதாவிடம் அவர் விசாரிக்க இங்குதான் இருக்கிறாள் என்று சொல்லி ஆதிராவிடம் ஃபோனை அவர் கொடுக்க **CONGRADULATIONS** என்ற வார்த்தை பிரதமரிடம் இருந்து ஆதிராவுக்கு வந்தது.

அனைத்து செய்திகளிலும் இதுவே தலைப்பு செய்தியாய் இருக்க இதை ஆரியன் மற்றும் அவன் நண்பர்களும் பார்த்தனர்.

"ஆதிரா கலக்கிட்டா இல்ல" என்று அனைவரும் சந்தோஷப்பட்டுக் கொண்டு இருக்க ஆர்யன் முகத்தில் மட்டும் ஏதோ ஒரு கவலை குடிக்கொண்டிருந்தது.

அதே நேரம் சீனாவில் ஒரு போன் அடிக்க அதை எடுத்து பேசிய சீன அதிபரின் உதவியாளன் அதைக் கொண்டுபோய் சீன அதிபருடைய மகனிடம் கொடுக்க அந்த தொலைபேசியில் ஏதோ ஒரு செய்தியை கேட்ட அவன் "யார் இதைச் செய்தது" என்று சீன மொழியில் கேட்க ஏதோ ஒரு பெயர் அவரிடம் சொல்லப்பட்டது அதைக்கேட்ட அவன் அந்த போனை தூக்கி எறிந்து உடைத்துவிட்டு ஆதிரா......... என்று பலமாக கத்தினான்.

அத்தியாயம் -14

வாங் லீ

இங்கே சீன மொழியில் பேசப்படும் அனைத்தும் புரிதலுக்காக தமிழில் கொடுக்கப்பட்டுள்ளது சீனா காரனுக்கு எப்படி தமிழ் தெரியும் என்று கேட்க வேண்டாம்.

இடம் சீன தேசம்

ஆதிராவின் செயலால் தன்னுடைய கம்பெனிக்கு இப்படி ஒரு நிலை வந்ததை எண்ணி மிகுந்த கோபத்தில் இருந்தான் சீன அதிபரின் மகன் வாங் லீ

தன்னுடைய மேஜையில் இருந்த பேப்பர் வெயிட்டை சுற்றிக்கொண்டபடி அமர்ந்திருந்தான்.

அப்போது அங்கு வந்த அவனுடைய உதவியாளர் டியான் அவனைப் பார்த்து 'சார் என்ன ஆச்சு ஏன் இவ்வளவு கோவமா இருக்கீங்க'? நம்ம கம்பெனியை மறுபடியும் ஆரம்பிக்கலாம் சார் கவலைப்படாதீங்க.' என்று கூறினான்.

அதற்கு வாங் லீ," டியான் கம்பெனி போனது ஒரு விஷயமே இல்லை என்னுடைய இமேஜ் அது அது போயிடுச்சு' நான் கால் வச்ச எல்லா இடமும் எப்பவுமே வெற்றி மட்டும்தான் கிடைச்சிருக்கு ஆனால் இந்த ஒரு இடம் மட்டும் எப்படி கோட்டை விட்டேன் அப்படின்னு தெரியல' யார் அந்த.... அவ பேர் என்ன சொன்ன ' என்று அவன் கேட்க

"ஆ.. ஆதிரா"என்று தயக்கத்தோடு பதில் சொன்னான் டியான்.

"ஹான் அதிரா நல்ல பெயர்தான் ஆனால் எனக்கு பிடிக்கல, அவள் யார் எதுக்காக என்கிட்ட தேவையில்லாமல் வம்புக்கு வரணும்"என்று வாங் கேட்க

"சார் தெரியாம பண்ணி இருப்பாள் உங்களப் பத்தி தெரிஞ்சா உங்ககிட்ட யாராச்சும் மோது வாங்கலா அப்படி மோதினால் அவங்க பைத்தியம் தான்."

"என்ன சமாதானப்படுத்த பார்க்காத இதை என்னால சும்மா விட முடியாது" என்று கோவமாக பேசினான் வாங் லீ.

சார், இதுக்கு முன்னாடி நீங்க இப்படி கோபப்பட்டு நான் பார்த்ததில்லை எவ்வளவு விஷயம் நடந்திருக்கு

அப்போதெல்லாம் நீங்க இவ்வளவு டென்சன் ஆனது இல்லை ஏன் சார் இப்ப மட்டும் இப்படி? என்று டியான் கேட்க.

"டியான் இந்தியாவை பற்றி என்ன நினைக்கிற "என்றான் வாங்

"இந்தியா நம்மள விட கொஞ்சம் கம்மியான நாடுதான் ஆனா அங்க இருக்கிற வளங்கள் எல்லாமே அதிகம் சார்!"

ஹ்ம்ம் சரி தான் ஆனா வேற ஒரு விஷயம் தெரியுமா ?

என்ன சார்?

இந்தியா மருத்துவத்திலும் நம்மள விட பெரிய நாடு தெரியுமா?

சார் நம்ம கிட்ட இருக்கிற அளவுக்கு டெக்னாலஜியும் இல்ல ஹாஸ்பிடல் வசதியும் அவங்க கிட்ட இல்ல சார் ?

சரிதான் நம்மளோட அளவுக்கு அவங்ககிட்ட மருத்துவ வசதி இல்லை தான் டெக்னாலஜி இல்லைதான் ஆனா ஒன்னு இருக்கு அது அவங்க கிட்ட இருக்க மருத்துவ குறிப்பு உலகத்தில் இருக்கிற எப்படிப்பட்ட நோய்க்கும் அவங்ககிட்ட சித்தர்கள் எழுதி வைத்த மருத்துவ குறிப்பு இருக்கு... என்று வாங் சொல்லிக்கொண்டு இருக்கும்போதே குறுக்கே கேள்வி கேட்டான் டியான்.

"சார் ஆனா அதுக்கும் இப்படி இங்க கம்பெனி போனதுக்கு ஃபீல் பண்றதுக்கும் என்ன சம்பந்தம் ?"

ஹாஹாஹா... என்று பலமாக சிரித்த வாங் "முட்டாள் முட்டாள் எந்த திட்டத்தோடு நாம இருக்கிறோம் என்று உனக்கு தெரியாது இல்ல. என்று சொல்லி அவனுடைய திட்டத்தை அவன் சொல்ல ஆடிப் போய் நின்றான் டியான்.

ச ச சார்ர்....?

என்ன டியான் உறைஞ்சு போய் நிக்குற ?

சார் இது...இது தப்பில்லையா?

Everything is fair in business டியான் என்று சொல்லிவிட்டு வேகமாக அங்கிருந்து சென்றான் வாங் லீ.

அதே நேரம் இங்கே இந்தியாவில்

“ஆதிரா நீ தான் இன்னைக்கு எல்லா பேப்பர்களிலும் தலைப்பு செய்தி கலக்கிட்ட வாழ்த்துக்கள்”என பிரதீப் மேத்தா கூற

“சார் எல்லாமே உங்ககிட்ட கத்துகிட்டது தான் அது எப்படி தோற்கடிக்க விடுவேன்” என்றாள் ஆதிரா

"இருந்தாலும் கொஞ்சம் ஜாக்கிரதையா இரு ஆதிரா வழக்கு நடக்க கூடாதுனு என்ன கொல்ல முயற்சி பண்ணவங்க, இப்போ நீ அவங்க கம்பெனியை மூடவே மூடிட்ட கண்டிப்பா சும்மா இருக்க மாட்டாங்க கவனமாக இரு"என்றார் பிரதீப் மேத்தா.

“அதெல்லாம் நான் பாத்துக்கிறேன் சார் நீங்க உடம்ப பாத்துக்கோங்க நான் கிளம்பறேன்” என்ற ஆதிராவை ஒரு நிமிஷம் இரு என்றார் மேத்தா

“என்ன” என்று பார்த்த ஆதிராவிடம் அவர் "உன்னை பார்க்கணும்னு பிரதமர் சொன்னார்"என்றார்.

பிரதமரை பாக்கணுமா ? என்ற அதிர்ச்சி கலந்த குரலில் கேட்டாள் ஆதிரா.

“ஆமாம் ஆதிரா அவர் உன்னை கண்டிப்பா பாக்கணும் வர சொல்லுங்க அப்படினு சொன்னார். நீ நாளைக்கு போய் அவரை பாரு நான் அவர் கிட்ட சொல்றேன்” என்றார்.

“சார் அது வந்து நான் எதுக்கு இப்போ அவரை”.என்று ஆதிரா இழுக்க

“நான் சொன்னா கேட்ப தானே? அப்போ போய் பாரு” என்று மேத்தா சொல்ல சரி என்பது போல் தலையசைத்தாள் ஆதிரா.

பிறகு அவள் வீட்டுக்கு வந்து ஆர்யனுக்கு ஃபோன் செய்தாள்.

"ஹலோ அப்பா"

சொல்லுமா என்றான் ஆர்யன் சற்று தோய்ந்த குரலில்.

ஊரே தன்னை கொண்டாடும் போதும் காதில் வாங்கி கொள்ளாத ஆதிரா தன் அப்பா தன் திறமையை எப்படி பாராட்ட போகிறார் என்ற ஆர்வத்தோடு ஃபோன் செய்தவளுக்கு ஆர்யணின் தோய்ந்த குரல் ஏமாற்றத்தை

தந்தது, இன்னும் அந்த எதிர்காலக் குரல் கொடுத்த பயம் அவர் மனதை கலக்கத்தில் வைத்திருப்பது அவளுக்கு புரிந்தது.

ஆதிரா : அப்பா என்னப்பா குரல் ஏதோ போல இருக்கு உடம்பு எதும் சரி இல்லையா?

ஆர்யன் : இல்லமா அதெல்லாம் ஒன்னும் இல்ல

ஆதிரா : நியூஸ் பாத்திங்களா அப்பா?

ஆர்யன் :“பார்த்தேன் மா வாழ்த்துக்கள் நல்ல பண்ணிருக்க” என்று அவன் சொன்னதும் ஆதிராவிற்கு உள்ளூர அனேக சந்தோஷம் ஆனால் தன் தந்தையின் குரலில் இருந்த எதோ ஒரு சுனகத்தை அவளால் உணரமுடிந்தது.

பிறகு

ஆதிரா : அப்பா, நாளைக்கு என்ன பிரதமர் பார்க்கணும்னு சொல்லியிருக்கார் நான் போகட்டுமா ? என்று ஆதிரா சொன்னதை கேட்ட அடுத்த கணம் அதிர்ச்சியில் உறைந்து போனான் ஆர்யன் வார்த்தை எதுவும் பேச வராமல் சற்று நேரம் மௌனமாகவே இருந்தான்

ஆதிரா : அப்பா அப்பா ,அப்பா பேசுங்க பா

ஆர்யன் : ஆ.. ஆ. யாரை பார்க்க போற ?

பிரதமர் அப்பா என்று கூற சற்று சுதாரித்து கொண்ட ஆர்யன்.

“போயிட்டு வாமா பிரதமரே கூப்பிட்டு போகாம இருக்க கூடாது” என்று கூறினான்.

“தேங்க்ஸ் பா நான் நாளைக்கு பண்றேன்” என்று சொல்லிவிட்டு ஆதிரா போனை வைக்க ,தான் போ என்று சொல்லி தவறு செய்து விட்டோமோ என்று எண்ணி கொண்டிருந்தான் ஆர்யன். அதே நேரம் ஆதிரா வீட்டின் கதவு தட்டும் சத்தம் கேட்டது . ஆதிரா உள்ளே சமைத்துக் கொண்டு இருக்க மீண்டும் மீண்டும் கதவை பலமாக தட்டும் சத்தம் கேட்டது.

ஆதிரா "வரேன்"என்று சொல்லியும் வேகமாக கதவை யாரோ தட்ட என்னவாக இருக்கும் என அவள் யோசித்து கொண்டே

போய். கதவை திறக்க அங்கு நின்று கொண்டு இருந்தான் கட்டபொம்மன்.

கட்டபொம்மன் ஆதிராவின் அசிஸ்டன்ட் .டேய், கட்டபொம்மா நீ என்னடா இந்த நேரத்துல வந்துருக்க என்றாள் ஆதிரா.

“அக்கா நாள் ஊர்ல இல்லாத நேரமா பாத்து கேஸ் எடுத்துருக்க நீ ஆஜர் ஆக போறேன்னு சொல்லவே இல்ல இன்னும் நாலு நாள் கழிச்சு தான நீ வருவேன்னு சொன்ன இப்போ என்ன திடீர்னு வந்துருக்கா அதுவும் நான் நியூஸ் பாத்து தான் தெரிஞ்சுகிட்டேன்.என்ன அக்கா இதெல்லாம்” என்று அவன் மூச்சு விடாமல் கேட்க தண்ணியை நீட்டி குடி என்றாள் ஆதிரா.

“பேசி முடிச்சிட்டியா.. அவசரமா வர வேண்டிய நிலைமை அதான் யாருக்கும் சொல்ல முடியல” என்றாள் ஆதிரா.

“ஓ.. அப்படியா சரி சரி நான் கூட என்னை வேலைய விட்டு தான் தூக்கிட்டியோனு பார்த்தேன் நல்ல வேலை” என்றான் அவன்.

“டேய்,நீ நான் எல்லாரும் மேத்தா சாரோட ஜூனியர் நான் ஏண்டா உன்னை தூக்க போறேன் ” என ஆதிரா கேட்க

"அவரோட ஜூனியரா இருந்தாலும் நான் உனக்கு தானே அசிஸ்டன்ட் நீ தானே என்ன வேலைக்கு வெச்ச "என்றான்.

“சரி சரி என்னடா எல்லா பேக்கையும் கையோடு எடுத்துட்டு வந்துருக்க உன் ரூம்க்கு போகலையா” என்றாள் ஆதிரா

“இல்ல நான் நேரா உன்னை பார்க்க தான் வந்தேன்” என்று கட்டபொம்மன் கூற

"சரி இரு நான் வரேன் கார்ல உன்னை உன் ரூம்ல விட்டுறேன் இரு"என்று சொல்லிவிட்டு கார் சாவியை எடுத்து கொண்டு அவனை கூட்டிக்கொண்டு காரை எடுத்து கொண்டு கிளம்பினாள்.

போகும் வழியில் ஒரு சூப்பர் மார்கெட்டில் கார் நின்றது.

“வரியா, கொஞ்சம் பொருள் வாங்கணும் வாங்கிட்டு வரலாம்” என்று ஆதிரா சொல்ல

“ஹான், வரேன் நான் மட்டும் இங்கே தனியா என்ன பண்ண போறேன் “என்று சொல்லிவிட்டு கட்டபொம்மனும் இறங்கி அவளுடன் கடைக்கு சென்றான். இரவு **10** ஆகிவிட்டது கடையும் மூடும் வேளை ஒன்று இரண்டு பேர் கடையில் இருந்தார்கள். ஆதிராவும் பொருட்களை வாங்கிகொண்டு பில் செலுத்தும் போது அங்கிருந்த மக்கள் அலரும் சத்தம் கேட்டு ஆதிராவும் கட்டபொம்மனும் திரும்பி பார்க்க அங்கே ஐந்து முதல் ஆறு பேர் கையில் இரும்பு கம்பி, கட்டை,கத்தி மற்றும் சில ஆயுதங்களோடு நின்று கொண்டிருக்க கடையில் இருந்தவனோ கல்லா பெட்டி மேஜைக்கு பின்னால் ஒளிந்து கொண்டான்.

ஆதிரா கடையின் உள்ளே கடைசியில் நிற்க வந்தவர்களோ கடையின் வாசலில் இருந்தார்கள் இருவருக்கும் இடையே **50** அடி தூரம் இருந்தது.

“அக்கா எதோ பிரச்சனை போல அக்கா யாரையோ கொல்ல போறாணுங்க போல!! வா அக்கா போயிடலாம்”என்று கட்டபொம்மன் சொல்ல அவங்க என்னை தேடி தான் வந்துருக்காங்க என்றான் ஆதிரா என்னக்கா சொல்ற என்று அவன் கேட்க

ஆமாம் கார் பின்னாடி யாரோ ஃபாலோ பண்ணுற மாதிரி இருந்துச்சு அதான் கன்பார்ம் பண்ண கடைக்குள்ள வந்தேன். இப்போ கன்ஃபார்ம் ஆயிடுச்சு. என்று ஆதிரா சொல்ல “எது தெரிஞ்சு தான் உள்ளே வந்தியா என்னக்கா சொல்ற இப்போ என்னக்கா பண்றது என்று பயத்தோடு கட்டபொம்மன் கேட்க

எதுவும் பேசாமல் மௌனமாய் எதிரே நிற்பவர்களை பார்த்து கொண்டு கை விரல்களை நட்டை உடைத்தபடி நின்று கொண்டு இருந்தாள் ஆதிரா

அத்தியாயம் 15

சூப்பர் மார்க்கெட்

தன்னை தேடிக்கொண்டிருக்கும் அடியாட்களை எதிரே பார்த்தபடி நின்று கொண்டிருந்தாள் ஆதிரா.

அந்த நேரத்தில் கட்டபொம்மன் "அக்கா, யாருக்கா இவங்க எல்லாம் கடையில் கொள்ளை அடிக்க போறாங்களா ?"என்று கேட்டான்.

"அவங்க கொள்ளை அடிக்கலாம் வரல நம்மள தான் அடிக்க வந்து இருக்கானுங்க"என்று ஆதிரா சொல்ல

"எது நம்மள அடிக்க வந்திருக்காங்களா? எதுக்குக்கா? அப்ப இது உனக்கு முன்னாடியே தெரியுமா தெரிஞ்சு எதுக்கு கடைக்குள்ள வந்த"என்று அதிர்ச்சியில் கேட்டான்.

"காரை ஃபாலோ பண்ணிட்டு வந்தானுங்க சரி நம்ம கடைக்குள் போய்ட்டா பொது இடம் அப்படினு போடுவாங்கனு நெனச்சேன்" என்றாள் ஆதிரா

"நல்லா நெனச்ச அங்க பாரு கடை ஓனரை கல்லாபெட்டி மேலே ஏறி உட்கார வச்சிருக்கானுங்க, இருந்தவனுங்க அத்தனை பேரும் நம்மளை மட்டும் தனியா விட்டுவிட்டு ஒடிட்டானுங்க இதுல பப்ளிக் பிளேஸ் வேற வா அக்கா ஒடிடலாம்"என்று கட்டபொம்மன் சொல்லிக் கொண்டிருக்கும்போதே அங்கே ஷட்டரை மூடும் சத்தம் கேட்டது.

"அதுவும் போச்சு இப்போ ஓடவும் முடியாது"என்று கூறினாள் ஆதிரா.

"இப்ப என்ன பண்ண போற"என்றான் கட்டபொம்மன். நான் சொல்றத செய் என்று ஆதிரா கட்டபொம்மனிடம் காதில் சொல்ல

சண்டை போடப் போறியா ? என்று அவன் கத்த "சொல்றத செய் டா" என்று கோபமாகக் கூறினாள் ஆதிரா.

"என்னவோ படத்துல வரா மாதிரி சொல்ற" என்று புலம்பிக்கொண்டே அவன் அங்கிருந்து கடை ஓனரிடம் ஏதோ சைகை காட்ட அதேநேரம் ஆதிராவை நோக்கி இரண்டு மூன்று பேர் ஓடி வந்தார்கள்.

வந்தவர்கள் ஆதிராவை நெருங்கும்போது கடையின் அனைத்து மின் விளக்குகளும் அணைந்தன.

அடுத்த அடுத்த சில நொடிகளில் வந்த அடியாட்கள் தங்களுடைய செல்போன் லைட் ஆன் செய்ய அங்கேயே அடிக்கச் சென்ற இருவரில் ஒருவன் கையை இழுத்துக் கொண்டு கீழே விழுந்து கிடந்தான்.

அதிர்ச்சியில் அனைவரும் அங்கே பார்க்க அங்கே கட்டபொம்மன் மட்டும் நின்று கொண்டு இருந்தான்.

இதை பார்த்த அந்த அடியாட்களுள் ஒருவன் "டேய் இவன் தான் டா அந்த பொண்ண எங்கேயோ ஓட சொல்லிட்டு நம்மாள அடிச்சு இருக்கான்"என்று அவன் சொன்னதைக் கேட்ட கட்டபொம்மன்

"என்னது நான் அடிச்சேனா?"என்று சொல்லி திரும்பிப் பார்க்க அங்கே ஆதிராவை காணவில்லை.

"ஆ.. எங்க போனாங்க இவ்வளவு நேரம் பக்கத்துல தான் இருந்தாங்க"என்று சொல்லி அருகே ஓரமாக பார்க்க அங்கே ஆதிரா ஒளிந்து கொண்டு இருந்தாள்.

"அக்கா என்னக்கா நீ போய் ஒளிஞ்சிகிட்ட இவனுங்க என்னடானா நான்தான் அவனை அடிச்சேன் சொல்றானுங்க என்ன நடக்குது இங்க" என்று குழப்பத்தோடு கட்டபொம்மன் ஆதிராவை கேட்டான்.

"தம்பி நல்லா கேட்டுக்கோ அவங்கள பொறுத்த வரைக்கும் என்ன ஓட சொல்லிவிட்டு நீதான் அவன அடிச்ச இத நாம

அப்படியே மெயின்டைன் பண்ணுவோம் சரியா" ஆதிரா கூறி கொண்டிருக்கும்போதே இன்னொருவன் கட்டபொம்மனை அடிக்க வர அவன் ஓடிவந்து ஆதிரா பின்னால் ஒளிந்து கொண்டான்.

"அடேய் என் பின்னாடி ஏன்டா வந்து ஒளியற நான் சொல்றத செய் நாம இங்கிருந்து தப்பிச்சிடலாம்"ஆதிரா சொல்ல

"ஆ... முடியாது முடியாது என்னால பண்ண முடியாது நான் உன்கிட்ட அசிஸ்டன்டா இருக்க தான் வந்தேன் சண்டலாம் போட வரல எனக்கு சண்டை போடவும் தெரியாது" என்று கதறினான்

"தம்பி நான் சொல்றதை கேளு நான் சொல்றத அப்படியே பண்ணு கரெக்டா வரும் பயப்படாம நீயும் டார்ச்லைட் ஆன் பண்ணிக்கிட்டு முன்னாடி ஓடு" என்றாள் ஆதிரா.

"எதுக்கு அவனுங்க என்னை ஈசியா பிடிக்கிறதுக்கா"என்று குறுக்கே பேசினான் கட்டபொம்மன்.

"டேய் பேருதான் கட்டபொம்மன் ஆனா கொஞ்சம் கூட தைரியம் கிடையாது சொல்றத செய் நீ டார்ச் எடுத்துக்கிட்டு போனால்தான் என்னால உன்ன ஃபாலோ பண்ண முடியும்"என்றாள் ஆதிரா.

"அது எப்படி எல்லாரும் தான் டார்ச்சு வெச்சி இருக்கான் யாருன்னு எப்படி கண்டுபிடிப்ப"

"நீ என் ஃபோன் எடுத்துக்கிட்டு ஓடு என் போன்ல இருக்கிறது **LED white** டார்ச் கிடையாது, மஞ்ச கலர் டார்ச் அதனால நான் உன்னை மட்டும் தனியா தெரிஞ்சுப்பேன்"ஆதிரா சொல்ல

"என்னமோ சொல்ற உன்ன நம்பி போறேன்" என்று சொல்லிவிட்டு ஆதிரா உடைய ஃபோனை எடுத்துக்கொண்டு டார்ச்சை ஆன் செய்துவிட்டு அவர்கள் தேடிக் கொண்டு இருப்பதற்கு எதிர் திசையில் ஓடினான் கட்டபொம்மன்.

அவன் ஓடுவதைப் பார்த்த மற்றவர்கள் "டேய் அவன் அங்க ஓடுறான் வாங்கடா" என்று கூறிக்கொண்டு அவனை துரத்தினார்கள்.

"அய்யய்யோ இவ பேச்சைக்கேட்டு இவனுங்க கிட்ட சட்னி

ஆயிடுவோம் போலயே கருப்பசாமி என்னை எப்படியாச்சும் காப்பாத்து பா"என்று புலம்பிக்கொண்டு கட்டபொம்மன் ஓட

ஒருவன் அவனை பின்னே இருந்து பிடிக்க வர சட்டென்று கட்டபொம்மன் ஓடுவதை நிறுத்தி கீழே அமர்ந்தான். அதற்கு காரணம் ஆதிரா கட்டபொம்மன் எதிரே வந்து நின்று அவனை உக்கார சொல்லி துரத்தி வந்தவனின் மூக்கில் ஒரு குத்து விட்டாள்

அடுத்த நொடி துரத்தி வந்தவன் சரிந்து கீழே விழ பின்னால் வந்தவர்கள்" என்னடா ஆச்சு இது எப்படிடா விழுந்தான்" என்று சொல்லிக்கொண்டு சுற்றி சுற்றி பார்க்க அங்கே ஒரு மூலையில் கட்டபொம்மன் ஓடி கொண்டு இருந்தான்.

"டேய் அங்க ஓடுறான்டா நம்ம ஆளு ரெண்டு பேரு அடிச்சிட்டான் அவனை சும்மா விட கூடாது அந்த பொண்ணு அப்புறம் பாத்துக்கலாம் முதல்ல இவன காலி பண்ணுவோம்" என்று சொல்லிவிட்டு துறத்தினார்கள்.

கட்டபொம்மன் ஓடி சென்று ஒரு சுவர் ஓரமாக சாய்ந்த படி நின்றான் "அக்கா இதுக்கு நீயே சண்டை போடலாம் இல்ல என்ன எதுக்கு மாட்டி விடுற அவனுங்க நான் தான் அடிச்சேன்னு வெறிகொண்டு துரத்துரானுங்க" என்று சொல்ல அருகே சுவர் பக்கமாக ஒளிந்து கொண்டிருந்த ஆதிரா "பொம்மா என்ன அவங்க வீக் அப்படின்னு நினைக்கிற வரைக்கும்தான் நம்மளால இங்கிருந்து தப்பிக்க முடியும் நான் தான் அடிச்சேன் தெரிஞ்சா அவங்க மொத்த டார்கெட்டும் என் மேல வந்துரும் இன்னும் நாலு பேரு தான் பாத்துக்கலாம்"என்று மூச்சிறைக்க பேசினாள்.

அப்போது அந்த பக்கம் ஒருவன் ஓடி வர "பொம்மா அவன் காலை தட்டிவிட்டு" என்று ஆதிரா கூற கட்டபொம்மன் அவன் காலை நீட்டி ஓடி வந்தவனை கீழே தள்ளி விட்டாள்.

விழுந்தவன் மீது ஏறி அமர்ந்த ஆதிரா அவளுடைய துப்பட்டா மூலம் அவன் வாயையும் கையையும் சேர்த்துக் கட்டினாள்.

"டேய் தம்பி இழு இவனை இழுத்து அந்த ரூமுக்குள்ள தள்ளலாம்" என்று சொல்லி அவனை அங்கிருந்த ஸ்டோர் ரூமுக்குள் தள்ளி கததவை சாத்தினார்கள்.

ரூம் குள்ள தள்ளிவிட்டா மட்டும் அவன் கதவை தட்டினா இவங்களுக்கு கேட்காத

"கேக்கும் அதுக்கு தான் அவங்கள திசை திருப்ப இப்போ உன்ன அந்தப் பக்கமா ஓட சொல்லப்போறேன்" என்றாள் ஆதிரா.

"என்னைய வச்சு டெஸ்ட் பண்ற நீ" என்று சொல்லிக்கொண்டு டார்ச்சை எடுத்துக்கொண்டு இன்னொரு திசையில் ஓடினான் கட்டபொம்மன்.

அவனை பின் தொடர்ந்து கொண்டு வெளிச்சம் படாத இடத்தில் ஓடினாள் ஆதிரா.

இங்கே அந்த ரவுடிகள் "டேய் நம்ம ஆள் ஒருத்தன காணும் இனிமே தனியா போய் தேட வேண்டாம் ஒன்னாவே போலாம் நம்மள பிரிச்சு கொண்டுவர தான் அவன் அங்க இங்கேயும் ஓடுறான்.

“நாம ஒண்ணா அவனை அடிப்போம்” என்று சொல்லிக்கொண்டு மூன்று பேரும் கட்டபொம்மனை நோக்கி ஓடிச் சென்றார்கள்.

“மாட்டிக்கிட்டோம் மூணு பேரும் ஒண்ணா வரானுங்க” என்று சொல்லிவிட்டு அங்கேயே நின்றான் கட்டபொம்மன்

அப்போது ஒருவனின் பின் பக்கமாக ஆதிரா சென்று அவனை அவன் காலை தடுக்கி விட அவன் கீழே விழுந்தான்.

உடனே மீதம் **2** பேர் அவனை திரும்பி பார்க்கும் நேரம் அவர்களில் ஒருவன் தலையில் கையில் கிடைத்த ஒரு பொருளால் அடித்தாள். பிறகு தான் தெரிந்தது அது கிட்சனில் மாட்ட படும் பாத்திரம் வைக்கும் அலமாரி என்று இதனால் அவன் வலியில் துடிக்க உடனே அங்கிருந்து கட்டபொம்மனை இழுத்து கொண்டு சென்று ஒளிந்து கொண்டாள் ஆதிரா.

இங்கே மீதம் இருந்த ஒருவன் யார் என்று சுற்றி முற்றி பார்ப்பதற்குள் அங்கே போலீஸ் வந்தது பிறகு அவர்கள் அனைவரையும் கூட்டி செல்லும் போது கடைக்காரரிடம் யார் இவர்களை அடித்தது என்று கேட்கும் போது கடைக்காரர் ஒளிந்து கொண்டு இருந்த கட்டபொம்மனை கை காட்ட அவன் வெளிய வந்து முழித்து கொண்டு நின்றான்.

“சார், நான் எதும் பண்ணல இவங்க தான் என்று சொல்லி கொண்டு ஆதிராவை கை காட்ட சட்டென ஆதிரா "ஆமா சார் என்னதான் அடிக்க வந்தாங்க” என்று கூறியபடி தள்ளாடி எழுந்து நொண்டி கொண்டு நடந்து வந்தாள்.

உடனே போலீஸ் ,” உனக்கு ஒன்னும் ஆகலை இல்லமா” என்று கேட்க “இல்ல சார் என் அசிஸ்டன்ட் என்ன காப்பாத்திட்டான் “என்று ஆதிரா சொல்ல

“எது நானா ?” என அதிர்ச்சியில் கேட்ட கட்டபொம்மன் கையை பிடித்து ஆமாம் என்பது போல சைகை செய்தால் ஆதிரா.

பின்னர், “சரிமா ஹாஸ்பிடல் போ” என சொல்லிவிட்டு போலீஸ் சென்றார்கள்.

அப்போது அந்த கும்பலில் ஒருவன் கட்டபொம்மனைப் பார்த்து முறைத்துக்கொண்டே சென்றான்.

பிறகு ஹாஸ்பிடலில் அடிபட்டு இருந்த அந்த ரௌடி கும்பலை பார்க்க எவனோ ஒருவன் வந்தான்.

“யார் நீங்க இவங்கள எதுக்கு பக்கணும் “என போலீஸ் தடுக்க உடனே அவன்

சார் இவங்களாம் என் ஃபேக்டரி ஆட்கள், அடிப்பட்டு இருக்காங்கன்னு கேள்வி பட்டு வந்தேன் என்று சொன்னான் .

“அப்போ அந்த பொண்ணை அடிக்க நீதான் ஆள் அனுப்புனியா?” என்று கேட்க

“இல்ல சார் எனக்கே என்னனு தெரியாது இவங்க மனைவிகள் வந்து என்ன பாத்து விஷயத்த சொல்லி உதவி செய்ய சொன்னாங்க அதான் நான் வந்தேன்” என்று சொல்ல

அங்கிருந்த பெண்கள் “ஆமாம் சார்,ஐயாகிட்ட நாங்க தான் உதவி கேட்டோம்” என்று சொல்ல போலீஸ் உள்ளே விட்டார்.

உள்ளே சென்ற அந்த முதலாளி “என்னடா ஏன் இப்பிடிலாம் பண்றீங்க என்னாச்சு யாரையோ அடிக்க போனீங்கனு சொன்னாங்க இப்படி எல்லாம் ஏன் உங்களுக்கு புத்தி போகுது இனிமே இப்படி நடந்தா என் கம்பனியில் உங்களுக்கு வேலை கிடையாது. உங்க வீட்ல எவ்ளோ கஷ்டப்படுறாங்கனு பாருங்க

இப்போவாச்சு திருந்துங்க” என்று சொல்லி விட்டு கொஞ்சம் பணம் எடுத்து அந்த பெண்களிடம் கொடுத்து செலவுக்கு வெச்சுகொங்க மாத்திரை மருந்து வாங்கிக்கோங்க என்று சொல்லி விட்டு திரும்பி ஒருவன் காது பக்கத்தில் வந்து

“யாருடா அடிச்சது” என்று கோபத்தோடு கேட்டான், ஒரு பொண்ண தூக்கிட்டு வர சொன்னா இப்படி அடி வாங்கிட்டு வந்து படுத்துருக்கீங்க போலீஸ் கிட்ட எதாச்சும் வாய்... என்று அவன் கூறுவதற்குள்

“இல்ல சார் நாங்க எதுமே சொல்லல சொல்லவும் மாட்டோம்” என்று ரௌடி சொன்னான்.

“அது!! எதாச்சும் பேரு வெளிய வந்துச்சு... அது பெரிய இடம் நீங்க இருக்கற இடம் தெரியாம போயிடுவீங்க ஜாக்கிரதை சரி யாருடா உங்களை இப்பிடி அடிச்சது” என்று கேட்டான்.

“சார் அந்த பொண்ண நாங்க ஈசியா தூக்கிருப்போம் சார் ஆனா அந்த பொண்ணு கூட ஒருத்தன் இருந்தான் சார் குறுக்க மறுக்க ஓடி எங்கள அலைய விட்டு நாங்க எதிர்பாராத நேரத்துல எல்லாரையும் அடிச்சான் சார் கராத்தே தெரிஞ்சவன் போல சரியான அடி சார் கைய தூக்க முடியல “ என்று கையை உயர்த்தி காண்பித்து ஒருவன் கூறினான்.

அதே நேரம் அதே ஹாஸ்பிடலில் ஆதிரா தனக்கும் கட்டபொம்மனுக்கு ஏற்பட்ட காயாத்துக்காக சிகிச்சைக்கு வந்திருந்தாள்.

“முடியாது! முடியாது! முடியாது! அக்கா நீ என்ன சொன்னாலும் என்னால ஏத்துக்க முடியாது நீ அவங்கள அடிச்சதுக்கு என்ன ஏன் மாட்டி விட்ட அதுலயும் அந்த கோனி தலையன் என்னையே முறைச்சி பாத்துகிட்டே போனான் ஏன் அக்கா இப்பிடி பண்ண”? என்று புலம்பினான் கட்டபொம்மன்.

“இல்லடா அவங்கள பொறுத்த வரை நான் வீக் ஆன ஒரு ஆளா தெரியணும் அப்போ தான் அவங்க அடுத்து என்ன மறுபடியும் அட்டாக் பண்ண வருவாங்க அப்போ அவங்களை யார் அனுப்புனது யார் இதை செய்யறது அப்படினு தெரியும்” என்றாள் ஆதிரா.

“அதுக்கு நான் தான் கிடைச்சேனா ?” கட்டபொம்மன் கூறினான்.

“சரி வா கிளம்பலாம் என்று சொல்லிவிட்டு ” ஆதிரா அவனை அழைத்து கொண்டு செல்ல

அந்த ரௌடி கும்பல் இருந்த வார்டு பக்கமாக இவர்கள் சென்றார்கள் அப்போது அங்கு இருந்த ரவுடிகளில் ஒருவன்

“அண்ணே அண்ணே அவன் தான்...அவன் தான்.. எங்கள அடிச்சவன்” என்று கட்டபொம்மனை கை காட்ட அந்த கும்பலில் தலைவன் கட்டபொம்மனை திரும்பிப்பார்த்து முறைத்தான் .

ஆதிரா மருத்துவமனை விட்டு வெளிய செல்லும் போது ஒரு பெண் அவள் மேல் வந்து இடித்தாள் அவளை தாங்கி பிடித்த ஆதிரா

எதிரே அந்த பெண்ணை தள்ளி விட்ட வார்டு பாயிடம் “எதுக்கு இப்பிடி ஒரு பெண்ணை தள்ளி விடுறிங்க” என்று கேட்க அவன் “சும்மா சொல்றத கேட்காம உயிரை வாங்குது மேடம்” என்று ஹிந்தியில் புலம்பினான்.

அவளை ஒரு நாற்காலியில் அமர வைத்த ஆதிரா என்னமா ஆச்சு என்று ஹிந்தியில் கேட்க "எனக்கு ஹிந்தி தெரியாதுமா "என்று கூறினாள்.

“நீங்க தமிழா” என்று ஆதிரா கேட்க

ஆமாம்மா நீங்களும் தமிழா? ஆறு மாசத்துக்கு முன்னாடி ஊரவிட்டு கொழந்தைங்களோட இந்த ஊருக்கு வந்துட்டோம் ஊரவிட்டு வர வேண்டிய சூழ்நிலை கடன் தொல்லை அதிகம் ஆயிடுச்சு குருவிக்கூடு மாதிரி இருந்த வீட்ட வித்துட்டு கடனை அடச்சி மீதம் உள்ள கடனுக்கு அவங்க இந்த ஊருல இருக்க கம்பெனில சேர்த்து விட்டாங்க ஆறு மாசமா போய் வந்தாருமா,

திடீர்னு மூணு நாளைக்கு முன்னாடி கம்பனிக்கு போன ஆளு திரும்பி வரவே இல்ல கம்பனிக்கு போய் கேட்டேன் கம்பனி மூடியாச்சு இனிமே யாருக்கும் வேலை இல்லனு சொன்னாங்க அவரு எங்கனு தெரியாதுனு சொன்னாங்க ரெண்டு நாளா தேடினேன் அங்க வேலை செஞ்ச ஒரு அம்மா சொன்னாங்க என் புருஷனை கம்பனி மூடுன அன்னிக்கி

ஆம்புலன்ஸில் தூக்கிகிட்டு போனாங்கனு இன்னிக்கி தான் எந்த ஆஸ்பித்திரினு கண்டு பிடிச்சு வந்தேன்.

இங்க வந்து கேட்டா அப்பிடி யாரும் இல்லனு இவர் சொல்றாரு தள்ளி விடுராரு ரெண்டு புள்ளைங்கள வெச்சிட்டு நான் என்னமா பண்ணுவேன்" என்று அந்த பெண் அழ

"ஒரு நிமிஷம் மூணு நாளைக்கு முன்னாடி கம்பனிய மூடிட்டாங்களா கம்பெனி பேரு என்ன" என்று ஆதிரா கேட்க

"எதோ சாங்கோ வாங்கோ சொல்லுவருமா அவரு" என்று அந்த பெண் சொல்ல

"அக்கா நம்ம க்ளோஸ் பண்ண சாங் குரூப் ஆப் கம்பனி தாங்கா" என்று கட்டபொம்மன் சொல்ல

சற்று மௌனமாகவே எதையோ ஆதிரா யோசிக்க

"என்னக்கா அமைதியா இருக்க" என்று கட்டபொம்மன் கேட்க "என்னமோ தப்பா இருக்கு கட்டபொம்மா கம்பெனியை நாம இங்க இருக்க யூனிட் மட்டும் தான் மூட கேஸ் போட்டோம் அத்நாள கம்பெனியை மூட சொல்லிட்டாங்க ஒன்னு இவங்க வேற ஏரியா பக்கம் போகலாம் இல்லனா கம்பெனியை ஓபன் பண்ண மேல் முறையீடு போடலாம் அதை எல்லாம் விட்டுட்டு என்ன கொலை பண்ண ஆள ஏன் அனுப்பணும்"என்று கேட்டுக்கொண்டே யோசித்தாள் ஆதிரா.

"சரி அது கூட என் மேல இருக்க கோவம் அதனாலனு வெச்சிக்கலாம்,எதுக்கு இவங்க புருசன கண்ணுல காட்டாம சுத்த விடணும்".

Something is fishy கட்டபொம்மன் ...நீங்க கவலை படாதீங்க அம்மா! இனிமே நான் பாத்துக்கிறேன் முடிஞ்சு போச்சு அப்படினு நெனைச்சேன் இன்னும் முடியல

கட்டபொம்மா **let's get faster** நம்ம தேட வேண்டிய விஷயம் நிறைய இருக்கு...

அத்தியாயம் 16

பிரதமர் அலுவலகம்

காலம் கி.பி **2060** ஆம் ஆண்டு

இஸ்ரோ ஆராய்ச்சி மையம் மிகுந்த பரபரப்புடன் காணப்பட்டது. அதன் ஊழியர்களும் விஞ்ஞானிகளும் அங்கும் இங்கும் நடந்து கொண்டும் போய் வந்து கொண்டும் இருந்தார்கள். அங்கு வந்த துணை தலைவர் **(vice- chairman)**

Good morning everyone, எல்லாருக்கும் விஷயம் தெரிஞ்சிருக்கும் அப்படினு நெனைக்கறேன்.

"**Yes** நாம சைன்ஸ் ஓட அடுத்த பக்கத்தை பாக்கபோறோம். புது உச்சத்தைத் தொடப்போறோம் மத்த நாடுகள் எல்லாம் இதே விஷத்துல பாதி அளவை நமக்கு முன்னாடியே எட்டிட்டாங்கனு சொன்னாலும் நம்மளோட சேர்மேன் அவரோட விடா முயற்சியால நாம இத ஏற்கனவே **75%** முடிச்சிட்டோம் . ஆனால் இவ்வளவு நாட்களாக மறைமுகமாக வெளியில் சொல்லாமல் வேலை நடந்துகொண்டு இருந்துச்சு இப்போ அரசாங்கமே நமக்கு அனுமதி கொடுத்துடுச்சு" என்று சொன்னதும் அந்த அரங்கம் முழுதும் உற்சாகமாக கரகோஷம் எழுப்பினார்கள்.

There is no time நாம இப்போல இருந்து இந்த வேலையை சிக்கிரம் செய்யணும். என் கையில் இருக்கிற இந்த **approval file** எல்லாருக்கும் மெயில் அனுப்புவோம்.

Let's the new journey begins என்று அவர் சொல்ல அவர் கையில் இருந்த அந்த ஃபைலில்

APPROVED BY

PRIME MINISTER OF INDIA

AADHIRAA (ஆதிரா)

என்று கையெழுத்து இடப்பட்டிருந்தது.

காலம் கி. பி 2044

(கதை நடக்கும் காலம்)

அந்த பெண்ணுடைய அழுகைக் கண்டு ஆதிராவால் அமைதியாக இருக்க முடியவில்லை .

தன்னுடைய பிளாஸ்மா பேட் மூலமாக செய்தியை தனக்கு தெரிந்த **RTI (RIGHT TO INFORMATION)** அலுவலகத்தில் வேலை செய்யும் நபருக்கு தகவல் அனுப்பினாள்.

உடனே கட்டபொம்மன் "அக்கா இது என்ன புது **GADGET** ஆ இருக்கு".

"இது இன்னும் மார்கெட்க்கு வரல "இது பழைய ஐபாட் மாதிரி தான் ஆனா எல்லாமே நேர்ல பார்க்கிற மாதிரி அனுப்பலாம். எனக்கு அந்த சீனா கம்பணியோட முழு விவரம் வேணும். நான் மேத்தா சார் சார்பாக கேஸ் எடுத்ததால் அவர் சொன்னதை மட்டும் பண்னேன் சரி அந்த கம்பனியால் சுற்று சுழல் பாதிக்கும் அவங்க அரசாங்கத்தையே ஏமாத்தி **pollution control** ஐ ஏமாத்தி அனுமதி வாங்கி இருக்காங்க அதனால் அதை மட்டும் வெச்சி தான் வாதாடுனேன். ஆனா இவங்க என்ன விடாம துரத்துவதையும் இப்போ இந்த அம்மா ஓட புருஷன் சடலத்தை தரமட்டேன்னு ஹாஸ்பிடலில் பிரச்சனை பன்றதையும் பார்த்தா எதோ சந்தேகமா இருக்கு இவனுங்க சுற்று சூழல் மட்டும் கெடுக்கலை வேற பெருசா என்னமோ செய்ரானுங்க. விடமாட்டேன்"என்று சொல்லிவிட்டு அங்கு இருந்த சுவற்றில் மாட்டப்பட்டு இருந்த ஒரு டிராகன் படத்தை உற்று பார்த்து கொண்டு இருந்தாள் ஆதிரா.

அதே நேரம் வேறு இரு கண்கள் அதே போன்ற டிராகன் படத்தை பார்த்து கொண்டு இருந்தது சீன தேசத்தில்

சார், **May i come in ?** என்று ஒரு குரல் கேட்க டிராகன் படத்தை பார்த்து கொண்டிருந்த கண்கள் திரும்பி பார்த்து வா என்பது போல கண்ணசைத்தது.

அது வேறு யாரும் அல்ல சீன அதிபரின் மகன்.

“சார், ஆதிரா தப்பிசிட்டா” என்று அவன் உதவியாளன் சொல்ல

சட்டென்று தன் கையில் இருந்த கண்ணாடி டம்ப்ளரை தூக்கி போட்டு உடைத்தான்.

"நான் உங்க யாரையாவது ஆதிராவை கொல்லனும்னு சொன்னேனா?" என்றான் வாங்

“இல்.. இல்.. இல்ல சார்..” என்று பதற்றத்துடன் சொன்னான் அந்த உதவியாளன்.

"அப்பறம் எதுக்கு இப்பிடி செஞ்சீங்க"என்றான் வாங்.

சார், உங்களுக்கு பெரிய தலைவலியா இருக்க போகிறாள் அப்படினு நினைச்சு பண்ணிட்டோம்.

"**After all** ஒரு லாயர் அவளை எனக்கு சமமான ஒருத்தியாக என்னால் நினைச்சு கூட பாக்க முடியால ஆனால் நீங்க அவளை என்னோட எதிரியாகவே முடிவு பண்றீங்க? **what the hell is this"** என்று வாங் சத்தமிட

“சாரி சார், இனிமே இப்படி நடக்காது” என்று **PA** சொல்ல

"நடக்காதா? **You guys make its happen man** அவளுக்கு நல்லா ரூட் போட்டு குடுத்துருக்கீங்க இவ்ளோ நேரம் நம்மளை ஏன் டார்கெட் பண்ணனும் அப்படினு யோசிக்க ஆரம்பிச்சு இருப்பா ஆதிரா ”

Before she moves forward ! we should be there.

“இல்லைனா அவ நம்மளை ஓவர்டேக் பண்ணிடுவா" என்று வாங் கோவமாக சொல்லிவிட்டு பெருமூச்சு விட அப்படியே பார்த்து கொண்டு நின்றான் அவன் **PA**

"என்னை என்ன பார்த்துகிட்டு நிக்கற சீக்கிரம் ஃபேக்டரி உள்ள இருக்க எல்லா எவிடென்சும் க்ளியர் பண்ணு."என்று ஆக்ரோஷமாக சொல்ல

அவன் PA அடித்து பிடித்து ஓடினான்.

"ஆதிரா நீ உள்ள வராத மீறி வரணும்னு நெனச்சா ஹ. ஹஹ .ஹா நினைச்சாலே உங்க மகாபாரதத்தில் வர மாதிரி

வெளியவே வர முடியாத சக்ர வியூகத்துல சிக்கிக்க வேண்டி வரும்" என்று சொல்லிவிட்டு சுவற்றில் இருந்த அந்த டிராகன் படத்தை வேகமாக ஆட்டி விட்டு அவன் செல்ல அந்த டிராகன் மேலும் கீழும் ஆடிகொண்டு இருந்தது.

இங்கே இஸ்ரோவில்

"ஆர்யன், என்னடா என்னமோ யோசனையில் இருக்க?"என்று ஸ்வஸ்தி கேட்க

"இன்னைக்கு ஆதிரா பிரதமரை பார்க்க போறா இல்ல ?"என்று ஆர்யன் கேட்க

"ஆமா ஆர்யன் எவ்ளோ பெரிய விஷயம் இல்ல, பிரைம் மினிஸ்டர் நம்ம இஸ்ரோவுக்கு வந்த போது நம்ம பார்த்தோம் அவ்ளோ தான்.ஆனா நெருங்கி பேச முடியல சும்மா புராஜெக்ட் எப்படி போகுது அப்படின்னு கேட்டாரு நம்ம பெயரை ஞாபகமாக சொன்னாரு அதுவே பெரிய விஷயம்.ஆனால் ஆதிராவை இன்னைக்கு அவரே கூப்பிட்டு இருக்காரு நம்ம செல்லம் சூப்பர் இல்ல" என்று பெருமையோடு ஸ்வஸ்தி பேசிக்கொண்டு இருக்க ஆர்யன் முகத்தில் மட்டும் குழப்பம் ஓடிக்கொண்டு இருந்தது.

"என்னடா இன்னும் எதையோ யோசிச்சுக்கிட்டே இருக்க?"என்றாள் ஸ்வஸ்தி

'உனக்கு ஒன்னு மறந்து போச்சா எந்த விஷயத்துக்கு பயந்து அவளை ஊரைவிட்டு டெல்லியில் படிக்க அனுபிச்சனோ இன்னிக்கி அதுவே பிரச்சினை ஆகுமோனு தோணுது. அதுக்காக தான் அவ **IAS** படிக்கணும்னு சொன்னபோது லாயர் படிக்க சொல்லி அவகிட்ட சொன்னேன் இப்போ இப்படி ஒரு நிலைமை வரும் அப்படினு நான் எதிர் பார்க்கலை "என்று ஆர்யன் கூறிகொண்டு இருக்கும் போதே குறுக்கிட்டாள் ஸ்வஸ்தி.

"எது நடக்கணுமோ அது விதிப்படி தான் நடக்கும் பேசாம ரிலாக்ஸ் ஆக இரு "என்று ஸ்வஸ்தி சொல்லிவிட்டு போக

"அந்த விதியை நினைச்சா தான் என் பயம் "என்று மனதோடு சொல்லி கொண்டான் ஆர்யன்.

இங்கே ஆதிரா பிரதமர் அலுவலகத்திற்கு வந்தாள்.

வெளியே இருந்த செக்யூரிட்டி ஆதிராவை தடுக்க "நான் பிரைம் மினிஸ்டர் கூப்பிட்டு தான் வந்துருக்கேன்"என்று ஆதிரா சொல்ல

“அப்பாயின்ட்மென்ட் இருக்கா” என்று கேட்டான் அவன்.

“அப்பாயின்ட்மென்ட் எல்லாம் இல்லை ஆதிரா வந்துருக்கேன் அப்படினு சொல்லுங்க வர சொல்லுவாங்க” என்றாள் ஆதிரா.

"ஆமாம் இவங்க இன்னொரு நாட்டோட பிரைம் மினிஸ்டர் இவங்க வந்து இருக்காங்கன்னு சொன்னதும் பிரைம் மினிஸ்டர் எழுந்து வந்து வாங்க வாங்க அப்பிடினு அழைச்சிக்கிட்டு போக போறாங்க அப்பாயிண்ட்மெண்ட் இருந்தா போங்க இல்லைனா உள்ள விட முடியாது" என்று அந்த செக்யூரிட்டி சொல்ல

"பிரதமரை இன்னொரு பிரதமர் தான் பார்க்கணும்னு சட்டம் இல்லை சாதாரண இந்திய குடிமகனால் தேர்ந்து எடுக்கப்டுபவர் தான் பிரதமர் அவருக்கு அதனால் கிடைக்கிற மரியாதை அவருக்கானது இல்லை அவரை நம்பி ஓட்டு போட்ட மக்களுக்காக கொடுக்கிற மரியாதை இங்க இருக்க ஒவ்வொரு இந்திய குடிமகனுக்கும் பிரதமரை பார்க்க உரிமை உண்டு அதனால் யாரையும் உதாசின படுத்தி பேசாதீங்க" என்று ஆதிரா சொல்லி கொண்டு இருக்க

"Well said ஆதிரா"என்று ஒரு வார்த்தை வந்தது குரல் வந்த திசை நோக்கி ஆதிராவும் அந்த செக்யூரிட்டியும் திரும்பிப் பார்க்க அங்கே நின்றுக்கொண்டு இருந்தது பிரதமர்.

உடனே அந்த செக்யூரிட்டி துப்பாக்கியை தூக்கி இழுத்து பிடித்து உடலோடு அனைத்து தன் ஒரு காலை தூக்கி வேகமா கிழே அடித்து "**SIR**"என்று பிரதமருக்கு சல்யூட் அடித்தான். பிரதமரும் பதிலுக்கு சல்யூட் சமிங்யை செய்து விட்டு "யாராவது என்னை பார்க்கணும்னு வந்தால் முதலில் என்னையோ அல்லது என்னோட பெர்சனல் சேகரேட்டரி அவரையாவது கேளுங்க சரியா"என்று அந்த காவலரிடம் சொல்ல "**Yes sir**"என்று கூறினான் அந்த செக்யூரிட்டி.

"வாங்க ஆதிரா நானும் இப்போதான் இங்க வந்தேன் உள்ள போகலாமா" என்று கேட்க ஆதிரா சற்று உறைந்து போய் நின்றிருந்தவள் சரி என்பது போல் பதற்றத்துடன் தலையசைக்க

தன்னுடன் இருந்த பிளாக் கேட்ஸ் ஆட்களை சற்று விலகும் படி சொல்லி ஆதிராவை தன் அலுவலகத்திற்கு கூட்டி சென்றார் பிரதமர்.

உள்ளே வந்ததும் "Please take your seat ஆதிரா "என்றார் பிரதமர்.

தயக்கத்துடன் தான் வெளியே அவ்வாறு பேசிக்கொண்டு வேறு இருந்தோமே என்ற தவிப்புடன் மெல்ல அமர்ந்தாள் ஆதிரா. அவள் தயக்கத்தை புரிந்து கொண்ட பிரதமர் "என்ன சாப்பிட வேணும் ஆதிரா டீ இல்லைனா கூல்ட்ரிங்க்ஸ் "என்று கேட்க

"எதுவும் வேணாம் சார் நோ தேங்க்ஸ்"என்றாள்.

"ரிலாக்ஸ் ஆக இருங்க ஆதிரா "என்ற பிரதமரின் வார்த்தையை கேட்டதும் சற்று அமைதியானாள் ஆதிரா.

"யூ நோ உங்களை நான் எதுக்கு வர சொன்னேன் அப்படினு"என்று பிரதமர் கேட்க

"தெரியலை சார் "என்றாள் ஆதிரா.

"நீங்க பண்ணிருக்க விஷயம் பெரிய விஷயம் இது சாதாரணமா நம்ம நாடுக்குள்ள இருக்க கம்பனி இல்லை இது சீன கம்பனி இந்த கேஸ் நம்ம தோர்த்து இருந்த நாம சீனா கிட்டயே தோர்த்தா மாதிரி மேலும் ஒரு அரசாங்கம் தனியார் நிறுவனத்தை எதுவும் செய்ய முடியாது அப்படினு ஒரு பிம்பத்தை அந்த தோல்வி ஏற்படுத்தி இருக்கும் ஆனால் நீங்க அதை காப்பாத்திடீங்க"என்று சொல்ல

"சார் நான் என்னோட கடமை தான் செஞ்சேன்"என்று சொன்னால் ஆதிரா.

"இல்லை ஆதிரா மேத்தாவிற்கு விபத்து ஆனதும் அவ்வளவு தான் இந்த கேஸ் அப்படினு நெனச்சேன் ஆனால் சரியான நேரத்தில் நீங்க இல்லைனா இது நடந்தது இருக்காது அப்படினு மேத்தா சொன்னார் எனக்கும் அது புரிஞ்சுது மேத்தா கூட கடைசி நாள் வரை 100% ஆதாரம் கிடைக்கலை கேஸ் எப்படி போகுண்ணு யோசிசிட்டு இருந்தார். ஆனால் நீ **Acid rain test** எடுத்து சரியான ஆதாரமாக கொடுத்து ஜெயிக்க வெச்சிட்ட. **Iam really proud of u aadhira**" என்று சந்தோசத்துடன் சொன்னார் பிரதமர்.

"எனிவே... இந்த பிரச்சனை ஒரு வழியா முடிஞ்சுது" என்று பிரதமர் சொல்ல

"இல்லை சார் இன்னும் முடியலை இப்போதான் ஆரம்பம் ஆகியிருக்கு"என்று ஆதிரா சொல்ல அதிர்ச்சியுடன் ஆதிராவை பார்த்தார் பிரதமர்.

அத்தியாயம் 17

பிரஸ்மீட் பிளான்

ஆதிரா கூறியதை கேட்டு பிரதமர் சற்று குழப்பத்தில் இருந்தார்.

"ஆதிரா அதான் எல்லாம் முடிஞ்சு போச்சு இல்ல அப்பறம் என்ன"என்றார் பிரதமர்.

"இல்லை சார் இது இன்னும் முடியல இதுல வேற எதோ பிரச்சினை இருக்கு" என்றாள் ஆதிரா.

"வேற என்ன பிரச்சினை இருக்கு மக்களுக்கு ஆபத்தா இருந்த அந்த கம்பெனியை மூடியாச்சு இன்னும் அங்க என்ன பிரச்சனை இருக்க போது" என்றார் பிரதமர்.

"அங்க தான் சார் ஏதோ பிரச்சனை இருக்கு "என்றாள் ஆதிரா.

"சரி அது என்ன பிரச்சினை அதை முதல்ல கண்டு பிடிக்கும் வேலையை பார்க்கணும் இல்ல அதை பார்க்க வேண்டிய தானே"என்றார் பிரதமர்.

"அதுக்கு தான் சார் உங்ககிட்ட வந்துருக்கேன்"என்றாள் ஆதிரா.

"நான் என்ன செய்ய முடியும் சொல்லுங்க முடிஞ்சா கண்டிப்பா செய்யறேன்"என்றார் பிரதமர்.

"அந்த கம்பனி உள்ளே போகனும்" என்று ஆதிரா சொல்ல சற்று அதிர்ந்து போய் பார்த்தார் பிரதமர்.

"ஆதிரா you are a lawyer தெரிஞ்சு தான் பேசுறீங்களா? "என்று சற்று காட்டமான குரலில் கேட்டார். மௌனமாய் சற்று

பிரதமரின் மேசையை மட்டுமே பார்த்துக்கொண்டு இருந்தாள் ஆதிரா.

"ஒரு சீல் பண்ண கம்பெனியை எப்பிடி போய் உள்ளே பார்க்க முடியும் ஒரு நிறுவனத்தை சீல் வைத்தால் அதற்கு அப்பறம் அது உள்ள போக யாருக்கும் அனுமதி இல்லை இது நீதிமன்றத்தால் எடுக்கப்பட்ட நடவடிக்கை அப்படி இருக்க மீண்டும் அந்த கம்பெனியை திறக்கும் உரிமை நீதிமன்றத்துக்கு தான் இருக்கு. மேல் முறையீடு மூலமாக தான் சம்பந்தப்பட்ட கம்பனி நபர்கள் கூட அந்த கம்பெனியை திறக்க நடவடிக்கை மேக்கொள்ள முடியும் இப்படி இருக்கும் போது அந்த கம்பனி உள்ள போக நினைக்கிறது சட்டப்படி குற்றம் ஒரு வழக்கறிஞரா உங்களுக்கு இது தெரியும் இல்ல "என்றார் பிரதமர்.

"தெரியும் சார் அதுக்காக தான் நான் வேற எங்க போனாலும் சரி வாரதுனு உங்ககிட்ட வந்தேன்"என்று ஆதிரா சொன்னவுடன்

"நான் என்ன பண்ண முடியும் ஆதிரா என்கிட்ட அந்த கம்பனி திறக்க அனுமதி தர அதிகாரம் இல்லை அதையும் மீறி என்னோட செல்வாக்கில் உள்ள போக நினைச்சா நான் எதோ அந்த கம்பனிக்கு உதவி செய்ய தான் இப்படி பண்றேன்னு நினைப்பாங்க"என்றார் பிரதமர்.

"சார் இந்த கம்பனி உள்ள தான் ஏதோ மர்மம் இருக்கு அதனால் தான் இதுக்கு உள்ள போகனும் சொல்லி கேட்டுட்டு இருக்கேன்"என்றாள் ஆதிரா.

"அப்படி என்ன மர்மம் இருக்கு எதை வெச்சி இப்படி சொல்றீங்க "என்று பிரதமர் கேட்க

அவள் அனைத்து விஷயங்களையும் அந்த கணவனை இழந்த பெண் பற்றியும் சடலத்தை ஒப்படைப்பதில்லை என்ற விஷயத்தையும் பிரதமரிடம் கூற

சற்று சிந்தித்த பிரதமர்.

"உடனே அப்போ அந்த ஹாஸ்பிடல் மற்றும் அந்த ஊழியர்கள் மேல் நடவடிக்கை எடுக்க சொல்லலாம் போலீஸ் விசாரணைக்கு உத்தரவிட்டால் என்ன நடக்கிறது அப்படினு தெரிய வரும் "

"இல்லை சார் அப்படி செஞ்சா இதுக்கு பின்னாடி இருக்கிறவங்க தப்பிசிடுவாங்க வலுவான ஆதாரம் வேணும் அதுக்கு நாம இப்படி ஒரு விஷயம் செய்யறோம் அப்படினு அவங்களுக்கு தெரியவே கூடாது"என்றான் ஆதிரா.

"சரி, அப்போ அந்த கம்பெனியை திறந்து சோதனை போட்டாலும் அது சம்பந்த பட்டவங்க தப்பிக்க வாய்ப்பு இருக்கு இல்லை"என்றார் பிரதமர்

"உங்களை நான் திறக்க சொல்லியோ இல்லை உள்ள போக அனுமதி கொடுக்கவோ,சோதனை பொட சொல்லியோ கேட்டு கஷ்டப்படுத்த மாட்டேன் சார்"என்றாள் ஆதிரா.

"வேற என்ன உதவி என்கிட்ட வேணும்"என்று பிரதமர் சொல்ல

"ஒரே ஒரு பிரஸ்மீட் சார்"என்றாள் ஆதிரா.

"பிரஸ்மீட் (**pressmeet**) ஆ ?"என்று ஆச்சரியத்தோடு பிரதமர் கேட்க

"ஆமாம் சார் , ஒரு பிரஸ்மீட் கொடுங்க போதும் மிச்சம் எல்லாம் சரியா நடக்கும் "என்று ஆதிரா சொன்னாள்.

எந்த மாதிரி ? என்று பிரதமர் கேட்க

"சார் , அந்த கம்பனியில் ஏதோ துர்நாற்றம் வீசுகிறது அதற்காக அதனை என்ன என்று ஆய்ந்து பார்க்க சொல்லி மக்களிடம் இருந்து கோரிக்கை வந்துள்ளது அதற்காக துப்புரவு பணியாளர்கள் சிலரும் அதிகாரிகள் சிலரும் உள்ளே சென்று அதனை சரி செய்ய வேண்டும் என்று உள்துறை மந்திரிக்கு உத்தரவு பிறப்பிக்கப் பட்டுள்ளது "அப்படினு ஒரு பிரஸ்மீட் கொடுங்க சார் போதும். என்றாள் ஆதிரா.

"சரி, பிரஸ்மீட் கொடுத்துட்டு சும்மா இருக்க முடியாது நிஜமாகவே ஆட்களை அனுப்பனும் அப்படி அனுப்பினாலும் அவங்க அங்க என்ன தேடுவாங்க ரெண்டாவது நீ எப்பிடி உள்ள போக முடியும். அதுக்கு மொதல்ல அங்க அப்படி ஒரு துர்நாற்றம் வரணும் மக்கள் கிட்ட இருந்து கொஞ்சமாச்சு புகார் வரணுமே நல்லதுக்காக தான் பொய் சொல்றோம் ஆனாலும் அதில் ஒரு உண்மை இருக்கணும் இல்ல ' என்று பிரதமர் சொல்ல

"நீங்க பிரஸ் மீட் கொடுத்து உள்ள ஆட்களை அனுப்புங்க சார் அதுல நானும் ஒருத்தியாக உள்ள போறேன். அங்க துர்நாற்றம் தானே வரணும் நாளைக்கு வரும் மக்கள் கிட்ட இருந்து புகாரும் வரும்"என்று ஆதிரா சொல்ல

பிரதமர் ஒரு நிமிடம் ஆதிராவை பார்த்துவிட்டு

"ஒரு கேஸ் தானே அதை முடிச்சோமா நம்ம வேலையை பார்ப்போம் அப்படினு போகாம நீ எடுக்கிற முயற்சி really hats off உன்னோட இந்த முயற்சிக்காகவே நான் இதை செய்யறேன்"என்றார் பிரதமர்.

"ரொம்ப நன்றி சார் அப்போ நான் போய்ட்டு வரேன்"என்று சொல்லி ஆதிரா எழுத்திருக்க

சட்டென்று பிரதமர் "ஆதிரா ஒரு நிமிஷம் உண்மையா உள்ளே எதாச்சும் மர்மம் இருக்கும்னு உனக்கு தோணுதா"என்று கேட்க

தன்னுடைய பைக்குள் இருந்து ஒரு ஒற்றை கண் படம் போட்ட ஒரு Badge போன்ற ஒன்றை பிரதமரிடம் காண்பித்து விட்டு சல்யூட் செய்து விட்டு அங்கிருந்து ஆதிரா செல்ல ஆதிராவையே போகும் வரை பார்த்துக்கொண்டு இருந்தார் பிரதமர்.

அடுத்த நாள் காலை ஆதிரா கட்டபொம்மனுக்கு ஃபோன் செய்து வரசொல்லி இருந்தாள். அஷ்வினுக்கும் ஃபோன் செய்திருந்தாள் ஆனால் என்னவென்று சொல்லவில்லை.

அங்கு வந்த அஷ்வினும் கட்டபொம்மனும் என்ன விஷயம் என்று ஆதிராவிடம் கேட்க

"நம்ம செம்மையா ஒரு வேலை செய்ய போறோம் என்று சொன்னாள் ஆதிரா.

"நீ முதல்ல சொல்லி அது செம்மையான வேலையா இல்ல செம்மர கடத்தல் வேலையானு நாங்க சொல்றோம்"என்று கட்டபொம்மன் சொல்ல

ஆதிரா அவனை சற்று முறைத்து பார்த்தாள்.

"சரி சரி விடு ஆது மா அவன் அப்படி தான்னு தெரியும்ல நீ சொல்லு"என்று அஷ்வின் சொல்ல

"என் அச்சுமானா அச்சுமா தான் "என்று ஆதிரா அஸ்வினை கன்னத்தில் கிள்ள

“ஆமாம், இப்போ இந்த ரொமான்ஸை பார்க்க தான் என்ன வர சொன்னியா அக்கா” என்றான் கட்டபொம்மன்.

“சொல்றேன் இருடா” என்று சொல்லி தன்னுடைய திட்டத்தை அவர்களிடம் சொல்ல

“இது கொஞ்சம் ரிஸ்க் ஆக இருக்கே” என்று ஒரு குரல் வந்து ஆனால் இந்த வார்த்தை வந்தது அஷ்வின் இடம் இருந்து.

"அஷ்வின் கட்டபொம்மன் தான் பயபடுவான்னு நினைச்சேன் ஆனால் நீ பயப்பபடுறியே ஏண்டா?"என்றாள் ஆதிரா.

"உங்க அப்பா என்ன நம்பி விட்டுட்டு போய் இருக்காரு அப்போ அந்த பயம் இருக்க தானே செய்யும்"என்றான் அஷ்வின்.

"பயப்படாத என் அப்பாவையும் சரி உன்னையும் சரி எப்பவும் ஏமாத்த மாட்டேன் நான் பத்திரமா இதை சரியா முடிச்சிடுவேன் அதான் என் கூட நீ இருக்கியே "என்று ஆதிரா சொல்ல உடனே கட்டிப்பிடித்து கொண்டான் அஷ்வின்.

ஹ்ம்.. ஹ்ம் .. என்று கட்டபொம்மன் இருமல் சத்தம் கேட்க இருவரும் விலகினார்கள்.

"சரி கட்டபொம்மா வா போலாம் "என்று ஆதிரா சொல்ல

"வா போலாமா எங்கமா"என்று அதிர்ச்சியில் கேடடான் கட்டபொம்மன்

"அப்பறம் கம்பனி உள்ளே போக வேணாமா"என்றான் ஆதிரா.

"கம்பனி உள்ள நானா இதோ உன் ஆருயிர் காதல் இங்க நிக்குதே இவரை கூட கூட்டிட்டு போக வேண்டிய தானே ?"

என்று கட்டபொம்மன் கேட்க

"அவன் வந்துட்டா மிச்சம் இருக்க வேலையை யார் பாக்கறது"

"என்ன வேலை"

"கம்பனிக்கு வெளிய நடக்க வேண்டிய வேலை அதெல்லாம் நடக்கும் போது தெரியும் அதுக்கான ஏற்பாடு நேத்தே பண்ணிட்டேன்"என்று ஆதிரா சொல்ல

"என்ன பண்ண எப்படி"என்ற கேள்வி அஷ்வின் இடம் இருந்து வந்தது.

"நம்ம உள்ள போகனும் அப்படினா கம்பனியில் இருந்து கெட்ட வாசனை வரணும் இல்ல"

"ஆமாம்"என்று அஷ்வினும் கட்டபொம்மனும் ஒரு சேர சொல்ல

"அதுக்கு. தான் ஒரு வேலை பார்க்க சொல்லி ஒருத்தன் கிட்ட சொல்லிருக்கேன் இந்நேரம் வேலையை முடிச்சு இருப்பான் "என்று ஆதிரா சொல்லி முடிக்க அவளுடைய மொபைல் ஒலிக்க தொடங்கியது.

"நான் சொன்னேன் இல்ல பாரு வேலையை முடிச்சிட்டான் "என்று ஆதிரா சொல்லிக்கொண்டே மொபைலை எடுக்க அதில் தேவா என்று வந்தது .

"சொல்லு தேவா "என்று ஆதிரா சொல்ல அதை கேட்ட அஷ்வின் முகம் சட்டென்று கடு கடு வென மாறியது.

"ஃபோனில் அந்த பக்கம் தேவா ஏதோ சொல்ல சூப்பர் டா தேவா இதுக்கு தான் நீ வேணும்னு சொல்றது"என்றாள் ஆதிரா.

பிறகு ஆதிரா மொபைலை கட் செய்ததும் அஷ்வின் "யாரு அந்த **sleeper cell** ஆ"என்று கேட்டான்.

ஆதிரா உடனே "அச்சு இன்னுமா அவனை **sleeper cell** ஆ பார்க்கிற" என்று கேட்க "மத்தவங்களுக்கு அவன் எப்படியோ எனக்கு அவன் ஸ்லீப்பர் செல் தான்"என்றான் அஷ்வின்.

"சரி சரி இந்த கோவத்தை அவன் மேல போய் கட்டாத பக்குவமா நடந்துக்கோ "என்று ஆதிரா சொல்ல "எது அப்போ அவன் என்கூட தான் வரானா "என்று அஷ்வின் கேட்க

"சின்ன திருத்தம் நீதான் அவன் கூட போக போற இந்த வேலையை முடிக்க சரியா. டைம் இல்லடா கண்ணா சீக்கிரம் கிளம்பு என் செல்லம் இல்ல"என்று ஆதிரா கொஞ்சலாக சொல்ல

"என்னமோ பண்ணு முடிவு பண்ணிட்ட"என்று சொல்லிவிட்டு முணுமுணுத்துக்கொண்டே சென்றான் அஷ்வின்.

இதை எல்லாம் பார்த்து கொண்டு இருந்த கட்டபொம்மன் "யாரையும் விட்டு வைக்க மாட்டியா நீ"என்று ஆதிராவை பார்த்து கேட்க

"ஹி ஹி ஹி பழக்கம் இல்ல வா போலாம் "என்று சொல்லி விட்டு கிளம்பினாள்.

இங்கே இஸ்ரோவில் ஆர்யன் வேலைப் பார்த்துக் கொண்டு இருக்க செய்தியில் பிரதமரின் பிரஸ்மீட் நடந்து கொண்டு இருந்தது அதில் "மூடப்பட்ட தொழில்ச் சாலையில் ஏதோ துர்நாற்றம் வீசுவதால் பொதுமக்கள் அளித்த புகாரின் பெயரில் உள்ளே ஒரு குழு சென்று ஆய்வு செய்ய உள்ளது " என்று பிரதமர் பேசிக்கொண்டு இருப்பதை பார்த்த ஆர்யன் "இது ஆதிரா வாதாடி சீல் வெச்ச கம்பனி ஆச்சே" என்று யோசித்துக்கொண்டு இருக்க அவனுடைய புராஜக்ட் செய்யும் ட்ரான்ஸ்மிஷன் மானிட்டரில் "**FIRST ALERT**" என்று காண்பித்து அதில் உள்ள அலாரம் அலறிக்கொண்டு இருந்தது.

என்னவென்று புரியாமல் ஆர்யன் உடைய குழு அவனை பார்க்க ஆர்யன் டிவியில் வந்த செய்தியையும் அதில் பேசும் பிரதமரையும் பார்த்தான்.

அத்தியாயம் 18

நிறைவேற்றப்பட்ட திட்டம்

இடம் சாங் குரூப் ஆஃப் கம்பனிஸ் **CEO** இல்லம்.

இங்கே சீன மொழியில் பேசப்படும் விஷயங்கள் புரிதலுக்கு தமிழில் கொடுக்கப்பட்டுள்ளது.

சார், ஒரு முக்கியமான விஷயம் என்று ஒருவன் அந்த CEO இடம் சொல்ல

என்னாச்சு என்ன விஷயம் ?

"சார், நம்ம கம்பனியில் ஏதோ கெட்ட நாற்றம் அடிக்கிதாம் அதனால் அது என்னனு ஆய்வு செய்ய கவர்ன்மென்ட் ஒரு டீம் அனுப்பியிருக்காங்க "என்று சொன்னான்.

"என்ன சொல்ற எப்படி இப்படி நடந்துச்சு என்ன நாற்றம் வருது எதனால்?" என்று அவன் பதற

"**Sir** இது அங்க இருக்க மக்கள் புகார் கொடுத்ததால் நடந்துருக்கு மற்றபடி அரசாங்கம் எதும் நடவடிக்கை எடுக்கலை "

"போடா முட்டாள் யார் சொல்லி நடந்தாலும் உள்ளே போய் ஆய்வு செஞ்சா எல்லாம் வீணா போய்டும் "என்று கோவமா கத்தினான் **CEO** ஷியாங்.

"சார், இப்போ என்ன சார் பண்றது" என்று அந்த ஒருவன் கேட்க

"தெரியலையே என்ன நாற்றம் ஆக இருக்கும் ஒன்னும் புரியலையே"என்று **CEO** தலையை பியத்துக்கொள்ள

“சார் , ஒரு வேளை அதுவா இருக்குமோ” என்று அவன் சொல்ல

உடனே அந்த **CEO** "ஹே இருக்காது இருக்காது அதுவா இருக்காது ,அதுவா மட்டும் இருந்தா நாம செத்தோம் "என்று சொல்லிக்கொண்டு டொம் என்று அங்கிருந்த ஷோபாவில் சாய்ந்தான்.

இங்கே கம்பனி அருகில்

"என்ன இங்க வர சொல்லிட்டு எங்க போனான் இந்த தேவா என்ன இன்னும் வராம இருக்கான்?,அது சரி நம்மளை வெயிட் பண்ண வைக்கறதுல அவனுக்கு அவ்ளோ சந்தோசம் கிடைக்கும் வேணும்னு தான் பண்ணுவான்"என்று அஷ்வின் புலம்பிக்கொண்டே இருக்க

ஒருவன் அங்கே தலையில் சாக்கு பை போட்டு நடந்து செல்ல “தம்பி இங்க டீக்கடை எங்க இருக்கு” என்று அவனிடம் அஷ்வின் கேட்க

"அப்போ இங்க நீ டீ குடிக்கத்தான் வந்தியா உன்னை போய் ஆதிரா அனுப்பி வெச்சிருக்கா பாரு அவளை சொல்லணும் "என்று மறுமொழி அவனிடம் இருந்து வந்தது.

இதை கேட்டு அஷ்வின் சற்று அதிர்ச்சி ஆனான்.

“ஹே இது எப்படி உனக்கு தெரியும் யார் சொன்னது … இந்த பேச்செல்லாம் அ ஆ நீ நீ தேவா”…. என்று அஷ்வின் கூப்பிட

"நான் தான்டா "என்று தேவாவிடம் இருந்து பதில் வந்தது "டேய் , நீ தான்னு சொல்ல வேண்டிய தானே இங்க தான் வெயிட் பண்ணிட்டு இருக்கேன் இல்ல!!! நேர என்கிட்ட வந்து பேசாம நீ பாட்டுக்கு தலையில் சாக்கு பை போட்டுகிட்டு கண்டுக்காம போய்ட்டு இருக்க"என்ற அஷ்வினுக்கு தேவா கொடுத்த பதில் அதிர்ச்சியையும் கோபத்தையும் தந்தது.

"எது நான் கண்டுக்கலையா நீ வந்து நிக்கற இந்த அரை மணி நேரமா நான் இங்கேயே தான் சுத்தி வந்த்துக்கிட்டு இருக்கேன் . இதோ இங்க தான் வண்டியை நிறுத்தினேன், அங்க தான் உக்காந்துட்டு இருந்தேன். நான் வந்து ஒரு மணி நேரம் ஆச்சு" என்று தேவா சொல்ல

"டேய் அப்போ அரை மணி நேரமா நான் நிக்கறதை பார்த்துக்கிட்டு அமைதியா உக்காந்துகிட்டு இருக்கியா நீ"என்று கோவமாக கேட்டான்.

"சாரிப்பா,மழை வரும் போல இருந்துச்சு அதான் இருக்குற வேலையை முடிச்சிட்டு அப்பறமா உன்கிட்ட வந்து பேசலாமுண்ணு விட்டுட்டேன் "என்றான் தேவா.

"டேய் , லூசு அதுக்கு நான் கால் பண்ணும் போது ஃபோன் எடுத்து பேசியிருக்கலாம் இல்ல"என்று அஷ்வின் சொல்ல

"நான் லூசா! நீ லூசா! மழை வருகிற மாதிரி இருக்கும் போது பாக்கெட்டில் ஃபோன் வெச்சிருந்தா மழை வந்தா நெனஞ்சிரும் இல்ல அதான் மொபைலை அங்கேயே வெச்சிட்டேன்" என்று தேவா சொல்ல

"ஓ .. சரி "என்று சற்று அஷ்வின் சமாதானமாக

அதற்குள் தேவா "ஆனா ஃபோன் வந்தா என்ன பண்றதுன்னு தான் ப்ளூடூத் பொட்டுகிட்டேன்" என்று சொன்னதும் கோபத்தின் உச்சிக்கே போனான் அஷ்வின்.

"சரி வா வேலை இருக்கு பார்க்கலாம் "என்றான் தேவா.

கோவத்தை அடக்கிக்கொண்டு அவனுடன் சென்றான் அஷ்வின்.

"இப்போ நாம என்ன செய்ய போறோம்"என்று அஷ்வின் கேட்க

"நீ எதும் செய்ய வேணாம் ஏற்கனவே எல்லாம் வேலையையும் முடிச்சிட்டேன்"என்றான் தேவா.

"முடிச்சிட்டியா !ஆமா அப்படி என்ன தான் வேலை ? நீ எல்லா வேலையும் முடிச்சிட்டு இருப்பனு அவளும் சொன்னா என்ன முடிஞ்சுது என்ன வேலை சொன்னா ஆதிரா ?"என்றான் அஷ்வின்.

"நான் முக்கால் வாசி வேலையை முடிச்சிட்டேன் இந்த கம்பனி சுத்தி நாற்றம் அடிக்கணும் அது தான் பிளான். அதுக்காக நான் பார்த்த நல்ல வேலை தான் இது" என்று ஒரு பள்ளத்தை காண்பிக்க

அங்கு பெரிய பள்ளம் ஒன்று இருந்தது அதன் அருகில் செல்லும் போதே பயங்கரமான துர்நாற்றம் அடித்தது மூக்கை மூடி கொண்டு அஷ்வின் அதன் அருகே சென்று எட்டி பார்க்க அங்கே பல இறைச்சிகள் கழிவுகள் இருந்தது.

"டேய் என்னடா இது குடலை பிடுங்கிது" என்று அஷ்வின் கேட்டுக்கொண்டே திரும்பி பார்க்க தேவா சற்று தூரமாக முகத்தில் கேஸ் மாஸ்க் போட்டு கொண்டு நின்று கொண்டு இருந்தான்.

உடனே அவனிடம் ஓடி சென்ற அஷ்வின் அவனை பார்த்து

"என்ன அங்க அனுப்பிட்டு நீ மட்டும் இங்க பத்திரமா மாஸ்க் போட்டுக்கிட்டு நிக்கிற" என்று அவன் புலம்பிக்கொண்டே இருக்க எதையும் காதில் வாங்காமல் ஒரு கேஸ் மாஸ்க்கை எடுத்து அஸ்வினிடம் நீட்டினான் தேவா.

சட்டென்று அதை வாங்கி போட்டுக்கொண்ட அஷ்வின் சற்று மூச்சு வாங்கி விட்டு "டேய் சொல்ல மாட்டியா அங்க இவளோ நாற்றம் அடிக்கும்னு" என்று கேட்க

"நாற்றம் அடிக்குதுனு தெரியுதுல உன்ன யாரு அங்க போக சொன்னான் நான் சொல்றதுக்குள்ள நீ போய்ட்ட சரி பட்டுட்டு வா சொல்லி விட்டுட்டேன்" என்றான் தேவா நக்கலாக

தலையில் அடித்துக்கொண்டு "இப்ப என்ன செய்யனும் என்று கேட்க

"ஊர் மக்களை புகார் கொடுக்க வைக்க நாற்றம் வருகிற மாதிரி செஞ்சாச்சு இப்போ ஆய்வு செய்ய வருகிற குழு நாற்றம் உள்ள இருந்து தான் வருது அப்படினு நம்ப வைக்கணும் "என்று தேவா சொல்ல

"சரி அதுக்கு என்ன பண்ண போற"என்று அஷ்வின் கேட்க

அதுக்கு தான் இந்த செட்டப், என்று பெரிய பெரிய அளவில் சில மரத்தில் செய்த சட்டங்களை காட்டினான். மேலும் அந்த குழிக்கு உள்ளே எட்டி பார்க்க சொன்னான் தேவா.

அங்கே அஷ்வின் எட்டி பார்க்க மூன்று பெரிய இரும்பு குழாய்கள் அந்த குழிக்கு பக்கவாட்டில் புதைக்கப்பட்டு

இருந்தது. ஒவ்வொரு குழாயும் ஒரு ஆள் உள்ளே போகும் அளவிற்கு பெரியதாய் இருந்தன.

"இந்த பைப் எல்லாம் எதுக்கு இங்க புதைச்சி வெச்சிருக்க"என்று கேட்டான் அஷ்வின்..

“இந்த நாற்றம் எல்லாம் உள்ள இருந்து வருதுனு வர போற ஆய்வு குழுவுக்கு தெரியணும் இல்ல!!! அதுக்காக தான். இந்த குழாய் மண்ணுக்குள்ளையே போய் அந்த கம்பனி உள்ளக்குள்ள வரைக்கும் போகும் இப்போ அங்க கம்பனி உள்ள செங்குத்தாக குழி தோண்டி குழாய் போட்டு அந்த குழாயை இந்த குழாயோட இணைச்சி விட்டா இந்த குழாய் வழியா எல்லா நாற்றமும் கம்பனி உள்ள போய்டும் நாம இந்த பள்ளத்தை இந்த மரசட்டத்தை வெச்சி மூடிட்டா வெளிய நாற்றம் வராது. இது தான் என் பிளான்” என்று தேவா சொல்லி முடிக்க

ஆச்சரியமாக தேவாவை பார்த்துக்கொண்டு இருந்தான் அஷ்வின்.

"எப்போ இதையெல்லாம் செஞ்ச"என்று அஷ்வின் கேட்க

"நேற்று ராத்திரியே குழித்தோண்டி இறைச்சியை நிரப்பி பைப் எல்லாம் வெச்சாசு இன்னைக்கி பகல் நேரத்துல இந்த குழியை முடினாலோ இல்ல கம்பனி உள்ள எகிறி குதிச்சாலோ எல்லாருக்கும் தெரிய வரும் அதான் இதுக்காக நைட் வரை வெயிட் பண்ணினேன்."என்றான் தேவா.

'என்னடா இப்படி எல்லாம் எப்படி பிளான் பண்ற "என்று அஷ்வின் கேட்க

"நான் என்ன உங்களை மாதிரி எல்லாம் யுனிவர்சிட்டி ரேங்க் ஹோல்டரா ? முட்டாளா இருக்க நான் அரியர் ஸ்டூடண்ட் எங்களுக்கு உங்களை விட அறிவு ஜாஸ்தி " என்று தேவா சொல்ல ஏன் கேட்டோம் என்பது போல ஆனது அஷ்வினுக்கு.

"சரி வா உள்ள போகனும் நேரமாச்சு இன்னும் கொஞ்ச நேரத்துல விடிஞ்சிடும் "என்று தேவா சொல்ல

“உள்ள போகணுமா” என்று அதிர்ச்சி ஆனான் அஷ்வின். "பின்ன அதுக்கு தான் உன்ன வர சொன்னது நம்ம ஆளுங்க வந்துடுவாங்க வா" என்று சொல்லிக்கொண்டு கயிற்றை கட்டி

அதை பிடித்துக்கொண்டு சுவற்றின் மேல் ஏற சொன்னான் தேவா.

"என்ன படிக்கலை! படிக்கலை! அப்படினு எவ்ளோ சொன்னீங்க இன்னிக்கி சரியா படிக்காத நான் செய்கிற எங்க அப்பாவோட கன்ஸ்டிரக்ஷன் பிஸினசும், என்னோட இறைச்சி எக்ஸ்போர்ட் பிஸினசும் தான் உதவுது"என்று சொல்லிக்கொண்டே ஏறி உள்ளே குதித்தான் தேவா.

இங்கே ஆதிராவும் கட்டபோம்மனும் பிரதமர் சொல்லிய ஆய்வு குழுவின் அதிகாரியை சந்திக்க வந்தார்கள்.

"வாங்க ஆதிரா உங்களுக்காக தான் காத்துகிட்டு இருந்தேன் "என்று அந்த அதிகாரி சொல்ல

"சாரி, சார் கொஞ்சம் லேட் ஆகிடுச்சு" என்றாள் ஆதிரா.

"சரி, உங்களை எங்க டீமுக்குள்ள ஒருத்தவங்காளா நான் உள்ள கூட்டிட்டு போறேன்,ஆனால் விஷயம் பிரஸ்மீட் ஆக வந்ததால் நம்ம போற நேரத்தில் மீடியா ஆட்களும் இருப்பாங்க அதனால் நீங்க யாருனோ!! அல்லது நீங்க அங்க என்ன தேட போரீங்கனோ!! யாருக்கும் தெரியாம பாத்துக்க வேண்டியது உங்க பொறுப்பு இந்த விஷயம் பிரதமர் சொன்னதால் என் டீமுக்கு கூட தெரியாது ஜாக்கிரதை" என்று அந்த அதிகாரி சொல்ல

"எல்லாம் நான் பார்த்துக்கறேன் சார் "என்று ஆதிரா சொல்லிக்கொண்டு இருக்க அவளுடைய மொபைல் அடித்தது.

ஃபோனில் தேவா "ஆரா இங்க எல்லாம் ரெடி"என்று சொல்ல

உடனே கடுப்பான அஷ்வின் "டேய் அது என்னடா ஆரா" என்று கேட்க

"நான் ஆதிராவை எப்பவும் செல்லமா ஆரா அப்படினு தான் கூப்பிடுவேன் உனக்கு என்ன "என்று நக்கலாக கேட்டான் தேவா. "என்னடா அங்க உங்க சண்டையை முதல்ல நிருத்துங்க "என்று ஆதிரா சத்தமிட

"ஒன்னுமில்ல ஆரா இவன் தான்" என்றான் தேவா.

"சரி எல்லாம் ரெடி தானே"என்று ஆதிரா கேட்க

"ஆல் ஓகே நீ வரலாம்"என்றான் அஷ்வின் .

"லவ் யூ அச்சு"என்று ஆதிரா சொல்லிவிட்டு ஃபோனை வைக்க

இதை கேட்டதும் தேவாவிற்கு சற்று கடுப்பாக இருந்தது.

அஷ்வின் தேவாவை பார்த்து சிரிந்துக்கொண்டே "போடா போடா புண்ணாக்கு போடாத தப்பு கணக்கு " என்று பாடிக்கொண்டே சென்றான்.

இங்கே ஆதிரா "சார், **ALL SET AND DONE** நம்ம போலாம் "என்றாள்.

இங்கே ஷியாங் உடைய ஐபோனில் **Face Time** அலறி கொண்டு இருந்தது அதை அந்த **CEO** வீட்டில் இருக்கும் அவன் உதவியாளன் கொண்டு வந்து கொடுக்க கைகள் உதறிய படியே ஃபோனை வாங்கி ஆன் செய்ய அந்த வீடியோ காலில் இருந்தான் சீன அதிபரின் மகன் வாங்.

"என்ன ஷியாங், நான் ஏதேதோ கேள்வி பட்டேன் உண்மையா"என்று வாங் கேட்க

"சார், சார் இப்படி இன்ஸ் ஃபெக்ஷன் நடக்கிற அளவுக்கு போகும் அப்படினு தெரியாது சார் திடீர்னு தான் இப்படி ஒரு அறிவிப்பு பிரதமர் கிட்ட இருந்து வருது அது என்ன நாற்றம் எதும் தெரியலை நம்மளால உள்ள போகவும் முடியாது. நான் என்ன சார் செய்யறது" என்று **CEO** சொல்ல

"ஆமா இல்ல சரி தான் நீ என்ன செய்ய முடியும் உன்மேல எந்த தப்பும் இல்ல ஆனா உள்ள இருக்க விஷயம் அரசாங்கத்துக்கும் மீடியாவுக்கும் தெரிஞ்சா என்னாகும் " என்று மிரட்டும் தொனியில் வாங் கேட்க

"சார் நான் ஒன்னும் பண்ணலை சார் பண்ணவும் முடியாது"என்று **CEO** சொல்ல

"அது தான் அதே தான் இந்த விஷயம் வெளிய தெரிஞ்சா முதல்ல உன்னை தான் விசாரிப்பங்க பாவம் ஒன்னும் தெரியாத அப்பாவியை விசாரிச்சா எல்லாம் உண்மையும் வெளிய வந்துடுமே "என்று வாங் சொல்ல.

"சார், சார் நான் எதும் சொல்ல மாட்டேன் சார் "என்று ஷியாங் பயத்தில் தொண்டைக் கமர பேச

"ஹான் ஹான் ஆ ரிலாக்ஸ்...ரிலாக்ஸ்.. நீ எதுவும் சொல்லமாட்ட எதுவும் வாய் திறக்க மாட்ட எனக்கு தெரியும் ஏன்னா சொல்லவோ வாய் திறக்கவோ நீ இருக்க போறது இல்ல" .. என்று சொன்ன வாங் ஜியான்"என்று கூப்பிட

எஸ் பாஸ்...என்ற குரல் அந்த **CEOவின்** உதவியாளனிடம் இருந்து வந்தது.

அவனை அந்த **CEO** வாங் நிமிர்ந்து பார்க்க கையை இருக்கக் கட்டி கொண்டு **CEO** வை பார்த்து முறைத்தப்படி நின்று கொண்டு இருந்தான் அந்த உதவியாளன் ஜியான். ஆம், ஆரம்பத்தில் இவனிடம் தான் **CEO** வாங் பேசினான் தன்னால் எதுவும் செய்ய முடியாது என்று இவன் சொன்னதும் ஜியான் தான் அதை வாங்கிடம் கூறினான்.

ஜியான் வாங் உடைய தீவிர விசுவாசி மிக சிறந்த ஆயுதப் பயிற்சி பெற்ற சீன இராணுவ வீரன் இங்கே இந்தியாவில் நடக்கும் விஷயங்களை கட்டுபாட்டில் வைக்க வாங் லீயால் நியமிக்க பட்டவன். "நீ நீ"என்று ஷியாங் ஜியானை பார்த்து முனங்க

"ஜியான்.. **FINISH HIM OFF** "என்ற சொல் சீன பிரதமரின் மகன் வாங் லீயிடம் இருந்து வந்தது. அந்த வார்த்தையை கேட்ட அடுத்த நொடி கட்டிக்கொண்டு இருந்த ஜியான் கையை வேகமாக வீச அவன் கையில் வைத்திருந்த கத்தி **CEO** வின் கழுத்தை பதம் பார்த்தது. தலை இல்லாத உடல் மட்டும் அப்படியே சரிந்துக் கிழே விழுந்தது. அந்த உடலின் கையில் இருந்த ஃபோனை எடுத்த ஜியான்.

"பாஸ் இனிமே எல்லாத்தையும் நான் பார்த்துக்கிறேன் நீங்க சொன்னபடி எல்லாம் சரியா நடக்கும்" என்று வீடியோவை பார்த்து ஜியான் சொல்ல

சரி என்று தலையசைத்து ஃபோனை கட் செய்தான் வாங் லீ.

அத்தியாயம் 19

கம்பனியில் ஆபத்து

இடம் சாங் குரூப் ஆஃப் கம்பனி.

"டேய் தேவா நம்ம வெளிய போய்டலாம் இல்ல இதுக்கு மேல கவர்மென்ட் ஆபீசர் வந்துடுவாங்க." என்று அஷ்வின் சொல்ல

"இருடா இங்கே இருக்க கதவில் எதாச்சும் ஒரு கதவை திறந்து விட்டுட்டா ஆரா வரும்போது ஈசியா உள்ள போய்டுவா" என்று சொல்லி கொண்டே அங்கு இருக்கும் கதவை திறக்க தேவா முயற்சி செய்ய

"தேவா அதுக்குள்ள அவங்க வந்துட போறாங்க அப்பறம் சட்ட விரோதமாக உள்ள வந்த மாதிரி ஆகிடும்" என்று அஷ்வின் புலம்ப

"கொஞ்ச நேரம் அமைதியா இருக்கியா" என்று தேவா தன்னிடம் இருந்த க்ரோமா டேபை எடுத்து அதனை அங்கிருந்த கதவோடு ஒரு மேக்நெட் சாக்கெட்டை பொருத்தி அத்துடன் இணைத்தான்.

சட்டென்று அந்த மேக்நெட் சாக்கெட்டில் இருந்து நான்கு கம்பிகள் போல் வந்து அது அந்த கதவில் இருக்க ஒட்டி கொள்ள அதில் ஒரு கம்பியை அந்த கதவில் பூட்டிற்குள் நுழைத்தான் தேவா. பிறகு அவன் வைத்திருந்த **Tab** இல் எதோ டைப் செய்ய **அடெம்பட் ஃபெயில்** என்று வந்தது.

மீண்டும் எதோ டைப் செய்ய பூட்டு உள்ளே சென்ற கம்பி வெளியே வர அடுத்த கம்பி உள்ளே சென்றது. பிறகு மீண்டும் அவன் எதோ டைப் செய்ய அந்த திரையில் **அடெம்பட் சக்சஸ்** என்று சொல்லி ஒரு நான்கு நம்பர்கள் வந்தன.

இதை பார்த்து கொண்டு இருந்த அஷ்வின் என்னடா பண்ற என்று கேட்க

"இந்த கதவுல இருக்கிறது "**பாஸ்கோட் லாக்**" இதை திறக்கனும் அப்படினா **பாஸ்கோட்** தெரியணும் அதை கண்டுப்பிடிக்க தான் இந்த **மேக்நெட் சென்சார் லீவர்** இதுல இருக்க இந்த கம்பி மாதிரி இருக்க லீவரில் சென்சார் இருக்கு. இது அந்த லாக் ஓட பக்கவாட்டில் இருக்க சென்சார் ஹோல் வழியா போய் அந்த பாஸ்வோர்ட் என்னனு கண்டுபிடிச்சு இந்த ஸ்கிரீனில் அந்த பாஸ்வோர்ட்டை காட்டும் டெக்னிக்கலி இது ஹேக்கிங் தான் ஆனா இப்போ வேற வழி இல்ல" என்று தேவா சொல்ல

"டேய் இதெல்லாம் எப்பிடி தெரிஞ்சு வெச்சிருக்க"என்றான் அஷ்வின்.

"நான் என்ஜினீயர் ஆகனும்னு தான் ஆசைப்பட்டேன் எங்க அப்பா தான் சட்டம் படிக்கணும்னு அனுப்பினார்" என்றான் தேவா.

"சரி, அப்போ இந்த பாஸ்வோர்ட், ஆரா கிட்ட சொல்லிட்டா அவ உள்ள போக சுலபமா இருக்கும்" என்றான் அஷ்வின்.

பிறகு இருவரும் அங்கிருந்து கிளம்ப தயாராக இருக்க,உள்ளே கடப்பாரை, மண்வெட்டி போன்ற பொருட்களை எடுத்து கொண்டு அவனுடன் வந்த ஆட்களை சுவர் ஏறி குதித்து போக சொன்னான். அவர்களும் பொருட்களை எடுத்துக் கொண்டு சென்றார்கள் அதில் ஒரு கடப்பாரை மட்டும் கீழே விழுந்ததை கவனிக்காமல் சென்று விட்டார்கள்.

அஷ்வின் மற்றும் தேவா சுவற்றை ஏற முயலும் போது வண்டி வரும் சத்தம் கேட்டது. விடியற்காலை ஆகிவிட்டது மக்கள் யாரும் கூட்டம் கூட கூடாது என்பதற்காக விடியற்காலையே ஆய்வுக்குழு வருவதாக முடிவெடுக்கப்பட்டது. இதனால் சற்று பதட்டத்துடன் இருந்தான் அஸ்வின்.

"தேவா சீக்கிரம் வா நம்ம போகனும் இல்லனா பெரிய பிரச்சனை ஆயிடும்."என்று அஷ்வின் சொல்ல

விறுவிறுவென எகிறி குதித்து தாண்டி சென்றனர் இருவரும்.

வெளியே இரண்டு வண்டிகள் வந்தன ஆய்வு குழுவில் எட்டு பேர் இருந்தனர் அதில் இருவர் ஆதிரா மற்றும் கட்டபொம்மன்.

துர்நாற்றம் அடிக்கும் இடத்தை ஆய்வு செய்யும் காரணத்தால் அனைவரும் முக கவசம் மற்றும் உடலுக்கு நோய் தொற்று ஏற்படாமல் இருக்க பாதுகாப்பு கவசம் அணிந்து வந்தனர். இருந்த காரணத்தால் யாருக்கும் ஆதிராவை அடையாளம் காண முடியவில்லை.

இந்தப்புறம் தேவாவும் அஸ்வினும் அனைத்து வேலைகளையும் முடித்து விட்டு ஆதிராவிற்கு ஆல் ஓகே என்று மெசேஜ் அனுப்பினார்கள்.

இதைப் பார்த்த ஆதிரா அந்த ஆய்வுக் குழுவின் அதிகாரியிடம் சொல்ல அவர் "எல்லாரும் வாங்க உள்ள போலாம்"என்று உத்தரவிட்டார்.

அவர்கள் உள்ளே நுழையும் நேரம் தேவா இந்த பக்கம் இருந்து அந்த குழிக்குள் ஒரு குழாய் வழியாக கொஞ்சம் கொஞ்சமாக காற்றை அனுப்ப அந்த காற்று அந்த குழியில் இருந்த இறைச்சியின் நாற்றத்தை எடுத்துக்கொண்டு கம்பெனிக்கு உள்ளுக்குள் செல்லும் குழாய் வழியாக அந்த துர்நாற்றத்தை மேலும் உள்ளே கொண்டு சென்றது.

அந்தக் குழு சீல் வைக்கப்பட்டிருந்த பூட்டை உடைத்து உள்ளே செல்ல குப்பென்று துர் நாற்றம் வீசியது என்ன நடக்கிறது என்று அந்த காலை வேளையில் பார்க்க அங்கு ஒரு ஐந்து ஆறு பேர் மக்கள் கூடி விட்டனர்.

அடுத்து இந்த கதையில் நடக்க உள்ள காட்சிகள் மூன்றாக பிரிக்கப்பட்டு உள்ளன காட்சி ஒன்று காட்சி-2 காட்சி-3 என்று விவரிக்கப்பட உள்ளன. மூன்று காட்சிகளும் ஒரே நேரத்தில் நடக்க இருப்பதால் புரிதலுக்காக இப்படி கொடுக்கப்படுகிறது.

காட்சி 1 :- ஆதிரா,கட்டபொம்மன் மற்றும் அந்த ஆய்வுக்குழுவினர் கம்பெனிக்கு சென்று ஆய்வு செய்ய தொடங்கினர் மற்றவர்கள் ஆய்வு செய்து கொண்டிருக்க ஆதிராவும் கட்டபொம்மனும் மட்டும் இங்கு வேறு ஏதேனும் கிடைக்குமா என்றும் மேலும் தேவா அங்கு கம்பெனிக்குள் செல்ல திறந்து வைத்திருந்த கதவு எது என்றும் தேடிக் கொண்டிருந்தனர்.

காட்சி 2 :- அதேநேரம் சீனா அதிபர் மகனுடைய விசுவாசி ஜியான் அந்த கம்பெனிக்கு ஒரு கிலோ மீட்டர் தொலைவில் தன்னுடைய காரில் சில ஆட்களுடன் வந்து இறங்கினான்.

காட்சி 3:- கம்பெனிக்கு பின்புறமாக நின்று கொண்டிருந்த தேவாவும் அஸ்வினும் கம்பெனிக்கு வெளிப்புறமாக நின்று கொண்டிருந்த ஐந்து, ஆறு பொதுமக்களுடன் கலந்து நின்று கொண்டனர்.

காட்சி 1:- ஆதிராவும் கட்டபொம்மனும் ஆய்வு குழு ஆய்வு செய்யும் இடத்திற்கு எதிர் பக்கமாக சென்று தேவா திறந்து வைத்த கதவு எது என்று தேடினார் அப்போது "அக்கா அக்கா இந்த கதவானு பாரு "என்று கட்டபொம்மன் சொல்ல "இருடா நானே எதுன்னு தேடிக்கிட்டு இருக்கேன் கொஞ்சம் இரு தேவா கிட்டயே கேட்போம்" என்று ஆதிரா தேவாவிற்கு எந்தப் பக்கம் உள்ள கதவு என்று மெசேஜ் அனுப்ப அதைப் பார்த்த தேவா **NW NORTH WEST** என்று திரும்ப செய்தி அனுப்பினான்.

காட்சி 2:- இங்கே ஜியான் வாங் லீக்கு போன் செய்தான்" சார் எல்லாம் தயாரா இருக்கு நீங்க சரினு சொன்னா இப்பவே ஆரம்பித்துவிடலாம்" என்று சொல்ல

வெயிட் ..வெயிட் என்று மறுபக்கம் வாங் இடம் இருந்து மறுமொழி வந்தது.

YES BOSS என்றான் ஜியான்.

காட்சி 3:- இங்கே கம்பெனிக்கு வெளியே அஸ்வினும் தேவாவும் பார்த்துக் கொண்டிருக்க திடீரென்று ஒருவன் கீழே இருந்த கல்லை எடுத்து அந்த கம்பெனிக்குள் வீசினான். இதைப்பார்த்த தேவாவும் அஸ்வினும் "யாருடா இது இவன் ஏன் கல்லைத் தூக்கி போடுறான்" என்று அவன் பக்கம் செல்ல முயல அங்கிருந்த மீதம் ஐந்து பேரும் கையில் கிடைத்த கற்களை தூக்கி வீச ஆரம்பித்தனர்.

"அடேய் யாருடா இவங்க எல்லாம் ஏன் இப்படி செய்யறாங்க" தேவாவும் அஸ்வினும் குழம்பி போய் நிற்க விடியற்காலை என்ற காரணத்தால் யார் எங்கிருந்து கல்லை வீசுகிறார்கள் என்று தெளிவாக தெரியாமல் அங்குமிங்கும் ஒவ்வொரு ஆட்கள் இடமாக சென்று தடுத்துக் கொண்டிருந்தார்கள்.

காட்சி 2:- ஜியான் மற்றும் அவன் நாட்கள் அவர்கள் இருந்த இடத்திலிருந்து ஒவ்வொருவராக பிரிந்து அங்கிருந்த மக்கள் குடியிருக்கும் வீடுகளை சுற்றி வளைத்து நிற்க ஆரம்பித்தார்கள்.

காட்சி 1 :- தேவா சொன்ன வட மேற்கு பக்கமாக ஆதிராவும் கட்டபொம்மனும் செல்ல அங்கு ஒரு கதவு இருந்தது அதில் ஒரு டிஜிட்டல் பாஸ்வேர்டு லாக் இருந்தது ஆதிரா தன்னுடைய மொபைலுக்கு தேவா அனுப்பிய பாஸ்வேர்ட் மெசேஜை பார்க்க அதிலிருந்த நம்பரை அந்த கதவில் இருந்த டிஜிட்டல் லாக்கில் பதிவு செய்தாள். அந்த லாக்கில்இருந்த திரையில் **Access Granted** என்று வந்தது.

உடனே சுற்றும் முற்றும் பார்த்த ஆதிரா கட்டபொம்மனை பார்த்து "சீக்கிரம் உள்ளே போ"என்றாள்."எது நானா முடியாது முடியாது நீ உள்ள போ முதல்ல"என்று கட்டபொம்மன் சொல்ல ஆதிரா தலையில் அடித்துக் கொண்டே உள்ளே சென்றாள். பிறகு கட்டபொம்மனையும் உள்ளே வா என்று சொல்ல பயந்து கொண்டே உள்ளே வந்தான் கட்டபொம்மன்.

காட்சி 3:- வெளியே தேவாவும் அஸ்வினும் கல்லை தூக்கி எரிந்து கொண்டிருந்த அனைவரையும் தடுத்து நிறுத்த அங்கே இருந்த ஐந்து பேரில் ஒருவன் "டேய் நம்ம வந்த வேலை முடியாது போல இருக்கு இவனுங்க யாரு எங்க இருந்து வந்தாங்க நம்ம உள்ள போயாகணும் யாரையும் விடக்கூடாது விட்டால் என்ன ஆகும் தெரியும் இல்ல"என்று சொல்ல அங்கிருந்த மற்றவர்கள் உள்ளே செல்ல கையில் கத்தியையும் கட்டையையும் அதில் ஒருவன் துப்பாக்கியை எடுத்துக் கொண்டு செல்ல தயாராக இருந்தான்.

"அப்போது அதில் ஒருவன் டேய் நேரமாச்சு பொழுது விடிஞ்சிட்டா நம்ம திட்டமெல்லாம் வீணாகப் போயிடும். அப்படி மட்டும் ஆச்சு அவன் ரொம்ப மோசமானவனு அய்யா சொன்னாரு கொன்னே போட்டுடுவானாம் சீக்கிரம் வாங்க இவனுங்கள ஒரு தட்டு தட்டிட்டு உள்ள போலாம்" என்றான்.

இதைக் கேட்ட அஸ்வினும் தேவாவும் ஒருவரை ஒருவர் பார்த்து விட்டு எதிரே இருந்த ஆறு பேரையும் பார்த்து நிற்க

காட்சி **1**: - கம்பெனிக்கு உள்ளே இருந்த கதவை திறந்து உள்ளே சென்ற ஆதிரா அங்கு இருந்த அனைத்து இடங்களிலும் ஏதாவது தடயம் கிடைக்குமா என்று தேட ஆரம்பித்தாள்.

"கட்டபொம்மன் நீ அந்த பக்கம் போ ஏதாச்சும் ஃபைல், முக்கியமான டாக்குமெண்ட்ஸ், இல்ல ஆடிட்டிங் பைல்ஸ், எது கிடைச்சாலும் எடுத்துட்டு வா"என்று ஆதிரா விட்டு மறுபுறம் தேட சென்றாள்.

காட்சி **2**:- ஜியான் மீண்டும் வாங் க்கு ஃபோன் செய்தான்.

"பாஸ் டைம் ஆகுது என்ன பண்ணலாம்" என்று கேட்க

"இப்ப என்ன டைம் ஆகுது?"என்றான் வாங்

"5.15 பாஸ் சூரியன் உதிக்க போகுது"என்றான் ஜியான்.

"ஓஹோ சூரியன் உதிக்க போகுதா? அப்போ சீக்கிரமே உதிக்க வெச்சிடுவோமா?" என்று வாங் கேட்க புன்முறுவல் செய்த ஜியான் "புரிஞ்சது பாஸ்"என்று சொல்ல **that's my boy** என்றான் வாங்.

தேங்க்யூ பாஸ் என்று சொன்ன ஜியான் அங்கிருந்த அவனுடைய ஆட்களுக்கு கையில் ஒரு லைட்டரை எடுத்து அழுத்தி அதில் நெருப்பு வர வைத்து அதனை அனைவரிடமும் கையை தூக்கி காட்டினான் இதை பார்த்த அனைவரும் அவரவர் கைகளில் லைட்டரையும் தீ பந்தத்தையும் எடுத்துக்கொண்டு கையில் பெட்ரோல் கேனை எடுத்துக்கொண்டு வீடுகள் இருக்கும் இடத்தை நோக்கி சென்றார்கள்.

காட்சி **3:-** கம்பெனிக்கு வெளியே கைகளில் கத்தியையும் கட்டையும் வைத்திருந்த ஆறு பேரையும் நோக்கி நின்று கொண்டிருந்த அஸ்வினும் தேவாவும் எதிரே வருபவர்களை சமாளிக்க தயாராகினர். முதலில் இருவர் அஸ்வினையும் தேவாவையும் தாக்க ஓடிவர அஸ்வின் அவர்களில் ஒருவரை எட்டி உதைத்தான் மற்றொருவன் இதனை பார்த்து அஸ்வினை அடிக்க வர சற்று குனிந்து அவனுடைய இடுப்பில் பாய்ந்து பிடித்து கீழே தள்ளினான் அஸ்வின். இதனை பார்த்த மற்றொருவன் அஸ்வினை நோக்கி ஓடி வர இதை பார்த்த கீழே விழுந்தவன் அஸ்வினை இருக்க பிடித்துக்கொள்ள ஓடி

வந்தவன் கையில் வைத்திருந்த கட்டையால் அஸ்வினை அடிக்க தூக்கும்போது இரண்டடிக்கு எகிறிப் போய் கீழே விழுந்தான் அதற்கும் காரணம் அங்கு இருக்கத்தான் செய்தது, அங்கே தேவா நின்றுகொண்டிருந்தான் விழுந்தவனை பார்த்தவர்கள் நிமிர்ந்து தேவாவை பார்க்க

"என்னடா ரெண்டு பேரு தான் இருக்காங்க தட்டிட்டு போயிடலாம் பாத்தீங்களா இப்ப வாங்கடா பார்ப்போம்" என்று தேவா சொல்ல அஸ்வினை பிடித்துக் கொண்டிருந்தவன் எழுந்து வந்து தேவாவை அடிக்க கையை ஓங்க கையைப் பிடித்து முறுக்கிய தேவா

"நீதானே நீதான அது ரெண்டு பேரு தான் இருக்காங்க தட்டிட்டு போயிடலாம்னு சொன்னது" என்று சொல்லிக்கொண்டே மேலும் அவன் கையை முறுக்கி ஒரு மடக்கு மடக்கி முதுகில் எட்டி ஒரு உதை வைத்தான் இதனை பார்த்துக் கொண்டு இருந்த மீதம் மூன்று பேர் தேவாவை நோக்கி ஓடி வர சட்டென்று எழுந்து அஷ்வின் கீழே விழுந்த கட்டையை எடுத்து ஓடி வந்த ஒருவனின் காலில் அடிக்க அவன் நிலைதடுமாறி கீழே விழுந்தான். மீதம் ஓடி வந்த இரண்டு பேரில் ஒருவனின் கழுத்தை பிடித்து பின் பக்கமாக இழுத்து இன்னொருவனின் கையை பிடித்து குனிய வைத்து தோள்மேல் காலை தூக்கி போட்டு ஒரு முறுக்கு முறுக்கி பின் பக்கமாக இழுத்து இருவரையும் எதிரும் புதிருமாக இழுத்துப் போட்டான் தேவா.

"தேவா இது சரிப்பட்டு வராது நான் போலீஸ்க்கு கால் பண்றேன்"என்று சொல்லிவிட்டு அஸ்வின் ஓரமாக ஓடிச்சென்று போலீஸ்க்கு கால் செய்ய போனை எடுத்தான்.

அதனைப் பார்த்து ஒருவன் அஸ்வினை பிடிக்க ஓடும்போது கீழே இருந்த ஒரு கல்லை தூக்கி அவன்மேல் அடித்தான் தேவா.

அஸ்வின் போலீஸ்க்கு கால் செய்து"சார் எமர்ஜென்சி சீல் வைக்கப்பட்ட சாங் குரூப் ஆஃப் கம்பெனிஸ் வெளிய ஆறு பேர் உள்ளே இருக்க ஆய்வுக்குழுவை கொல்ல முயற்சி செய்றாங்க சீக்கிரம் வாங்க" சொல்லிவிட்டு மீண்டும் தேவாவை பார்க்க அங்கே தேவா இரண்டு பேரை அடித்து விட்டு மூன்றாவதாக

துப்பாக்கி வைத்திருந்த ஒருவனை பார்த்து நின்று கொண்டிருந்தான்.

துப்பாக்கி வைத்திருந்தவன் "மரியாதையா வழிவிட்டு நில்லு இல்ல சுட்டு தள்ளிட்டு போயிடுவேன்" என்று சொல்ல இதை கேட்ட தேவா பலமாக சிரித்தான்.

"எது சுட போறியா எங்க சுடு பார்ப்போம் டேய் பொய் சொல்லாத தீபாவளி துப்பாக்கி தானே இது" என்று நக்கலாக சொல்ல அதைக் கேட்டு கடுப்பான அவன் துப்பாக்கியை தேவாவை சுட வரும்போது அவன் கையில் பட்டென்று ஒரு கல் வந்து அடித்தது தூரத்திலிருந்து கல்லை தூக்கி இருந்தான் அஸ்வின்.

இந்த சமயத்தை பயன்படுத்திக்கொண்ட தேவா சட்டென்று கீழே படுத்து ஒரு உருண்டு உருண்டு போய் அவனுடைய காலை எட்டி உதைக்க கையில் இருந்த துப்பாக்கி கைநழுவ கீழே விழுந்தான். இதே விழுந்த துப்பாக்கியை சட்டென எடுத்த தேவா அவன் முன்னால் துப்பாக்கியை வைத்து நிற்க தூரத்திலிருந்து இரண்டு, மூன்று ஆட்கள் ஓடி வந்தார்கள் அவர்கள் அனைவரும் சாதாரண பொதுமக்கள்.

காட்சி 2:- ஜியான் அவனுடைய ஆட்களை அங்கிருந்த அனைத்து குடிசைகளையும் சுற்றி வளைத்து நிற்க வைத்திருந்தான் அவன் லைட்டரை அழுத்தி சமிங்கை கொடுத்ததும் அவனுடைய ஆட்கள் சுற்றி இருந்த அனைத்து குடிசைகள் மீதும் நெருப்புகளை பெட்ரோல் ஊற்றி கொளுத்த ஆரம்பித்தார்கள். இதனை அதிகாலை வேளையில் வெளியே போய்க்கொண்டிருக்கும் நபர்கள் பார்த்துவிட்டு அவர்களை தடுத்து நிறுத்த ஓட அவர்களின் இரண்டு மூன்று பேரை சரமாரியாக அடித்து போட்டான் ஜியான்.

குடிசைக் குள்ளே இருந்த அனைவரும் அலற தூரத்திலிருந்து பார்க்கும்போது ஏதோ காட்டுத் தீ பிடித்தது போன்று தெரிந்தது.

கொளுத்தி விட்டு ஜியான் மற்றும் அவனுடைய ஆட்கள் ஜீப்பில் ஏறி செல்ல அங்கிருந்த ஒரு பெரிய காய்ந்த மரத்தை வெட்டி வழியிலேயே போட்டு மேலும் பல கட்டைகளை போட்டு நெருப்பு மூட்டி விட்டு இன்னும் சிலர் அந்த ஜீப்பில் ஏறிக் கொண்டார்கள். ஜீப் அந்த இடத்தை விட்டு செல்ல ஆரம்பித்தது.

வாங் க்கு ஃபோன் செய்த ஜியான் பாஸ் கொளுத்தி போட்டாச்சு நம்ம கம்பெனிக்கு போகணும்னா இந்த ஏரியா வழியாத்தான் போகணும் வழியில் பெரிய நெருப்பா மூட்டிவிட்டாச்சு இனி போலீஸ் , மீடியா யாராலயும் அங்க போக முடியாது நீங்க அங்க உங்க வேலைய ஆரம்பிக்கலாம்" என்று ஜியான் சொல்ல

"வெல்டன் ஜியான் இனிமே அங்க இருக்க அத்தனை பேருக்கும் புதை குழி வெட்ட வேண்டியதுதான்" என்று சொன்னான் வாங்.

காட்சி 3:- துப்பாக்கி நீட்டி அந்த ஐந்து பேரையும் பிடித்து வைத்திருந்த தேவா நிமிர்ந்து பார்க்கும் போது தூரத்தில் காட்டு தீ போல் நெருப்பெரிந்து கொண்டிருந்தது அவனுக்கு தெரிந்தது.

அங்கு என்ன ஆச்சு என்று தேவா கேட்க.

"அங்கு அருகில் இருந்த பொதுமக்கள் சிலர் "ஐயோ அங்க குடிசை வீடுகள் எல்லாம் இருக்கு உடனே போய் காப்பாத்தணும்"என்று சொல்ல

தேவாவிற்கு முன் மண்டியிட்டு இருந்தவன் தேவாவை பார்த்து சிரிக்க ஆரம்பித்தான் "அவனுங்க ரொம்ப மோசமானவங்க யாருன்னு தெரியாம கை வச்சிட்ட இனிமேல் நீயும் அனுபவிக்க போற" என்று சொல்லி மீண்டும் சிரிக்க

ஆத்திரம் அடைந்த தேவா கையில் இருந்த துப்பாக்கியை திருப்பி பிடித்து மண்டையிலே ஒரு அடி அடிக்க சுற்றி வந்த ஊர்மக்கள் அங்கிருந்த ஐந்து பேரை பிடித்துக்கொண்டனர்.

"அஸ்வின் வா நம்ம அங்க போய் அவங்கள காப்பாத்தணும்" என்று தேவா சொல்ல

"என்னடா நடக்குது இங்க இந்த ஒரு கம்பெனியை சோதனை செய்ய விடாமல் இப்படி தடை பண்றானுங்க அதுக்காக குடிசையை கூட கொளுத்துவங்களா"என்று அஸ்வின் அதிர்ச்சியுடன் கேட்க

"அஸ்வின் இப்ப பேச நேரம் இல்லை சீக்கிரம் வா "என்று தேவா சொல்லிவிட்டு அங்கு இருந்த தன்னுடைய காரை எடுத்துக்கொண்டு கிளம்ப அஸ்வினும் காருக்குள் ஏறிக்கொண்டான்.

காட்சி 1:- ஆதிராவும் கட்டபொம்மனும் இரண்டு மூன்று ஃபைல்சை எடுத்து பார்க்க அதில் எதுவுமில்லை அங்கே இருந்த வேறு சில ஃபைல்சை எடுத்தார்கள் அப்போது அங்கே ஒரு சிறிய பென்டிரைவ் இருந்தது அதை எடுத்து வைத்துக் கொண்டாள் அதிரா.

சட்டென்று அவர்கள் உள்ளே வந்த கதவை யாரோ தட்டும் சத்தம் கேட்க சட்டென்று ஆதிரா வெளியே வந்து பார்க்க அங்கே ஆய்வுக்குழு அதிகாரி நின்று கொண்டிருந்தார். அதிரா சீக்கிரம் இங்கிருந்து கிளம்பனும் சூழ்நிலை சரியில்லை நாம் இங்கே சோதனை போடுறது யாருக்கோ தெரிஞ்சிருக்கு, இல்லன்னா யாருக்கோ பிடிக்கல அதனால் தான் என்னமோ தெரியல பக்கத்துல இருக்க ஏரியால குடிசை எல்லாம் பத்திக்கிட்டு எரியுது எனக்கு என்னமோ இது எதேச்சையா நடந்தா மாதிரி தோணல"என்று சொல்ல "என்ன சொல்றீங்க "என்று பதறிப் போய்க் கேட்டாள் ஆதிரா.

காட்சி 2:- வாங் ஒரு வயர்லெஸ் எடுத்து அதை அழுத்தி யாருக்கோ **"CODE RED FOURTH GATE SHUT DOWN"** என்று ஒரு வார்த்தை சொல்ல வேறு ஒரு இடத்தில் ஒரு கை ஒரு பட்டனை அழுத்தியது.

காட்சி 1:- அதிர்ச்சியில் நெருப்பு எரிவது பற்றி ஆதிரா கேட்டுக் கொண்டிருந்தபோது திடீரென அவர்கள் நின்று கொண்டிருந்த அந்த இடத்தை சுற்றி இருந்த மதில் சுவர் மேல் இருந்த சிகப்பு விளக்குகள் சைரன் சத்தத்துடன் எரிய தொடங்கின.

அவர்கள் இருந்த அந்த கம்பெனிக்கு பக்கத்தில் இருந்த ஒரு மலை சரியத் தொடங்கியது. அங்கிருந்து சரிந்து சிறிய சிறிய கற்களும் பாறைகளும் உருண்டு வந்து அந்த கம்பெனியின் மேல் மோதி விழத் தொடங்கின. சிறிது வினாடிக்குப் பிறகு அவர்களுக்கு புரிந்தது அந்தக் குன்று வெடி குண்டு வெடித்து பிளந்து கொண்டு இருக்கிறது என்று.

இதைப் பார்த்த அங்கிருந்த குழுவின் ஆய்வாளர்கள் அத்தனை பேரும் பயந்து ஓடத் தொடங்கினர்.

"ஆதிரா சீக்கிரமா என்னமோ நடக்குது வா போலாம்" என்று அந்த ஆய்வுக் குழு அதிகாரி சொல்ல

"என்னடா நடக்குது இங்க யாருடா நீங்க எல்லாம் என்னமோ மர்மம் இங்க இருக்கு பெருசா என்னமோ செய்யறாங்க"என்று பல்லைக் கடித்துக் கொண்டு அதிரா சொல்ல, வெளியே வந்த கட்டபொம்மன் "என்ன அக்கா இதெல்லாம்" என்று கேட்க தன்னிடம் இருந்த ஃபைல்சையும் ஹார்ட் டிஸ்கையும் கட்டபொம்மனிடம் கொடுத்து "இத பத்திரமா வச்சுக்கோ மேத்தா சார் கிட்ட இது கொடுத்திடு நான் வந்தாலும் சரி வராட்டியும் சரி" என்று ஆதிரா சொல்ல

"அக்கா நீ என்ன பண்ண போற சீக்கிரம் வா போலாம்" கட்டபொம்மன் சொல்ல "இல்ல நீ கிளம்பு நான் வரேன் கொஞ்சம் இவனை கூட்டிட்டு போங்க சார், கண்டிப்பா நான் வரேன்"என்றாள் ஆதிரா.

"ஆதிரா பெரிய ரிஸ்க் எடுக்கிற எங்ககூட வந்துடு."என்றார் அதிகாரி.

"இல்ல சார் நீங்க போங்க நான் வரேன் " என்று ஆதிரா சொல்ல மலையின் சரிவு இன்னும் அதிகம் ஆக ஆரம்பித்தது. அதிகாரி சொல்ல சொல்ல கேட்காமல் ஆதிரா மீண்டும் உள்ளே செல்ல முயன்ற போது இடம் பாறைகள் விழுந்து சற்று ஆட்டம் காண ஆரம்பித்தது. நிலைதடுமாறி மாறி கீழே விழ சென்ற ஆதிரா அங்கு இருந்த கடப்பாரை ஒன்றை பிடித்து நின்றாள். அதிகாரியும் கட்டபொம்மனும் ஆதிராவை தடுத்தும் அவள் அதை கேட்காமல் அந்த கடப்பாறையை பிடிப்பாக பிடித்து கொண்டு மீண்டும் அந்த கதவு வழியே உள்ளே சென்றாள் ஆதிரா.

அங்கே அதிகமான கற்கள் உருண்டு வர ஆரம்பிக்க கட்டபொம்மனும் அதிகாரியும் கம்பெனியை விட்டு வெளியே ஓடினார்கள்.

அவள் குதித்த அறைக்கும் உள்ளே வந்த ஆதிரா, அங்கு வேறு ஏதாவது கிடைக்குமா என்று தேடி பார்க்க அப்போது மீண்டும் அந்த இடம் சற்று ஆட்டம் கொடுத்தது அப்போது பிடிப்புக்காக கையிலிருந்த கடப்பாரையை ஓங்கி ஒரு இடத்தில் வைக்க அங்கே "தொப்"ஒரு சத்தம் கேட்டது மீண்டும் அந்த இடத்தில் அடிக்க தொப்பென்று சத்தம் கேட்டது அங்கே இருந்த கார்பெட்டை விலக்கி அந்த இடத்தை சற்று குத்தி குத்தி பார்க்க

அங்கே ஒரு மூடி போன்ற ஒரு அமைப்பு இருந்தது அதனை பிடித்து இழுக்க அது ஒரு சுரங்கப்பாதை போல உள்ளே வழி ஒன்று சென்றது . இதை பார்த்த ஆதிரா சட்டென்று அஸ்வினுக்கு ஃபோன் செய்ய காரில் சென்று கொண்டிருந்த அஸ்வின் ஃபோனை எடுக்க "அஸ்வின் இந்த கம்பெனிக்கு உள்ள ஒரு அண்டர் கிரவுண்ட் மாதிரி வழி போகுதடா" என்று ஆதிரா சொல்ல ஸ்பீக்கரில் இதைக் கேட்டுக்கொண்டிருந்த தேவா "ஆதிரா அங்க இருப்பது பாதுகாப்பு இல்ல, உடனே வெளியே வா"என்றான்.

"இல்ல தேவா இது நான் நினைச்சதை விட ரொம்ப சீரியஸா இருக்கு இது என்னன்னு தெரியாம நான் வெளியே வர மாட்டேன் இங்கே ஏதோ அண்டர்கிரவுண்ட் வழி போகுது இது என்னனு தெரியல"என்றாள் ஆதிரா.

கேட்ட தேவாவிற்கு ஏதோ ஒன்று தோன்றியது ஆரா கம்பெனிக்குள்ள பைப்பை உள்ளே நுழைக்க தோண்டும்போது அங்கே பெரிய பெரிய பாறை மாதிரியும் கல்லு மாதிரியும் பட்டது ஆனால் அது வெறும் கல்லும் நினைச்சு விட்டுட்டேன் ஆனால் அது பாறை மாதிரி கல்லு மாதிரி அங்க இல்ல ஒரு சுவர் மாதிரி கட்டி இருந்தது. அது எப்படி இருக்கும்னு நினைச்சேன் ஒருவேளை அதுதான் அந்த பாதாள சுரங்கமா இருக்கும் நினைக்கிறேன்" என்று தேவா சொல்ல

"இப்ப நான் உடனே அது என்னன்னு பாக்குறேன்" ஆதிரா சொன்னாள்.

"ஆரா அங்க போகாத "ஆதிரா உள்ள போகாத"என்று அஸ்வினும் தேவாவும் ஒருசேர கத்த அங்கே அவர்களுக்கு போன் கட் செய்த சத்தம் கேட்டது ஆதிரா என்ன செய்திருப்பாள் என்று தெரிந்த இருவரும் ஒருவரை ஒருவர் பார்த்து தலையில் அடித்துக் கொண்டு முழித்தனர்

. "சட்டென தேவா அஸ்வினை "நீ எங்க நெருப்பு எரியற இடத்துக்கு போ நான் ஆதிராவோட வரேன்" என்று தேவா சொல்ல

அஸ்வின் தேவாவின் கையை இறுக்கமாக பிடித்தான். நான் பார்த்துக் கொள்கிறேன் என்பது போல தலையசைத்த தேவா சட்டென காரை வேகமாக திருப்ப கதவை திறந்துகொண்டு

அஸ்வின் வெளியே குதித்தான். கார் வேகமாக கம்பெனியை நோக்கி சென்றது.

இங்கே ஆதிரா திறந்த சுரங்கப்பாதை வழியாக செல்வதற்கு உள்ளே குதிக்க அந்த இடத்திலிருந்த அனைத்து பொருட்களும் கீழே ஒன்றின் மேல் ஒன்றாக விழுந்து கற்களும் உருண்டு வந்து அந்த அறையை முழுமையாக மூடிக்கொண்டது.

இதையெல்லாம் அந்த அறையில் வைத்து இருந்த சிசிடிவி கேமரா மூலம் அறையில் நடப்பதை சீனாவில் இருந்த படி பார்த்துக் கொண்டிருந்த வாங் .

"வெல்கம் ஆதிரா வெல்கம் டூ மை வேர்ல்ட் "என்று சொல்லி பலமாக சிரித்தான்.

அத்தியாயம் 20

ரகசிய அறை

அண்டர்கிரவுண்ட் உள்ளே குதித்து சென்ற ஆதிரா உள்ளே வந்து கீழே விழுந்தாள். அங்கே எல்லாம் இருட்டாக இருக்க ஒரு சில இடங்களில் மட்டும் சிறிய சிறிய பல்புகள் எரிந்து கொண்டு இருக்க அந்த வெளிச்சத்தில் சுவற்றின் ஓரமாக சென்ற ஆதிரா அங்கே மீட்டர் பாக்ஸ் ஒன்று இருப்பதை கண்டாள்.

அதை தட்டு தடுமாறி திறந்து அங்கு இருந்த லீவரை பிடித்து இழுக்க அந்த அறை முழுவதும் மின்விளக்குகள் எரிய தொங்கியது. அங்கே ஆதிரா கண்டகாட்சி அவளுக்கு அதிர்ச்சியையும் சற்று பயத்தையும் கொடுத்தது. ஏனென்றால் அங்கே ஏற குறைய 30 க்கும் மேற்பட்ட க்ரையோஜெனிக் சேம்பர் (**cryogenic chamber**) என்று சொல்லப்படும் குளிர்ந்த நைட்ரஜன் திரவம் கொண்ட ஒரு கண்ணாடி தொட்டி இருந்தன.

அதை உற்று நோக்கிய பின்பு தான் மேலும் அதிர்ச்சி ஆனாள் ஆதிரா. அதற்கும் காரணம் அங்கு இருக்க தான் செய்தது அந்த ஒவ்வொரு க்ரையோ சேம்பரிலும் மனித உடல்கள் இருந்தன.

அதை ஒவ்வொன்றாக பார்த்து அதை தன் மொபைலில் வீடியோ எடுத்த ஆதிரா அங்கே இருந்த ஒரு டேங்க்கை பார்க்க அதில் ஹாஸ்பிடலில் ஒரு பெண் தன் கணவனின் உடலுக்காக கெஞ்சி கொண்டு இருந்தாளே!! அந்த பெண்ணின் கணவனின் உடல் அது. அந்த பெண் அவள் கணவனின் புகைப்படத்தில் காண்பித்து இருந்தாள் இதை பார்த்த ஆதிராவிற்கு அதிர்ச்சியுடன் கோவமும் வர அங்கே இருந்த ஒரு மேஜையை ஓங்கி குத்த

" ரிலாக்ஸ்.. ரிலாக்ஸ்.. ஆதிரா என்ன ரொம்ப கோவமா இருக்கா மாதிரி இருக்கு" என்று ஒரு குரல் அங்கிருந்த ஸ்பீக்கர் வழியாக கேட்க

அந்த பக்கமாக பார்த்த ஆதிரா "யார் நீ "என்று கேட்க

"உன்னோட க்ளோஸ் ஃப்ரெண்ட் ஆதிரா உன்னுடைய க்ரைம் பார்ட்னர்" என்று அந்த குரல் சொல்ல

கோபமடைந்த ஆதிரா "நீ யாருனு எனக்கு தெரியாது ஆனா நிச்சயம் கண்டுப்பிடிப்பேன் மனிதனோட உயிர் உனக்கு அவ்வளவு விளையாட்டா போய்டுச்சா இது எல்லாத்துக்கும் நீ விலை கொடுத்தே ஆகனும் "என்று சொல்ல

"ஆதிரா...ஆதிரா.. ஆதிரா.. **my sweet girl** நீ யாரு எங்க இருக்க, இப்போ என்ன செஞ்சிட்டு இருக்க, உன்னோட ஒவ்வொரு அசையும் என் கண் பார்வையில் இருக்கு ஆனா நான் யாரு ?,என் பேரு என்ன?, எங்க இருக்கேன் எதுவும் உனக்கு தெரியாது என்னால உன்னை ஆட்டி வைக்க முடியும் உன்னால ஹ்ம்ம் பாவம்... தொடக்கூடாத விஷயத்தை தொட்டு இப்போ வர கூடாத இடத்துக்கு வந்துட்ட இனி உன்னை யாராலும்

காப்பாத்த முடியாது" என்று அந்த குரல் சொன்னது அது வேறு யாரும் அல்ல சீன அதிபரின் மகன் வாங்.

இங்கு நடக்கும் அனைத்தையும் அங்கு இருக்கும் சிசிடிவி மூலம் பார்த்துக் கொண்டு இருந்தான் வாங்.

அவன் பேசியதை கேட்ட ஆதிரா

"நான் தொடக்கூடாத இடத்தை தொடலை நீதான் செய்யக்கூடாத வேலையை செஞ்சு அது தெரியக்கூடாது ஆள் கிட்ட தெரியப்படுத்தி இருக்க நீ இந்த உலகத்துல எந்த மூலையில் இருந்தாலும் உன்னை சட்டத்துக்கு முன்னாடி நிக்க வைப்பேன் **count your days** "என்று ஆதிரா சொல்ல

"I am very impressed ஆதிரா **but so sad** நீ என்னை கண்டு பிடிக்கிற வரைக்கும் இருந்தா பாக்கலாம் சரியா **all the best crime partner bye**" என்று சொல்லி வாங் அவன் பக்கத்தில் இருந்த ஒரு பட்டனை அழுத்த

ஆதிரா இருந்த அந்த லேப் முழுவதும் ஒவ்வொரு டேங்க்காக வெடிக்க தொடங்கியது.

இதை சற்றும் எதிர்பாராத ஆதிரா என்ன செய்வது ஏது செய்வது என்று தெரியாமல் அங்கும் இங்கும் ஏதேனும் வழி இருக்கிறதா என்று பார்த்து ஓடிக்கொண்டிருந்தாள்.

ஒவ்வொரு டேங்க்காக வெடிக்க வெடிக்க அதிலிருந்து நைட்ரஜன் கேஸ் வெளியே வரத் தொடங்கியது அந்த டேங்கில் இருந்த உடல்கள் சிதற ஆரம்பித்தன.

அந்த நேரம் சட்டென ஆதிராவின் கையை ஒரு கை பிடித்து இழுக்க யார் என்று தெரியாமல் ஆதிரா சற்று நிலை தடுமாறி அந்த நபர் பின்னே செல்ல அங்கு இருந்த மின் விளக்குகள் அனைத்தும் வெடித்துச்சிதறி அணைய ஆரம்பித்தது.

ஆதிராவை பிடித்து இழுத்த அந்த நபர் ஒரு கருப்பு ஜெர்கின் போட்டுக் கொண்டு சுவற்றின் ஒரு மூளைக்குச் சென்று அங்கிருந்த ஒரு கதவை திறந்து ஆதிராவை உள்ளே இழுத்து விட்டு அந்த கதவை மூடினார்.

அது ஒரு நீளமான குறுகிய வழிப் பாதையை கொண்டிருந்தது. அங்கே எந்த விளக்கும் இல்லாத காரணத்தால் அவர் யார் என்று முகம் தெரியவில்லை.

அவர் யார் என்று பார்ப்பதற்குள் அந்த நபர் முன்னேறி வேகமாக நடந்து சென்றார்.

அவர் பின்னே தொடர்ந்த ஆதிரா" "யார் நீங்க ? எப்படி உள்ள வந்தீங்க? என்ன காப்பாத்த ஏன் வந்தீங்க? இங்க வழி இருக்குன்னு எப்படி தெரியும்? இந்த வழி எங்க போய் சேரும் ? சொல்லுங்க" என்று ஆதிரா கேள்வி மேல் கேள்வியாக கேட்டுக் கொண்டே இருக்க அந்த நபர் முன்னே வேகமாக நடந்து சென்று கொண்டே இருந்தார்.

"இப்போ சொல்ல போறீங்களா இல்லையா? யார் நீங்க? நீங்க சொல்லாம இங்க இருந்து வர மாட்டேன்" என ஆதிரா சொல்ல சட்டு என்று நின்ற அந்த நபர்.

"காலம் வரும்போது உனக்கு எல்லாமே தெரியும் இப்போதைக்கு இங்க இருந்து வெளியே போகணும் வேகமா என் பின்னாடி வா என்னால ஒன்னே ஒன்னு தான் சொல்ல முடியும் நீ தொட்டு இருக்க விஷயம் ரொம்ப பெருசு இதுடைய முடிவு என்னன்னு தெரியாம இதை நீ விட்டா புலிவால் பிடிச்ச கதை தான் அதனால இதனுடைய மர்மம் என்ன உண்மை என்ன அப்படின்னு நீ கண்டுபிடிச்சே ஆகணும் அதுக்கு நீ உயிரோட இருக்கணும் முதல்ல வெளியே போ அப்புறம் எல்லாமே உனக்கு காலம் வரும்போது தெரிய வரும்"என்று சொல்லிக் கொண்டே வேகமாக சென்று அங்கே வலது பக்கமாக ஒரு வழியில் அந்த நபர் திரும்பினார். அவர் பின்னாடியே ஓடி சென்ற ஆதிரா அந்த வலது பக்கமாக திரும்பிப் பார்க்க அங்கே யாரும் இல்லை தூரத்தில் ஒரு சிறு வெளிச்சம் மட்டும் தெரிந்தது அந்த வெளிச்சம் வந்த திசை நோக்கி ஆதிரா செல்ல அங்கே ஒரு ஆள் அளவிற்கு துவாரம் இருந்தது அதன் வழியே சூரிய வெளிச்சம் வந்து கொண்டிருந்தது. அந்த வழியே நுழைந்து ஆதிரா வெளியே செல்ல அங்கே தேவாவும் அஸ்வினும் நின்று கொண்டிருந்தார்கள்.

“ஆதிரா..ஆதிரா வந்துட்டியா லூசா நீ? எங்க போன என்ன ஆச்சு அப்படின்னு தெரியாம எவ்வளவு பதறிப் போயிட்டோம் தெரியுமா?" என்று அஸ்வின் கேட்க

"அதெல்லாம் விடு நீங்க தான் அந்த ஆள உள்ள அனுப்புனீங்களா?" என்று ஆதிரா கேட்க

"எந்த ஆளு யார நாங்க உள்ள அனுப்புனோம்?"என்றான் தேவா

"நீங்க அனுப்பலனா அப்போ உள்ள வந்தவன் யாரு என்னை ஏன் அவன் காப்பாத்தணும் அவனுக்கு எப்படி பக்கம் ஒரு வழி இருக்குன்னு தெரிஞ்சது"என்ற ஆதிரா சொல்ல

அப்போது அஸ்வின் "இரு அந்த ஆள் எப்படி இருந்தான்"என்று கேட்க

"நான் அவன் முகத்தை பார்க்கல ஒரு கருப்பு ஜெர்க்கின் போட்டுக்கிட்டு ஆள் முகம் தெரியல"என்று ஆதிரா சொல்ல

"டேய் நம்ம அவன பாத்துட்டு தாண்டா இந்த இடத்துக்கு வந்தோம் அப்ப அவன் தான் ஆதிராவை காப்பாத்திருக்கான்" என்று தேவா சொல்ல

"என்ன சொல்றீங்க அவன பாத்துட்டு தான் இந்த இடத்துக்கு வந்தீங்களா?" என்று ஆதிரா கேட்க

"ஆமா ஆதிரா உன்ன நாங்க எங்கன்னு தேடிட்டு இருந்தோம் அந்த பக்கம் குடிசை எல்லாம் தீ பிடிச்சு எரிஞ்சுக்கிட்டு இருந்துச்சு அஸ்வின் அங்கு இருந்த மக்களை காப்பாத்திட்டு இங்க வந்தான் நாங்க ரெண்டு பேரும் உன்ன எப்படி வெளிய கொண்டு வர்றதுன்னு பார்த்தோம் அந்த நேரம் அந்த கருப்பு ஜெர்கின் போட்ட அந்த ஆள் மட்டும் இந்த இடம் வழியா ஏதோ உள்ள நுழைகிற மாதிரி தெரிஞ்சது தூரத்தில் இருந்து பார்த்ததினால் சரியா தெரியல அதனாலதான் நாங்க இந்த இடத்துக்கு வந்தோம் நாங்க வரதுக்குள்ள நீ வந்துட்ட" என்று தேவா சொல்ல

சில நொடி ஆதிரா ஏதோ ஒன்றை சிந்தித்துக் கொண்டே நீண்ட யோசனையில் நின்றாள்.

"ஆதிரா ஆதிரா "என்று அஸ்வின் அவளை உலுக்க சற்று சுதாரித்த ஆதிரா "சரி வாங்க போலாம்" என்று சொன்னாள்.

வீட்டுக்கு வந்த அனைவரும் ஒரு மூளையில் நின்று கொண்டு எதையோ யோசித்துக் கொண்டிருக்க தேவா மட்டும் "எதுக்கு இப்ப எல்லாரும் இப்படி அமைதியா இருக்கீங்க அதான் எல்லாம் முடிஞ்சிடுச்சு இல்ல" என்று தேவா சொல்ல

"இல்ல தேவா இன்னும் முடியல இப்பதான் ஆரம்பிச்சிருக்கு நான் நெனச்சதை விட இதுல ஏதோ பெருசா நடக்குது அது என்னன்னு கண்டுபிடிக்கணும்" என்று ஆதிரா சொல்ல

"**Shut up** ஆதிரா உன் மனசுல நீ என்ன நெனச்சிட்டு இருக்க போலீசின்னா இல்ல சி பி ஐ ஆ நீ எதுக்கு இது எல்லாத்தையும் தலையிடுற நீ ஒரு லாயர் அந்த வேலையை மட்டும் பாரு, அதனால ஏற்பட்ட பிரச்சனைக்கு போலீஸ் ஸ்டேஷன்ல கம்ப்ளைன்ட் கொடுத்தாச்சு அவ்வளவுதான் இதுக்கு மேல இதுல நீ இறங்க வேண்டாம்" என்று அஸ்வின் கோபமாக பேச

"அஸ்வின் என்னடா எதுக்கு இப்ப இவ்வளவு கோபப்படுற"என்று தேவா அஸ்வினை சமாதானப்படுத்த

"இல்ல தேவா இவளுக்கு எதுக்கு இந்த வேலை இதனால பார்த்தல்ல இது ஏதோ சாதாரணமான விஷயமா தெரியல உயிர் பிழைச்சு தப்பிச்சு வந்திருக்கா இன்னும் இத விடமாட்டேன் அப்படின்னு இருந்தா என்ன பண்றது" என்று அஸ்வின் சொல்ல

"ஆரா அவன் சொல்றதும் சரிதான் உனக்கு எதுக்கு இந்த வேலை இது சம்பந்தமா போலீஸ்லயோ இல்ல சி.பி.ஐ கிட்டயோ இதை சொல்லுவோம் அதுக்கப்புறம் அவங்க பாத்துக்க போறாங்க" என்று தேவா சொல்ல

"பேசிட்டிங்களா ரெண்டு பேரும் எப்படி அஸ்வின் என்னால எப்படி இதை விட முடியும்? இதுல போலீஸோ இல்ல வேற யாரோ எந்த நடவடிக்கையும் எடுக்க மாட்டாங்க ஏன்னா இதுல பெரிய பெரிய ஆளுங்க சம்மந்தப்பட்டிருக்காங்கன்னு எனக்கு தோணுது அதனால இது நானே முடிக்கணும்" என்று ஆதிரா சொல்ல

"ஏன் இதுல இவ்வளவு பிடிவாதம் பிடிக்கிற" என்றான் அஸ்வின்.

"செத்துப்போன குழந்தை ஒரு தண்ணி தொட்டிக்குள் இருக்கிறது பார்த்தியா அஸ்வின் நீ ? பெண்கள் குழந்தைகள் ஆண்கள் அப்படி என்று யாரையும் விட்டு வைக்காமல் எல்லாரையும் கொன்னு ஒரு டேங்க்குள்ள போட்டு வச்சிருக்காங்க அதை நீ பார்த்தியா" என்று ஆதிரா கோபமாக கேட்க

"ஆதிரா என்ன சொல்ற" என்று தேவா கேட்க

"ஆமா தேவா அங்க நான் பார்த்ததை இன்னும் என்னால மறக்க முடியல என் கண்ணுக்குள்ளேயே இருக்கு ஒவ்வொரு சடலமும் அந்த தொட்டிக்குள்ள ஒரு எலி மாதிரி...ஆராய்ச்சிக்கு பயன்படுத்துற எலி மாதிரி போட்டு வச்சிருந்தாங்க. மக்களை வைத்து ஏதோ ஒரு ஆராய்ச்சி நடந்துகிட்டு இருக்கு அது அந்த கம்பெனி குள்ள தான் நடந்துருக்கு அதனாலதான் அந்த கம்பெனியை நான் இழுத்து மூட வச்சதும் அவங்களுக்கு அவ்வளவு கோவம் வந்து இருக்கு என்ன கொலை பண்ணவும் பார்த்தாங்க மேலும் அங்க வேலை செஞ்ச ஒருத்தன் செத்ததுக்கு பிறகும் அவனுடைய உடலை அவன் மனைவி கிட்ட கொடுக்காம பிரச்சனை பண்ணாங்க.

இதுனால தான் என்னவோ நடக்குதுன்னு நான் இதுல மும்மரமா இறங்கின.. ஆனால் நான் நெனச்சதை விட இது ரொம்ப பெருசா இருக்கு விடமாட்டேன் இத செய்யறவன் என்கிட்ட பேசனான் உன்னால எதுவும் செய்ய முடியாதுன்னு பேசனான் அவனுக்கு நான் யாருன்னு காட்டுறேன் எங்கேயோ ஒளிஞ்சிகிட்டு இருக்க அவனை எல்லாரும் முன்னாடி நிக்க வச்சு அவன் முகத்திரையை கிழிக்கிறேன்" என்று சொல்லிவிட்டு மூச்சு வாங்க நின்றாள் ஆதிரா.

அப்போது ஒரு கை தண்ணீர் பாட்டிலை நீட்ட திரும்பிப் பார்க்க அது அஸ்வின்.

தண்ணீரை வாங்கிய ஆதிரா மடமடவென குடித்துவிட்டு அஸ்வினை பார்க்க

"இப்ப என்ன செய்யப் போறோம்"என்றான் அஸ்வின்.

அவனைப் பார்த்து சற்று புன்முறுவல் செய்த ஆதிரா

சொன்ன நேரம் கதவை தட்டும் சத்தம் கேட்டது.

கதவைத் திறந்த தேவா விழுந்து விழுந்து சிரித்தான்.

என்ன என்று ஆதிரா எழுந்து வந்து பார்க்க அங்கே கட்டபொம்மன் நின்று கொண்டிருந்தான்.

"டேய் தேவா ஏன்டா இப்படி சிரிக்கிற"என்று ஆதிரா கேட்க

"இல்ல கட்டபொம்மன்னு சொன்னியே அது இவன் இல்லல" என்று தேவா கேட்க

"இவன் தான் அதுக்கு என்ன" என்று ஆதிரா சொல்ல

மீண்டும் பலமாக சிரித்தான் தேவா "இல்ல கட்டபொம்மன் சொன்னியே நான் என்னமோ ஏதோ நினைச்சுட்டேன் ஆனா இவன்.. கட்டபொம்மன்.."என்று சொல்லிவிட்டு தேவா சிரிக்க

"அமைதியா இரு தேவா" என்ற ஆதிரா சொல்லிவிட்டு கட்டபொம்மனை உள்ளே வர சொல்ல

கட்டபொம்மன் தேவாவை முறைத்துக் கொண்டே உள்ளே வந்தான்.

வந்தவன் ஒரு ஃபைலையும் பென்டிரைவையும் ஆதிராவிடம் கொடுக்க திறந்து பார்த்த ஆதிரா" இந்த பைல் அந்த கம்பெனியில் கிடைத்தது இது மூலமா ஏதாச்சும் க்ளூ கிடைக்குதான்னு பார்ப்போம்" என்று சொல்லிவிட்டு அந்த பைலை புரட்டிப் பார்க்க, ஒரு பக்கத்தை திருப்பும் போது சற்று அதிர்ச்சியுடன் அப்படியே நின்றான் இதை பார்த்த தேவாவும் அஸ்வினும் "என்ன ஆச்சு ஆதிரா" என்று கேட்க

அந்த ஃபைலை இருவரிடமும் கொடுத்தாள் அதிரா.

அதை வாங்கிய இருவரும் அந்த பக்கத்தை பார்க்க அதிலே **9 HOUSES** என்றும் அதற்கு பக்கத்தில் ஒரு அம்புக்குறி இட்டு ஒரு முக்கோணத்திற்கு உள்ளே **13** என்று ஒரு கண் வடிவத்தில் எழுதி இருந்தது.

"இது என்ன அதிரா இத பார்த்து ஏன் அதிர்ச்சி ஆன" என்று தேவா கேட்க

"இதுக்கு என்ன அர்த்தம் ஏதாச்சும் அட்ரஸா இருக்குமா" என்று அஸ்வின் சொல்ல

"இல்லை" என்று ஆதிரா தலையசைக்க "அப்புறம் என்ன" என்று கட்டபொம்மன் கேட்க

"இலுமினாட்டி" என்ற ஒரு வார்த்தை ஆதிராவிடமிருந்து வந்தது.

அத்தியாயம் 21

சதிகார சமூகம்

நடந்த அனைத்தையும் கேள்விப்பட்ட ஆர்யன் அவன் சகாக்களுடன் டெல்லி வந்து சேர்ந்தான். வந்தவன் வழக்கம் போல் ஆதிராவை கேள்வி கேட்கவில்லை ,திட்டவில்லை அமைதி காத்தான், அவன் அறைக்கு சென்று கதவை மூடிக்கொண்டான். இது அனைவருக்கும் ஆச்சரியமாக இருந்தது.

அன்றிலிருந்து நான்கு ஐந்து நாட்கள் ஆதிரா எதோ ஒரு விஷயத்திற்காக இரவு பகலாக சுற்றிக் கொண்டு இருந்தாள்.

ஐந்தாவது நாள் அனைவரையும் அவள் வீட்டிற்க்கு அழைத்திருந்தாள் ஆதிரா.

ஆர்யன், ஸ்வஸ்தி, மித்ரன், அஷ்வின், தேவா, கட்டபொம்மன் என அனைவரும் இருக்க ஆதிராவின் தோழி பிரியாவும் அங்கே வந்தாள்.

கட்டபொம்மன் பேச்சை தொடங்கினான் "அக்கா எல்லாரும் வந்து அரை மணி நேரம் ஆச்சு என்ன விஷயமா எல்லாரையும் வர சொல்லிருக்கணு சொல்லுக்கா, அன்னிக்கி அந்த ஃபைலை பாத்துட்டு இலுமினாட்டி அப்பிடின்னு சொல்லிட்டு போன அதுக்கு அப்பறம் நாலு நாளா உன்ன பாக்கவும் முடியல, பேசவும் முடியல "என்று அவன் பேச்சை தொடங்க அனைவரும் ஒவ்வொருவராக ஆதிராவை கேள்விக் கேட்க ஆர்யன் மட்டும் அமைதியாக இருந்தான்.

"எல்லாரும் பேசியாச்சா இப்போ நான் பேசலாமா" என்று ஆதிரா அனைவரையும் பார்த்து கேட்க அனைவரும் அமைதி ஆனார்கள்.

நான் ஐந்து நாளாக சில தகவலையும் சில ஆதாரங்களையும் தேடிட்டு இருந்தேன். அதுமட்டும் இல்ல இந்த விஷயத்துல இருக்குற தீவிரம் என்னனு பேசி புரிய வைக்க பிரமதரை பார்க்க போயிருந்தேன் என்று அவள் சொல்ல

"பிரதமரையா !!! அது எப்படி நீ மட்டும் அவ்வளவு சுலபமா போய் பாத்துட்டு வர " என்று தேவா குறுக்கே கேள்வி கேட்க

"மேத்தா சார் கிட்ட உதவி கேட்டேன் அவர் தான் கூட்டிட்டு போனாரு" என்று பதில் சொன்னாள்.

"இப்ப நான் சொல்றத எல்லாரும் தெளிவா கேளுங்க நாம தொட்டு இருக்க விஷயம் சாதாரண விஷயம் இல்லை. இதுல நாம கவனமா கால வச்சா மட்டும் தான் நம்ம இதுல ஜெயிக்க முடியும் " என்று ஆதிரா சொல்ல

குறுக்கே இடை மறித்த அஸ்வின்.

"இதையெல்லாம் நீ செய்ய உனக்கு என்ன அவசியம் இருக்கு ஆதிரா? எதுக்காக நீ தேவையில்லாத விஷயத்தில் உள்ள போற ஏற்கனவே இப்பதான் உயிர் பிழைச்சு வெளியே வந்து இருக்க, மறுபடியும் எதுக்கு இதுக்குள்ள போற" என்று சற்று ஆவேசத்தோடு அவன் பேச தேவா அவன் கையை பிடித்து நிறுத்தி அமர வைத்தான்.

பேசத் தொடங்கிய ஆதிரா " நமக்கு என்ன அப்படித்தானே? நமக்கு என்னனு இருக்கணும், நீ பார்க்கல அஸ்வின் நீ மட்டும் இல்ல இது யாரும் பாக்கல ஏற்கனவே நான் சொல்லிட்டேன் அங்க இருந்த விஷயம் என்னன்னு குழந்தைகளையும் பெண்களையும் மனுஷன் கூட பார்க்காமல் எல்லாரையும் ஏதோ எலியை டெஸ்ட் பண்ற மாதிரி பரிசோதிச்சிட்டு இருக்காங்க. இதெல்லாம் ஏன் தெரியுமா எதனால தெரியுமா? என்று சொன்னவள் அந்த கருப்பு ஜேற்கின் போட்ட மனிதன் சொன்னதை சொல்ல வாயெடுக்க சட்டென பேச்சை மாற்றினாள்.இப்ப இத கேக்கலனா இன்னும் பத்து வருஷத்துல இந்திய நாட்டுல பிறக்கிற ஒரு குழந்தை கூட நோய் இல்லாம பிறக்காது, என்றாள்.

ஆதிரா கூறிய இந்த வார்த்தையை கேட்டு அனைவரும் சற்று அதிர்ச்சியானார்கள்.

"என்ன சொல்ற ஆதிரா" என்று ஸ்வஸ்தி கேட்க

"ஆமா, அன்னைக்கு நான் இலுமினாட்டி என்று சொன்னேனே ஞாபகம் இருக்கா?" என்று ஆதிரா கேட்க

"நல்லா ஞாபகம் இருக்கு ஆனா அப்படின்னா என்னன்னு தான் நீ இன்னும் சொல்லவே இல்ல" என்று கட்டபொம்மன் சொல்ல

"ஆனா இந்த இலுமினாட்டி ஒரு வதந்தி அப்படின்னு தானே சொல்லுவாங்க அப்படி எல்லாம் ஒரு விஷயம் இல்லைனு.தானே நெனைச்சேன்" என்றான் அஷ்வின்.

"நானும் கொஞ்ச நாள் முன்னாடி வரைக்கும் அப்படித்தான் நம்பிட்டு இருந்தேன் ஆனா இங்க நடக்குற விஷயத்தை உன்னிப்பா பார்க்கும் போது தான் எல்லா விஷயமும் புரிய வருது அதுவும் இப்போ நாம சந்திச்ச விஷயத்தை பார்த்ததுக்கு அப்புறம் இதை உறுதிப்படுத்திக்க தான் இந்த அஞ்சு நாளா நான் முயற்சி பண்ணேன்"

"இந்த இலுமினாட்டி அப்படிங்கறது ஒரு ரகசியமான சமூகம். இந்த சமூகம் தான் உலகத்துல என்ன நடக்கணும் என்ன நடக்கக்கூடாது எப்படிப்பட்ட விஷயங்கள் இருக்கணும்னு முடிவு பண்ற ஒரு சமூகமாக இருக்கிறது."

"அது தான் எல்லாரும் சொல்றாங்க ஆனா இது எப்படி சாத்தியம்?" என்று தேவா கேட்க

"ஆமா , ஆனா இது உண்மைதான், இந்த சீக்ரெட் சொசைட்டியில் ஒரு 13 குடும்பத்துடைய வம்சாவழி தான் இருக்காங்க. அவங்க தான் இந்த உலகத்துல இருக்க எல்லா நாட்டிலும் தங்களுடைய ஆதிக்கத்தை செலுத்திக்கொண்டு வராங்க அரசாங்கத்தின் மூலமாகவும் வணிகர்கள் மூலமாகவும்."

"இவங்களுடைய ஒத்துழைப்பு இல்லாம எந்த ஒரு அரசாங்கமும் உருவாக முடியாது.எந்த பெரிய வியாபாரமும் நடக்காது" என்று ஆதிரா சொல்ல அனைவரும் அவளை சற்று குழப்பத்தோடு பார்க்க ஆதிரா அதை புரிந்துக் கொண்டு பேச ஆரம்பித்தாள்.

1700 காலங்களில் இந்த ரகசிய சமூகம் தொடங்கப்பட்டது . அதற்கு முன்னரும் இது செயல்பட்டு வருகிறது என்று சொல்வார்கள் . ஆனால் 1700 களில் இது ஒரு அமைப்பாக உருவெடுத்தது. இது ஒரு ஒழுங்கியல் சமூக குழு என்று சொல்லிக்கொள்ளப்பட்டது . ஒரு கட்டத்தில் இந்த குழு எல்லோரையும் சில விதமான பழமை வாதத்திற்கும் மூடநம்பிக்கைக்கும் இட்டு செல்கிறது என்ற அச்சம் மக்களிடம் நிலவ இதற்கு எதிர்ப்புகள் அதிகரித்தன அதனால் இவர்கள் மறைமுகமாக செயல்பட ஆரம்பித்தனர்.

ஒரு கட்டத்தில் இதை மேல்மட்டத்தில் 13 குடும்பங்கள் ஆதிக்கம் செலுத்தி வழிநடத்த ஆரம்பித்தனர். பிறகு அவர்களின் வம்சாவழிகள் இதை பின்தொடர ஆரம்பித்தார்கள்.

அவர்களே இப்போது இந்த உலகின் வணிகம் , அரசாங்கம் , பொருளாதாரம், கல்வி , வாழ்வியல்,ஊடகம் என்று பல்வேறு துறைகளில் ஆதிக்கம் செலுத்தி வருகின்றனர். இவர்களின் மறைமுக பிரதிநிதியாக பலர் அனைத்து துறைகளிலும் இருக்கிறார்கள்.

"சரி அப்படி இவங்க இருந்து என்னதான் பண்றாங்க அதுவும் இந்த 2049 ல" என்று தேவா கேட்க

இவர்கள் பல வருடங்களாக தொடர்ந்து இருந்து வருகிறார்கள்.

"உலகை உலுக்கிய அனைத்து விதமான சம்பவங்களையும் இவர்களால் செயற்கையாக உருவாக்கப்பட்டது என்ற ஒரு கூற்றும் உள்ளது."

"அப்படி எப்படி ஒரே அடியாக சொல்ல முடியும் அதுவும். இப்போ வளர்ந்து இருக்க டெக்னாலஜி 50 வருஷத்துக்கு முன்னாடி இல்ல 100 வருஷத்துக்கு முன்னாடி டெக்னாலஜி அப்படினா என்னனு கூட யாருக்கும் தெரியாது அப்படி இருக்க எதோ ஒரு குழு தான் இதை எல்லாம் செஞ்சதுனு சொல்றது பைத்தியக்காரத்தனம் , "என்று நம்பிக்கையற்ற வார்த்தைகள் அஸ்வினிடம் இருந்து வந்தது.

"அப்படியா அஷ்வின் சரி ," என்ற ஆதிரா ஒரு கேள்வியையும் கேட்க தொடங்கினாள்.

“Subliminal message என்றால் என்னனு தெரியுமா? “என்றாள்.

“கேள்வி பட்டுருக்கேன் நம்ம என்ன செய்யனும் இன்னொருத்தர் நமக்கே தெரியாமல் நம்மை வழிநடத்துவது அதானே ” என்று ஸ்வஸ்திக் கேட்க

“ஆமாம் , ஆண்டி அதே தான் இது தான் நம்ம ஊர்ல ,ஏன் உலகம் முழுக்க நடக்குது , விளம்பரம் அப்படிங்கிற பேர்ல” என்று மறுமொழி உரைத்தாள் ஆதிரா.

“அது எப்படி சொல்ற ஆதிரா .. விளம்பரம் ஒரு பொருளை விற்க பயன்படுத்த படுற விஷயம் அதுக்கும் இதுக்கும் என்ன சம்மந்தம்” என்று மித்ரன் கேட்க

“ஆதிரா சொல்ல ஆரம்பித்தாள் ..நமக்கு தேவையே இல்லாத விஷயம் கூட தேவையான ஒன்னா நம்மளை நம்ப வைக்குறது இந்த விளம்பரங்கள் தான்.

இது வெறும் விளம்பரமா மட்டும் இல்லை விழிப்புணர்வு அப்படின்னு இங்க நிறைய விதமா இந்த சப்ளிமினல் மெசேஜ் சொல்லப்பட்டுகிட்டு தான் இருக்கு. உதாரணமா கொஞ்சம் வருஷம் முன்னாடி வரைக்கும் அதாவது ஒரு 40 வருஷம் முன்னாடி வரைக்கும் தண்ணீர் கொதிக்க வைத்து குடிக்கணும்னு எங்கேயாச்சும் பெருசா விளம்பரம் பண்ணி பாத்திருக்காங்களா?, இல்ல அந்த நேரத்துல எல்லாரும் தண்ணீர் கொதிக்க வைத்து தான் குடிச்சிட்டு இருந்தாங்களா? விருப்பப்பட்டவங்களை தவிர .என்று ஆதிரா கேட்க

“அந்த நேரத்துல இத பத்தின விழிப்புணர்வு இல்ல அதுவும் 1990 கால கட்டங்களில் இதை பத்தி யாருக்கும் தெரியாம தான் இருந்துச்சு அதுக்கு அப்புறம் குளோபலைசேஷன் எல்லாம் வந்ததுக்கு அப்புறம் எல்லாரும் இதை பத்தின விழிப்புணர்வு அடைஞ்சாங்க அதனால இது பரவுச்சு” என்று அஸ்வின் சொல்ல

“அப்படித்தான் நம்ம நினைச்சுகிட்டு இருக்கோம் தண்ணீரை கொதிக்க வைக்கிறதுனால என்ன ஆகும் தெரியுமா? ” என்று கேள்வி எழுப்பினாள்.

“அதுல இருக்கிற பாக்டீரியாஸ் எல்லாம் அழியும்.. உடம்புக்கு நல்லது” என்று சொன்ன கட்டபொம்மனை ஆதிரா சற்று முறைத்து பார்க்க

"ஆத்தி...... தேவை இல்லாம தெரியாம எதையோ சொல்லிட்டோமோ ? அக்கா நீங்களே சொல்லுங்க... என்று சொல்லிக்கொண்டு அவன் வாய் மேல் கை வைத்துக் கொண்டு திரும்பி நின்றான் கட்டபொம்மன்.

"இப்படிதான் நினைச்சுகிட்டு நம்ம உக்காந்துட்டு இருக்கோம் தண்ணிய கொதிக்க வச்சு குடிக்கிறது தப்பு இல்ல ஆனா எல்லா நேரத்துலயும் அப்படி குடிக்க கூடாது.. சொல்லப்போனால் அதனால நமக்கு கிடைக்க வேண்டிய நிறைய வகையான மினரல்ஸ் கிடைக்காமல் போகுது." என்று ஆதிரா சொல்ல

"அப்போ RO வாட்டர் ... இப்போ ஒட்டுமொத்த உலகத்திலேயே இது தான் இருக்கு".. என்றான் தேவா.

"அதுதான் தேவா இந்த மெசேஜ் ஓட பவர்.. பத்து இருபது வருஷங்களா இது தான் சரி, இதுதான் சரின்னு சொல்லி நமக்கே தெரியாம நம்ம ஆழ் மனசுல இதை பதிய வைத்து இன்றைக்கு அத்தியாவசியமான ஒரு விஷயமா இந்த ஆர்வோ வாட்டர் மாறிடுச்சு. தண்ணிக்குள்ள இருக்குற சத்த அதிலிருந்து தனியா பிரிச்சு அது வேற ஒரு கெமிக்கல் மூலமா மறுபடியும் அதே போல ஒரு சத்த நமக்கு கொடுக்கறது எந்த வகையில் சரின்னு நினைக்கிற... " என்று ஆதிரா கேட்க .. அனைவரும் அமைதியாக இருந்தார்கள்.

"சரி, இதுக்கும் அந்த வாங் லீ க்கும் என்ன சம்பந்தம் ... "என்று தேவா கேட்க

ஆதிரா, "இருக்கு சம்பந்தம் இருக்கு.. இந்த சமூகத்தை ஆதிக்கம் செலுத்தும் 13 குடும்ப வம்சாவழியில் வாங் லீ யோட குடும்பமும் ஒன்னு. அது மட்டும் இல்ல இந்த 13 குடும்பங்களில் இருக்க ஒரே ஒரு சீன குடும்பம் இவங்க குடும்பம் தான் "லீ ஃபேமிலி" என்றாள்.

"சரி அப்படி இந்த வாங் லீ அவங்க வம்சாவழி சேர்ந்தவன்னு எப்படி சொல்ற , இல்ல அதே போல இதுக்கெல்லாம் எதாச்சும் ஆதாரம் இருக்கா எப்படி ஒரு முடிவுக்கு வர முடியும்" என்றான் மித்ரன்.

"இருக்கு , இவங்க குடும்பம் தான் காலம் காலமா சீனாவில் எந்த அரசாங்கம் வந்தாலும் அதுல ஒரு அங்கமாக இருக்காங்க. "

கிபி 7 ஆம் நூற்றாண்டில் சீனாவில் உருவான ஒரு சாம்ராஜ்ஜியம் டாங் சாம்ராஜ்ஜியம் இதை தொடங்கியது லீ யுவான் என்ற ஒரு படைத்தளபதி கிட்டத்தட்ட 4 நூற்றாண்டுகள் சீனாவை ஆண்டார்கள் இவர்கள் வம்சத்தினர். அதன்பிறகு இவர்கள் தோற்கடிக்கப்பட்டு வேறு ஆட்சி வந்தபோதும் மீண்டும் இவர்கள் எழுந்து வந்தார்கள். அதுமட்டுமல்ல அதன் பிறகு யார் ஆட்சிக்கு வந்தாலும் சரி அல்லது இவர்கள் ஆட்சி நடந்தாலும் சரி அதிகாரம் இவர்கள் வசம் இருக்கும்படி பார்த்துக் கொண்டார்கள். இப்போது வரை நடக்கும் கம்யூனிச ஆட்சி வரை அனைத்திலும் இவர்கள் முக்கிய பங்கு வகிக்கிறார்கள். சீனாவில் பிரீமியர் என்ற பதவி முக்கியமானது சீன அதிபர்க்கு அடுத்த அதிகாரம் உள்ள பதவி . ராணுவம், சட்டங்கள் உள்ளிட்ட அதிகாரம் கொண்டது. ஆகவே இவர்கள் குடும்பம் ஒரு 5 ஆண்டு ஆட்சி காலம் விட்டு ஒரு ஆட்சி காலம் அதிபர் ஆகிறார்கள். அப்படி அதிபர் ஆக இல்லாத காலத்தில் பிரீமியர் ஆக இருக்கிறார்கள்.

இந்த வழியில் வந்தவன் தான் வாங் லீ . என்கிட்ட பேசினதும் அவன் தான் இந்த சாங் கம்பனி முதலாளியும் அவன் தான்" என்று அனைத்தையும் சொல்லி முடித்தாள் ஆதிரா.

அடுத்த இரண்டு நிமிடத்திற்கு அங்கு இருந்த அனைவரும் ஒரு வார்த்தையும் இன்றி ஸ்தம்பித்தது போல் நின்றார்கள்.

"ஆதிரா, இவ்வளவு விஷயம் எப்படி தெரிஞ்சுக்கிட்ட ? இந்த அதிகாரத்தை வச்சிக்கிட்டு தான் இவ்வளவு ஆட்டம் போடுறானா? நம்ம நாட்டுல என்ன செய்ய பார்க்கறான் ? இறந்தவங்க உடலை வெச்சி என்ன செய்யறான்?" என்று கேள்விகளை அடுக்கினான் தேவா. அந்த விஷயமா பேச தான் பிரதமரை போய் சந்திசிட்டு வந்தேன் என்றாள் ஆதிரா.

"அவனை பத்தி சொல்லி அவன் மேல நடவடிக்கை எடுக்க வைக்கவா ? அப்படியே ஆனாலும் அவன் இன்னொரு நாட்டுக்காரன் அதுவும் சீன அதிபர் உடைய மகன் எப்படி

பிரதமரே நினைச்சாலும் அது நடக்கிறது கஷ்டம் ஆச்சே" என்று ஸ்வஸ்தி கேள்வி எழுப்ப

"அதுக்காக நான் போகல இங்க இருந்துகிட்டு அவனை எதுவும் செய்ய முடியாதுனு எனக்கும் நல்லா தெரியும் . அதனால தான் வேற பிளான் ஒன்னு யோசிச்சேன் அதுக்கு உதவி பண்ண சொல்லி கேட்க தான் பிரதமரை சந்திக்க போனேன்" என்றாள் அவள்.

"பிளானா ? என்ன பிளான் அக்கா ?" என்று கட்டபொம்மன் கேட்க

"சீனாவுக்கு போகிறது...". என்று ஆதிரா சொல்ல

அங்கிருந்த அனைவரும் ஒருவரை ஒருவர் பார்த்துக்கொண்டு அதிர்ச்சிக் கொண்டனர் ஒருவனை தவிர அது ஆர்யன்.

அவர்கள் அதிர்ச்சி ஆனது போலவே இதை கேட்டபோது பிரதமரும் அதிர்ச்சி ஆனார்.

"என்ன சொல்ற ஆதிரா .. எதுக்காக சீனா போகனும் இதுல எதுக்கு இவ்வளவு ரிஸ்க் எடுக்கணும் . வேணாம் ஆதிரா என்னால என்ன செய்ய முடியுமோ அதை நான் செய்யறேன். அதான் அந்த கம்பெனியை மூடிட்டோமே இனிமே அது வராம நம்ம மக்களுக்கு பாதிப்பு இல்லாம பார்த்துக்கலாம்" என்று பிரதமர் சொல்ல

"சீனாவுக்கு போகனும்னு நான் சொல்ல காரணம் வாங் லீ மட்டும் இல்ல சார்.." என்றாள் ஆதிரா.

வேற என்ன..?

"போகர் சித்தர்..." என்ற ஒரு சொல் ஆதிராவிடம் இருந்து வந்தது.

அத்தியாயம் 22

நவபாஷாணம்

இடம் சீன தேசம்

"வாங் லீ உடைய செக்ரேட்டரி அவன் அறைக்கு வந்தான். சுழல் நாற்காலியில் சாய்ந்துக் கொண்டு தன் இரு கால்களையும் மேஜை மேல் குறுக்காக போட்டுக்கொண்டு கண்களை மூடி அமர்ந்திருந்தான்.

சற்று தழுதழுத்தக் குரலில் செக்ரெட்டரி வாங் இடம் பேச்சை தொடங்க முடியாமல் தவித்து பேச ஆரம்பித்தான்.

"சா.... ர், சார்... "என்று அழைத்தவுடன் வாங்,

"என்ன ஆதிரா உயிரோடு இருக்க அதானே"

அதிர்ச்சி மாறாமல் வாங் லீயை பார்த்த அவன் செக்ரட்டரி டௌச்சி

"உங்களுக்கு.... "என்று இழுக்க

"இது கூட தெரிஞ்சுக்க முடியாமயா நான் இங்கே இருப்பேன் ? என்றான் வாங்.

"ஆதிரா.... எனக்கு பெரிய தலைவலியா இருக்கா ஆனா என்னவோ தெரியல இந்த தலைவலி போய் திரும்ப வரும் போதெல்லாம் ரொம்ப புடிச்சிருக்கு. நம்மளுக்கு யாரும் ஆட்டம் காட்டி பார்த்ததே இல்லையா!! இப்போ ஒருத்தி எனக்கு சமமா தன்னை நினச்சுகிட்டு என்கிட்ட விளையாட்டு காட்டிகிட்டு இருக்கா. அது புடிச்சிருக்கு .... பிடிச்சிருக்கு.... ஆனா பிடிக்கல எனக்கு சமமா ஆடுகிற விளையாட்டுல அவ முந்திக்கிட்டு

...முந்திக்கிட்டு வர்றது பிடிக்கல" என்றான் வெறுப்பு கலந்த சிரிப்போடு.

அப்போது அவன் முகம் போன போக்கை பார்த்த டோச்சிக்கு சற்று அடிவயிற்றை மத்தால் கடைந்தது போல் இருந்தது இவ்வளவு அனல் பறக்கும் கோபத்துடன் தவிக்க முடியாத வெறுப்போடு அவன் முகத்தை இதுவரை அவன் பார்த்ததில்லை.

“சின்ன பூச்சி என் வழியில குறுக்க வந்து கிட்டு இருக்கு அதை மிதிச்சி ஏன் கொல்லனும்னு நினைச்சேன், ஆனா ஒரு ஒருமுறை அதை அடிக்கும் போதும் அதை திருப்பித் திருப்பி பறந்து போற கரப்பான் பூச்சினு இப்பதான் புரியுது. இனிமே இந்த கரப்பான் பூச்சியை அடிக்கலாம் கூடாது நசுக்க வேண்டியதுதான் அதுவும் ஒவ்வொரு காலா பிச்சு பிச்சு போட்டு நசுக்கணும்” என்று ஆக்ரோஷத்திற்கே உரித்தான குரலில் வாங் சொன்னான்.

அந்த நேரத்தில் சீன அதிபர் , அதாவது வாங் உடைய தந்தை உள்ளே வர

“என்ன நடக்குது லீ ....நான் கேள்விப்பட்டதெல்லாம் என்ன? இந்தியாவில் சுமூகமாக முடிய வேண்டிய கேஸை பெருசாக்கி அதை வாதாடும் வழக்கறிஞரைக் கொலைப் பண்ண முயற்சி பண்ணி இப்ப அந்த கம்பெனியவே மூட வச்சி, அதையும் இடித்து தரை மட்டம் ஆக்கி வச்சிருக்க. இது பத்தாதுன்னு சுத்தி இருக்க கிராமத்து வீடுகளை எல்லாம் எரிச்சு விட்டுருக்க உன் மனசுல என்ன நினைச்சுட்டு இருக்க லீ... ” என்று கோபத்தோடு சிவந்த கண்களோடு சீன அதிபர் தன் மகனைக் கேட்க

“அப்பா நான் எதுக்காக இதெல்லாம் பண்றேன்னு உங்களுக்கு ஏற்கனவே சொல்லி இருக்கேன், எவ்வளவு முக்கியம் உங்களுக்கும் தெரியும்”.

“ஹான்... எல்லாம் தெரியும் ஆனா இத இப்படி செய்ய வேணாம்னு உனக்கு நான் பலமுறை எச்சரிக்க பண்ணிருக்கேன். அங்க ஃபேக்டரியில் நீ செய்யணும் நெனச்ச விஷயத்தை செய்ய வேணாம்னு தடுத்தேன்,ஆனா நீ கேக்கல பிரச்சனை வராமல் பார்த்துக்கரேன்னு சொன்ன, இப்ப என்ன பண்ணி வச்சிருக்க யாரோ ஒருத்தி இவ்வளவு ஆட்டம் காட்டி

இருக்க அவளை எதுவும் பண்ண முடியல கம்பெனியை இழந்துட்டு உட்கார்ந்துட்டு இருக்க, என்ன நெனச்சிட்டு இருக்க" என்றார் சீன அதிபர்.

"நான் செஞ்ச வேலையால தான் இப்ப இந்தியாவோட மெடிக்கல் இண்டஸ்ட்ரி 30 சதவீதம் நம்ம பக்கம் வந்திருக்கு ஞாபகம் இருக்கு இல்ல" என்று வாங் கேட்க

"அது எனக்கு சுத்தமா விருப்பம் இல்ல வாங் நான் என் நாடு நல்லா இருக்கணும்னு நினைச்சேன் இன்னொரு நாடு அழிஞ்சு போகணும்னு நினைக்கல, அப்படியே வியாபாரமே ஆனாலும் அந்த நாட்டை நாம காப்பத்துற மாதிரி தான் இருக்கணும் அழிக்கிற மாதிரி இருக்க கூடாது" என்றார் சீன அதிபர்.

"நீ எப்பப்பா இவ்வளவு நல்லவனா மாறின எல்லாத்தையும் மறந்துட்டியா.". என்று ஒரு ஏளன சிரிப்போடு வாங் சீன அதிபரை பார்த்து கேட்க

"நான் என் வழியில குறுக்க வர எல்லாரையும் தான் அடிச்சிருக்கேன் வீணா போய் யாரையும் அழிச்சதில்ல" என்று அதிபர் சொல்லி முடிப்பதற்குள்

"நான் எனக்கு நினைச்சது கிடைக்க எத வேணாலும் அழிப்பேன்" என்று வாங் சொல்ல

"அதுக்காக சின்ன குழந்தைகளையும் ....." என்று சொல்லிக்கொண்டு அவனை அடிக்க கையை ஓங்கிய சீன அதிபர் ஒரு கணம் ஓங்கிய கையை நிறுத்தி கீழே இருக்கினார்.

அவரை கண் கொட்டாமல் பார்த்துக் கொண்டு சிறிய புன்னகையோடு நின்று கொண்டிருந்த வாங் "அடிப்பா அடி.. "என்று சொல்ல

"நீ பேராசைப்படற வாங்.... பேராசை என்னைக்கும் துணை நிற்காது" என்று கூறிக்கொண்டு திரும்பி அறையின் ஒரு சோபாவில் சரிந்து அமர்ந்த சீன அதிபர் தன்னுடைய கையில் பச்சை குத்தப்பட்டு இருந்த ஒரு பெண்ணின் முகத்தை பார்க்க அவர் கண்களின் ஓரத்தில் கண்ணீர் சுரந்து நின்றது.

சற்று நிதானித்த சீன அதிபர் நம்ம போலாம் என்று அவர் உதவியானிடம் சொல்லி விட்டு கிளம்ப அவருடைய

உதவியாளர் அதிபரின் காதோரமாக சென்று வாங் ..... என்று பெயரைச் சொல்லி இழுக்க

“28 வருஷத்துக்கு முன்னாடி நான் என்ன பண்ண பார்த்தேனோ அதைவிட இரண்டு மடங்கு கொடூரமா இருக்கான் இழப்பை பத்தி இவனுக்கு தெரியல, ” என்று சொல்லிய சீன அதிபர் அவர் உதவியாளனிடம் அர்ஜுன் எங்க இருக்கான் என்று கேட்க

அந்த உதவியாளரின் முகம் சற்று வெளிறி போனது போலானது.

பின் சரி என்பது போல் உதவியாளர் தலையாட்ட சீன அதிபர் முன்னே நடக்க இவரும் பின் தொடர

"போகர் ரகசியம் தெரியாம விடமாட்டேன்".... என்று கணத்த குரலில் வார்த்தைகள் சீன அதிபரின் காதுகளில் விழ சட்டென அதை கூறிய வாங்லீயை திரும்பிப் பார்த்த சீன அதிபர் கண்களால் சுட்டு எரிப்பது போல அவனைப் பார்த்துவிட்டு திரும்பிச் சென்றார்.

வாங் லீ உடைய செகரெட்டரி டௌச்சி... சார் அது என்ன போகர் ரகசியம் என்று கேட்டான்.

இங்கே..

"போகரா , அது யாரு ஆதிரா அவருக்கும் நீ சீனா போறதுக்கும் என்ன சம்பந்தம் "என்று பிரதமர் ஆதிராவை கேட்க

ஆதிரா சொல்ல ஆரம்பித்தாள்

“நான் லைப்ரரி முழுக்க அந்த ஃபைலில் இருந்த முக்கோண வடிவ சின்னத்த பத்தியும் அந்த ஒற்றைக் கண்ணை பத்தியம் முழுமையா தெரிஞ்சுக்க தேடினேன் அதே நேரம் இந்த சாங் குரூப் ஆஃப் கம்பெனி எதுக்காக இப்படி மனுஷங்கள சோதனை செய்றாங்க என்ன காரணம் இது எல்லாத்தையும் தேடும் போது எனக்கு ஒரு விஷயம் தெரிய வந்தது **it's very shocking sir,** நமக்கு தெரியாமலேயோ,இல்ல தெரிஞ்சோ **40** வருஷமா ஒரு விஷயத்தை, இல்ல இல்ல ஒரு விஷத்தை நாம் இங்கே அனுமதிச்சிட்டு இருக்கோம்”

“என்ன அது” என்றார் பிரதமர்.

“**Type 7** பிளாஸ்டிக் டாய்ஸ்” என்றாள் ஆதிரா.

டாய்சா பொம்மைகளா? பொம்மைகள் விஷமா ... என்று பிரதமர் கேட்க

“ஆமா சார், பித்தலேட்ஸ் பிளாஸ்டிக்ஸ் (**phthalates plastic**) இந்த பிளாஸ்டிக் உடலுக்கு ரொம்ப தீங்கானது வளர்ந்த ஆட்களுக்கு இதனுடைய பாதிப்பு குறைவு தான் ஆனா குழந்தைகளுக்கு இதோட பாதிப்பு ரொம்ப அதிகம்.

இந்த பிளாஸ்டிக்ல தான் பெரும்பாலான சீன பொம்மைகள் தயாராகி வருது அது அத்தனையுமே ரீசைக்கிள் பிளாஸ்டிக் அதாவது மறுசுழற்சி செய்யப்பட்ட பிளாஸ்டிக். மறுசுழற்சி செய்யப்பட்ட இந்த பிளாஸ்டிக் உணவு சம்பந்தப்பட்ட விஷயத்தோடு சேர்க்கவே கூடாது. ”

“ஆமா, ஆனா அப்படி உணவு சம்பந்தப்பட்ட விஷயத்தோட அந்த மாதிரி பிளாஸ்டிக் வரது இல்லயே..”. என்று பிரதமர் பரபரப்போடு சொல்ல

“அது மட்டும் இல்லாம அதில் பொம்மைகள் தான் வருது அதுவும் நிறைய தடைகள் இருக்கு நிறைய இடங்களில் இந்த பொம்மைகள் விற்பது இல்லையே.”? என்றார் பிரதமர்.

“விக்கறது இல்ல தான் சார் டைப் 7 பிளாஸ்டிக் மட்டும் இருக்க பொம்மைகளா இல்ல, ஆனா வேறு வேறு வகையான உலோகங்களோட கலந்த பொம்மைகள் விற்கப்பட்டுகிட்டு இருக்கு. அது மட்டுமில்லாம உணவு பொருளில் இந்த பிளாஸ்டிக் இல்லதான், ஆனால் குழந்தைங்க பொம்மை விளையாடும் போது என்ன செய்வாங்கன்னு தெரியுமா? ” என்று ஆதிரா உன்னிப்பாக கேள்வி கேட்க

சற்று யோசித்த பிரதமர்..” ஓ மை காட் குழந்தைங்க இந்த பொம்மையை வாயில கடிப்பாங்க..”.

“ஆமா சார்.. இந்த மாதிரி பொம்மைகளுக்கு நம்ம நாட்டுல தடை இருக்கு ஆனா டைப் 7 பிளாஸ்டிக் பொம்மைகளுக்கு மட்டும் அது கூட கலப்படமா பல பொம்மைகள் இங்க வருது அது எல்லா குழந்தைகளுக்கும் விற்கப்பட்டுகிட்டு தான் இருக்கு.”

“சரி.. சரி.. இப்போ இதுக்கும் நீ சொன்ன விஷயத்துக்கு என்ன சம்பந்தம் நேராக விஷயத்திற்கு” வந்தார் பிரதமர்.

“இருக்கு...சார் இந்த பொம்மைகள் தயாரிக்கிற கம்பெனியில முதன்மையான கம்பெனி இந்த சாங் குரூப் ஆப் கம்பெனி ஓட மதர் கம்பெனி.”

“அவங்களோட முதல் தொழிலே சீன பொம்மைகள் தான். மத்த சீன கம்பெனியும் பொம்மைகள் தயாரித்துக்கொண்டு தான் இருக்கு அதனால குழந்தைகளுக்கு ஏதாவது சின்ன உபாதைகள் இருக்கு அதுவே தவறு ஆனால் இவனுங்க பண்ற வேலை.... “என்று ஆதிரா பல்லை கடிக்க

“ஆதிரா என்ன ஆச்சு என்ன விஷயம் சொல்லு...” என்று பிரதமர் இடைவிடாமல் கேட்க

“அந்த பிளாஸ்டிக் கூட விஷத்தையும் சேர்த்து கலக்குறானுங்க சார்...” என்று ஆதிரா சொல்ல தன் இருக்கையில் இருந்து ஒரு கணம் எழுந்து நின்றார் பிரதமர்.

“என்ன சொல்ற ஆதிரா விஷமா” ?

“ஆமா சார், இயல்பாக இந்த பிளாஸ்டிக்கை குழந்தைகள் கடிக்கும் போது அது கொஞ்சம் கொஞ்சமா அவங்களுடைய இம்யூன் சிஸ்டத்தை பாதிக்கும் அப்படி அவங்களுடைய நோய் எதிர்ப்பு சக்தி பாதிக்கப்படுறதுனால அவங்களுக்கு பல நோய்கள் வருது இது நிறைய கம்பெனி அவங்களுடைய பிளாஸ்டிக் வேஸ்ட்டை பொம்மைகளா மாத்தி லாபம் பார்க்க மட்டும் விக்கிறாங்க. இது சுயநலம் தான் ஆனா இது கூட மன்னித்து விடலாம்.”

“ஆனா, இந்த சாங் குரூப் ஆஃப் கம்பெனியோட பொம்மைகளில் திட்டமிட்டு விஷம் சேர்க்கப்படும் இது குழந்தைகளை நோயாளி ஆக்குது ஆறு வயசு ஏழு வயசுல கேன்சர் அதுக்கான மருந்து தயாரிக்கிற கம்பெனியும் இப்ப உங்க கிட்ட தான் இருக்கு.

திட்டம் போட்டு குழந்தைகள் நோயாளி ஆக்கி உங்களுக்கு மருந்து சப்ளை பண்ணு வியாபாரம் பார்த்துகிட்டு இருக்காங்க...” என்று பொங்கி எழுந்து பேசினாள் ஆதிரா.

இப்ப சொல்லுங்க சார்.. இது முடிஞ்சிருச்சா.... என்று ஆதிரா கேட்க

இல்லை என்பது போல கோபத்துடன் தலையசைத்த பிரதமர். “என்னால் இதை ஏத்துக்கவே முடியல பெரிய பெரிய விஷயத்துல கவனம் செலுத்துற நான் சின்ன விஷயங்களை கவனத்தில் வைக்க முடியலையா? இல்லை என் கவனத்திற்கு வரலையா தெரியல. என்னை இங்க பல விஷயங்களில் செயல்பட விடாம நிறைய சக்திகள் தடுத்துக்கிட்டு இருக்கு” என்று சொல்லிய பிரதமர் தன் அறையின் வெளிக்கதவை பார்க்க அங்கே ஒருவன் மறைந்து நின்று கொண்டிருந்தான்.

“நீ என்ன நினைக்கிற ஆதிரா, இதுக்கும் போகருக்கும் என்ன சம்பந்தம்...” பிரதமர் கேட்க

நான் இந்த பொம்மைகளை பற்றி ஆராய்ந்த வரைக்கும் இதுல யாருக்கும் தெரியாமல் கலக்கப்பட்ட, கண்டுபிடிக்கவே முடியாத, ஒரு விஷ அமிலம் வைட் பாஸ்பரஸ் அதாவது வெள்ளை பாஷாணம்... இத நான் சாதாரணமாக விட்டுட்டு போயிருப்பேன் ஆனா வெயிட் பாஸ்பரஸ் அவ்வளவு சீக்கிரம் வெயிலில் பட்டாலும் எரியாத அளவுக்கு மிக்ஸ் பண்ண முடியாது. இவனுங்க இதை எப்படி செய்ய முடிஞ்சுது இதுக்கு என்ன காரணம் தேடும்போது எனக்கு கிடைத்த ஒரு விஷயம் தான் போகர்.”

“உங்களுக்கு பழனி மலை தெரியுமா சார்? ” என்று ஆதிரா கேட்க

“தெரியும் தமிழ்நாட்டு பகுதியில் இருக்கிறதுதானே? ”

“ஆமாம் சார், அங்க இருக்கிற முருகர் நவபாஷாணத்தால் செய்யப்பட்ட முருகர் அப்படினு சொல்லுவாங்க அதை செஞ்சது போகர் சித்தர் என்றும் சொல்லுவாங்க. “நவபாஷாணம்” பாஷாணம் அப்படினா விஷம் என்று அர்த்தம் ஆனால் ஒன்பது வகையான விஷங்களை ஒரு சேர சேர்த்து

ஒரு சிலையாக வடிச்சு அதை ஒரு பதத்தில் உருவாக்கி அந்த பாஷாணத்தையே மருந்தா மாற்றம் செஞ்சிருக்காரு போகர் அதனாலதான் பழனி முருகனுக்கு அபிஷேகம் செஞ்ச எந்த பிரசாதமும் நோயை தீர்க்கக் கூடியது” என்று சொல்வார்கள்.

“சயின்டிஃபிக்கலி சில விஷம் ஒரு சரியான கெமிக்கல் ரியாக்சன் நடந்தா அதுவே மருந்தா மாறும். அப்படி மாறனும்னா அதற்கேற்ற பதத்துல அதற்கேற்ற வெப்பத்துல அதற்கேற்ற முறையில அந்த விஷத்தை கலக்கணும். இந்த டெக்னிக் இதை அடிப்படையான ஒரு விஷயமாக வைத்து தான் இந்த பொம்மையை தயாரிக்கிறார்கள் என்று எனக்கு தோணுது.

ஆனா இதுக்கான மாற்று மருந்து அவங்களுக்கே சரியா இல்ல இதனால வர நோயை தள்ளி போட தான் அவங்களால முடியுதே தவிர இதற்கான மாற்று மருந்து கண்டு பிடிக்க முடியல இதுடைய எக்ஸ்டென்ஷன் தான்

அந்த ஃபேக்டரியில் மனிதர்கள் மேல செய்யப்பட்ட ஆராய்ச்சி.. அங்கே இருந்த ரசாயன தொட்டிக்குள்ள உடல்கள் எல்லாத்தையும் என்னால பரிசோதிக்க முடியல எல்லாமே அழிஞ்சிருச்சு ஆனா ஒரே ஒரு உடம்புல இருந்து மட்டும் நான் ஒரு சாம்பிள் எடுத்தேன். அதை லேபுக்கு அனுப்பி பார்க்கும்போது அந்த உடம்புல சல்ஃபர் இருந்துச்சு”.

“சல்பர் தமிழ்ல கந்தகம்னு சொல்லுவாங்க இதுவும் ஒரு வகை விஷம் தான். ஆனால் என்ன விஷயம் அப்படினா இதுவும் போகர் செய்த முருகர் சிலையுடைய நவபாசனத்துல ஒன்னு, அப்பதான் எனக்கு ஒரு சந்தேகம் வந்துச்சு இது எல்லாமே போகர் ஓட போய் கனெக்ட் ஆகுது சீனாவுக்கும் போகருக்கும் பெரிய கனெக்ஷன் இருக்குன்னு தெரிஞ்சுகிட்டேன்.

இந்த நவபாஷாண சிலைப்போல பல சிலைகள் போகர் வடிவமைச்சி இருக்கலாம் அப்படின்னு ஒரு கருத்து இருக்கு இந்த சிலைகள் என்னென்ன பாஷானங்களால் செஞ்சது என்று குறிப்பு இருக்கே தவிர எப்படி செஞ்சாரு என்று குறிப்பு இல்லை

.

அந்தக் குறிப்பு எங்க இருக்குன்னு அஞ்சு நாள் ராப்பகலா அலைஞ்ச அப்ப எனக்கு கிடைத்த விஷயம் தான் கோரக்கருடைய ஓலைச்சுவடி.” என்று ஆதிரா சொல்ல

யார் கோரக்கர் ?

போகருடைய சீடர்களில் ஒருவர் என்ற ஆதிரா மேலும் தொடர்ந்தாள்.

" அதுல இருந்த ஒரு குறிப்பு, போகருடைய ரகசிய குறிப்புகள் எல்லாம் சைனாவுல சீன மொழியில் எழுதப்பட்டிருக்கு. இது அங்கு இருக்கிறவங்களுக்கே தெரியாது."

அதனால இப்ப நீ என்ன பண்ண போற ஆதிரா.. என்று பிரதமர் கேட்க

"என்னோட யூகம் சரினா அந்த நவபாசனத்தால் அவன் ஒரு மருந்து தயாரிக்க நினைக்கிறான் நோயையும் அவனே பரப்பி அதற்கான மருந்தையும் அவனே கொடுத்து ஒட்டு மொத்த நம்ம நாட்டையும் அவன் கைக்குள்ள கொண்டு வரணும்னு நினைக்கிறான். ஆனால் அதை செய்யாம தடையா இருக்கிறது அந்த பாஷானங்களை, ஐ மீன் அந்த விஷங்களை எநன் முறையில சேர்க்கணும்னு அவனுக்கு தெரியல அதற்கான குறிப்பை அவனும் தேடிகிட்டு இருக்கலாம் .

என்னோட கணிப்பு ஒருவேளை உண்மையா இருந்தா அவனுக்கு முன்னாடி நாம முந்திக்கணும். அது மட்டும் இல்ல அவனையும் ஒடுக்கணும் " என்று வேகத்துடன் பேசி முடித்தாள் ஆதிரா.

"அதுக்கு நீ ஏன் அங்க தனியா போகணும், நான் கவர்மெண்ட் மூலமா பேசுறேன் " என்ற பிரதமரை இடை மறித்து

" இல்ல சார் உங்க கவர்மெண்ட் மூலமா பேசினா இது ரெண்டு நாட்டோட பிரச்சனையா மாறிவிடும். இதை செய்யறது அவன் மட்டும் இல்ல, அவனுடைய குடும்பமும் தான் அதை அடக்கிட்டா போதும் எல்லாம் சரியாயிடும். நீங்க கவலைப்படாதீங்க சார் நான் பக்காவான பிளானோட தான் அங்க போக போறேன்... "என்று ஆதிரா சொல்ல

பிரதமர் திகைத்து ஆதிராவை பார்க்க

இதையெல்லாம் ஆதிரா வாயால் கேட்ட ஆதிராவுடைய குடும்பத்தினரும் நண்பர்களும் சுற்றி நின்றுஅவளை விரைக்க பார்த்துக் கொண்டிருந்தனர்.

"என்ன பிளான்...." என்று நாக்குழற அஸ்வின் கேட்க

"அதான் சொன்னேனே சீனாவுக்கு போறோம்னு எல்லாரும் ரெடியாகுங்க..". என்று சிரித்துக் கொண்டே சொல்லிவிட்டு ஆதிரா அங்கிருந்து சென்றாள்.

சென்ற ஆதிராவைப் பார்த்து "எல்லாருமா?" என்று கட்டபொம்மன் பதறிய குரலோடு கேட்க அங்கு நின்று கொண்டிருந்த அனைவரையும் சுட்டிக்காட்டி "எல்லாரும் தான்"என்று சொல்லிவிட்டு ஆதிரா உள்ளே சென்றாள்.

“எனக்கு பாஸ்போர்ட் இல்ல” என்று கட்டபொம்மன் ,” எனக்கு ஃப்ளைட் நா பயம் “என்று ஆதிராவின் தோழி.. “எனக்கு கம்பனி இருக்கு “ என்று தேவா என அனைவரும் ஒவ்வொரு காரணம் சொல்ல ஆதிரா உள்ளே இருந்து ஒரு பேக்கை தூக்கி இவர்களிடம் வீச அதனுள்ளே கட்டபொம்மன் பாஸ்போர்ட், தேவா அப்பாவுடைய ஒரு லெட்டர் அதில் happy journey என்ற வாசகம் இருந்தது.

ஆதிராவின் தோழி பிரியா" எனக்கு ஃப்ளைட் பயம் டி "என்று சொல்ல

"நாம போக போறது கப்பலில் " என்று ஆதிராவின் குரல் உள்ளே இருந்து வர அதை கேட்ட எல்லோரும் அதிர்ச்சியோடு நிற்க ஸ்வஸ்தி ஆரியனை பார்த்து "என்னடா அவ இப்படி சொல்லிட்டு போறா நீ அமைதியா இருக்க.. என்னன்னு கேளு ... அவ கிட்ட எதையாவது சொல்லு" என்று ஆரியனை ஸ்வஸ்தி உலுக்க

அறையில் இருந்து எட்டிப் பார்த்த ஆதிரா.."இந்த பிளானை சொன்னதே அப்பா தான்" என்று சொல்லிவிட்டு தலையை உள்ளுக்குள் இழுத்துக் கொள்ள ஸ்வஸ்தி உட்பட அனைவரும் ஆரியனை பார்க்க,தன் தோள்களை ஒரு குலுக்கு குலுக்கி கொண்டு ஆமாம் என்பது போல சிரித்து விட்டு சென்றான் ஆர்யன்.

இவர்கள் பேசியது அனைத்தையும் அந்த வீட்டின் மூலையில் இருந்து பார்த்து கொண்டு இருந்த அந்த இரு கண்கள் மெல்ல உதட்டில் சிரிப்பை உதிர்த்து விட்டு அங்கிருந்து சென்றது.

அத்தியாயம் 23

சீனப் பயணம்

காலை **9.30** மணி இருக்கும் பெரும் ஜனத்திரல் திரண்டு இருந்தது. ஆங்காங்கே மக்கள் தலைகள் மட்டுமே பருந்து பார்வையில் காட்சி அளித்தன. மக்கள் அலைகள் அடிப்பது போல முன்னும் இன்னும் நகர்ந்து கொண்டு இருந்தார்கள்.

அவர்கள் எதிரே ஒரு பெரிய மேடை சிவப்பு கம்பளம் விரித்து விஸ்தாரமாக இருந்தது. அந்த மேடைக்கு பின்னால் மிக பெரிய கட்டிடம் ... இல்லை அது ஒரு கோட்டை செங்கோட்டை ... அங்கே இந்திய தேசிய கொடி பறந்துக் கொண்டு இருக்க அந்த மேடையில் இருந்து ஒரு பேச்சொலி.. அது ஒரு பெண் குரல் ..

"ஆதிரா எனும் நான் இந்திய பிரதமராக ..". என்று அந்த குரல் கணத்து கூற மக்கள் ஆரவாரம் மிகுந்து கோஷங்கள் வர ஆரம்பித்தன. மீண்டும் அந்த குரல் பேசthதொடங்க திடீரென வானில் ஒரு சிறிய அதிவிரைவு விமான ஜெட் ஒன்று வந்தது . சந்தம் கேட்டு அனைவரும் மேலே பார்க்க அது சட்டென ஒரு லேசரை பாய்ச்ச அது மேடையில் பேசிக்கொண்டிருந்த அந்த பெண்ணின் மார்பில் ஒரு பெரும் துளையிட்டு வெளியே சென்றது. இரத்த வெள்ளத்தில் அங்கேயே சரிந்து விழுந்தாள் ஆதிரா...

மீண்டும் டொம் என்ற ஒரு சத்தம் பெரிதாக கேட்க பதறிப்போய் கண்களை விழித்து " ... ஆதிரா... "என்று அலரியவாறு எழுந்தான் ஆர்யன் .

ஒரு நொடி ஏதும் புரியாமல் சுற்றும் முற்றும் பார்த்துவிட்டு கடிகாரத்தை பார்க்க அது நள்ளிரவு 3 மணி, தன் கண்களைத் துடைத்துக் கொண்டு " ..ச்சை கனவா என்ன இது ஏன் இப்படி

பயங்கரமா வருது ... "என்று தன் முகத்தையும் தலையையும் தடவி விட்டு கொண்டு அவன் படுக்கையை விட்டு எழ அங்கே ஸ்வஸ்தி வந்தாள்.

"ஆர்யன் என்னடா ஆச்சு ... ஏன் ஆதிரானு கத்துன ? சத்தம் கேட்டு தான் ஓடி வரேன்" என்றாள் .

ஆர்யன் அவளை பார்த்து ஒன்றும் இல்லை என்பது போல தலை அசைத்தான். ஆனால் அவள் விடுவதாக இல்லை . "சொல்லு ஆர்யா நீ என்னமோ கெட்ட கனவு கண்டு இருக்க இல்லன்னா இப்படி அலறி எழுந்திருச்சிருக்க மாட்ட சொல்லு" என்று அவள் கட்டாயப்படுத்த அவன் கூறினான்.

"ஆதிராவை நான் தப்பா வழி நடத்திட்டேனோனு தோணுது" என்றான் ஆர்யன்.

ஏன் .. அப்பிடி சொல்ற..

"சின்ன வயசுல வந்த எதோ ஒரு அனோனிமஸ் வாய்ஸ் அதை எதிர்கால குரலா நம்பி அதனால் ஆதிராவை பாதுகாக்கறேண்ணு அவளை இயல்பா வாழ விடாம என் பிடியில் வச்சிக்கிட்டு நானும் பயப்பட்டு வாழ்ந்து இப்போ அவளை பத்தி கவலையும் அதிமாகி இயல்பான வாழ்க்கையை தொலைச்சிட்டேனோனு தோணுது." என்றான் ஆர்யன்.

ஏண்டா இப்போ திடீர்னு இப்படி யோசிக்கிற

"தெரியல ஸ்வஸ்தி நான் செஞ்சதெல்லாம் சரியா ? தப்பா? எதுவும் புரியலை என்ன இருந்தாலும் நானும் ஒரு சாதாரண அப்பா தானே என் பொண்ணோட வாழ்க்கை நல்லா இருக்கணும்னு நெனைக்கிற ஒரு அப்பா தானே ? ஒவ்வொரு முறையும் ஆதிரா ஆபத்தில் மாட்டும் போதெல்லாம் அந்த குரல் உண்மையா இருக்குமோனு நம்ப தோணும் ,இன்னொரு பக்கம் நானே அவளை இந்த ஆபத்தில் எல்லாம் மாட்டி விட்டுட்டனோ அப்படினு தோணுது. அந்த குரலை நான் லட்சியப்படுத்தாம அதை நான் ஒதுக்கி வச்சிருந்தா என் மகளை ஒரு சாதாரணமான பொண்ணா எல்லாரையும் போல எந்த ஒரு கண் குத்தி பாம்பு வேலையும் இல்லாம இயல்பானவளா வளர்த்து இருந்தா? ஆதிரா இவ்வளவு நேரம் ஒரு சாதாரண பொண்ணா வளர்ந்திருப்பாளோ? இப்படி எந்த பிரச்சனையிலும் தலையிடாம இந்த வயசுக்கு உண்டான

எல்லா விளையாட்டுத்தனத்தோடையும் எல்லா ஆசை பாசத்தோடையும் வளர்ந்துந்திருப்பாளோ? " என்று அவன் சொல்ல

"சரிதான் ஆர்யன் , ஆனா நாம வேணும்னு இப்படி பண்ணலையே அந்த குரல் சொன்னது போலவே உனக்கு குழந்தை பிறந்தது ஆதிரானு பேரும் அமைஞ்சது , ஆறு விரல், அவளை கடத்த முயற்சி , கொல்ல முயற்சி இப்படி எல்லாமே அந்த குரல் சொன்னது போல நடக்கத்தானே செஞ்சது" என்றாள் ஸ்வஸ்தி தனக்கு உரிய கேள்விகளோடு

“எல்லாம் நடந்துச்சு தான் ஆனா அது நாமலே நினைச்சுக்கிட்ட விஷயமா இருந்தா சாதாரணமா கடத்தப்பட்ட விஷயத்தை கோ இங்சிடெனஸாக பெயர் வச்சது, ஆறு விரல் இருந்து பிறந்ததை இதையெல்லாம் அந்தக் குரலோடு தொடர்புப்டுத்தி விட்டோமோ? ”

“எனக்கு எப்படி தோன்றவில்லை. நாம ஆதிரா மேல வச்ச கவனம் தான் இப்ப வரைக்கும் எல்லா விஷயத்திலும் ஆதிராவை காப்பாற்ற முடிஞ்சிருக்கு அப்படி இருக்கும்போது இது எதுவும் தற்செயலா எனக்கு தோணல? ஏன் உனக்கு இவ்வளவு நாள் இல்லாம இப்படி தோணுது ஆர்யன்? இத்தனை வருஷம் நாங்க இதையே சொன்ன போது கூட இல்லைனு மறுத்து பேசியதே நீதானே ? என்று ஸ்வன்ஸ்தி கேட்க

“ஆமாம் ...நான் தான் சொன்னேன் ஆனா இப்போ இதெல்லாம் பொய்யா இருக்க கூடாதா என் மகளுக்கு ஒரு சராசரியான வாழ்க்கை இருக்க கூடாதா? அவளுக்கு எந்த பிரச்சனையும் இல்லாம எந்த ஆபத்தும் இல்லாம அவ வாழமாட்டாளா? அப்படினு மனசு தவிச்சு ஏங்குது.. என்று அவன் சொல்லும்போது அவனே அறியாமல் அவன் கண்களில் இருந்து கண்ணீர் வரத் தொடங்கின.

“ஒரு பெரிய பிரச்சினையில் ஆதிராவை தடுக்காம நானே அனுமதி கொடுத்துக்கிட்டு இருக்கேன்னு மனசு சஞ்சலமாக இருக்கு. நான் ஒரு வார்த்தை சொன்னால் ஆதிரா அதுக்கப்புறம் செய்ய மாட்டாள். ஆனால் அவளை தடுக்கணும்னு எனக்கு தோணல ஒரு பக்கம் விதி இதுவோ அது நடக்கட்டும் தோணுது, இன்னொரு பக்கம் என்னோட பொண்ணு மேல இருக்கு பாசம்

என்ன போட்டு வாட்டுது...." என்று அவன் ஒரு மேஜை மேல் கை வைத்து சாய்ந்து நிற்க

"ஆர்யன் என்னடா ரிலாக்ஸ் " என்று ஸ்வஸ்தி அவன் தோளை தடவிக் கொடுக்க

"இல்ல ஸ்வஸ்தி நான் இப்போ ஒரு கனவு கண்டேன் அதில் ஆதிரா ....ஆதிராவை "

"என்னடா ஆதிராவை "....

"ஆதிராவை கொன்னுட்டாங்க.." என ஆர்யன் சொல்ல ஸ்வஸ்திக்கு தூக்கிவாரி போட்டது" என்னடா சொல்ற என்னடா இது... சரி ஏதாச்சு கெட்ட கனவுனு நினைச்சு விடு..". என்று ஸ்வஸ்தி சொல்ல

"இல்ல ஸ்வஸ்தி என்னால அப்படி விட முடியல ஏன்னா ... அது எங்க .. எப்போ நடந்துச்சி அதுதான் விஷயம்..."

"எப்போ... எங்க..." என்றாள் ஸ்வஸ்தி சிறிய பதற்றத்தோடு

"ஆதிரா பிரதமரா பதவி ஏத்துக்கும் போது "என்று ஆர்யன் சொல்ல

ஸ்வஸ்தி அதிர்ந்துப் போனாள் ... அப்போ அந்த குரல் சொன்னா மாதிரி ஆதிரா உண்மையாவே பிரதமர் ஆவாளா ...?

"தெரியல... இது உண்மையாகவே வெறும் கனவா இருந்தால் போதும்னு தோணுது இல்லன்னா..."

இல்லனா ..

"ஆதிரா பிரதமரா ஆகிறது விட , அவளை நாம இழக்கறதுக்கான வாய்ப்பு அதிகம் . "என்று சொல்லி அங்கிருந்த மேஜையை ஓங்கி குத்திய ஆர்யன், "நான் இருக்கற வரை அதை நடக்க விடமாட்டேன்" என்று சூளுரைத்தான்

அவனை ஆசுவாசப் படுத்திய ஸ்வஸ்தி , "ஆர்யன்,ஆதிரா உண்மையில சாதாரண பொண்ணு இல்ல அவளால எதோ ஒரு மாற்றம் வரத்தான் போகுது அதை நான் முழுசா நம்பறேன். அந்த குரல் சொன்னது படி நடக்குதோ! இல்லையோ! ஆதிரா பிரதமர் ஆகிராளோ இல்லையோ அவளுக்கு எதுவும் ஆக விடாமல் பாத்துக்க வேண்டியது ஒரு அப்பாவா உன் கடமை. என்னிக்கும் அவ கூட நிக்க வேண்டியது நீ செய்ய வேண்டிய

கடமை, அவ சாதாரண பொண்ணாவே இருந்தாலும், நாம பயப்படற இந்த விஷயம் நடந்தாலும் சரி நடக்காட்டியும் சரி ஆதிரா எடுக்கிற எல்லா முயற்சிக்கும் உறுதுணையாக நிற்க வேண்டியது உன் பொறுப்பு.

வேற எதையும் யோசிக்காத ஆதிராவோட அப்பாவா அவளுக்கு இதுவரை எப்படி உறுதுணையாக இருந்தியோ? அதேபோல இனிமேலும் இரு. அந்த எதிர்கால குரல் உண்மையாகவே இருக்கலாம் அது சொன்னபடியே இப்போ எல்லாம் நடக்குத்துன்னா ஆதிரா பிரதமர் ஆகுறதும் நடக்கும்.

ஒரு வேளை அப்படி நடந்தா அந்த குரல் சொன்ன ஒரு விஷயம் மட்டும் நடக்காது... " என்று அவள் சொல்ல

ஆர்யன் அவளை ஒரு ஆவலான பார்வை பார்க்க

"நாம இருக்க வரை ஆதிராவை யாரலையும் எதுவும் பண்ண முடியாது . நீ தூங்கு நாளைக்கு நமக்கு வேலை இருக்கு சைனா பொறதுக்கான ஏற்பாடு எல்லாம் ஆயிடுச்சு இல்ல?" என்று அவள் கேட்க ஆர்யன் ஆம் என்பது போல் தலைசைத்தான் .

அடுத்த நாள் காலை... ஆதிராவும் அவள் சகாக்கள் அனைவரும் ஒரே இடத்தில் குழுமி இருக்க

தேவா பேசத் தொடங்கினான்... "எல்லாம் சரி ஆதிரா நீ யாரு அப்படின்னு அந்த வாங் லீக்கு தெரியும். அப்படி இருக்கும்போது நீ சைனா வர விஷயமும் எப்படியாச்சும் அவனுக்கு தெரியும் அப்புறம் எப்படி உன்னை சும்மா விடுவான் என்று நினைக்கிற நாம் அங்க போறது சரியான விஷயம் தானா? " என்று அவன் கேட்க

அதுக்காக தான் நான் கப்பலை செலக்ட் பண்ணினேன்" என்று ஆதிரா மறுமொழி கூற. "கப்பலில் போறதுக்கும் இதுக்கும் என்ன சம்பந்தம் ..? அஸ்வின் கேட்க

அப்போது ஒருவர் உள்ளே வந்தார்.. அனைவரும் அவரைப் பார்க்க "இவர்தான் மிஸ்டர் கௌதம் பிரகாஷ்" என்று ஆதிரா சொல்ல அனைவரும் ஏதும் புரியாமல் ஆதிராவை பார்க்க

"இவர் ஒரு செஸ் பிளேயர் நாம போக போற கப்பல் சாதாரண கப்பல் இல்ல இன்டர்நேஷனல் செஸ் டோர்னமெண்ட் நடக்கிற கப்பல்."

“இந்த வருஷம் இன்டர்நேஷனல் செஸ் டோர்ணமெண்ட் சைனால தான் நடக்குது . அதற்கான லீக் மேட்ச்சஸ் புதுமையான விதமா இருக்கணும்னு அவங்க கப்பல்ல அதை நடத்த முடிவு பண்ணியிருக்காங்க, அதுக்காக அவங்க உருவாக்கின கப்பல் தான் இப்ப சென்னைல இருக்கு அந்த கப்பல்ல போக போற எல்லாரும் ஜஸ்ட் டோர்னமெண்ட் பிளேயர்ஸ் அப்புறம் அவங்களோட ஃபேமிலி...” என்று ஆதிரா சொல்லிக் கொண்டிருக்கும் போது

குறுக்கே இடைமறித்த கட்டபொம்மன்.. “அப்ப இவரு அந்த செஸ் டோர்ணமென்ட்ல கலந்துக்க போறாரு நம்ம இவர் ஃபேமிலியினு சொல்லிட்டு போகப்போறோம் அதானே ? கரெக்ட்டா ?” என்று சொல்லிவிட்டு தன் காலரை அவன் உயர்த்தி விட

“ரொம்ப கரெக்ட்.. சூப்பர் கட்டபொம்மா ஆனா ஒரு சின்ன திருத்தம் செஸ் விளையாட போறது இவர் இல்ல ஆதிரா.... “என்று ஸ்வஸ்தி சொல்ல

ஆதிரா ,மித்ரன், ஸ்வஸ்தி, ஆரியன் மற்றும் அந்த செஸ் பிளேயர் தவிர அனைவரும் அதிர்ச்சியில் நின்றார்கள்.

ஆதிராவா ?... என்று அனைவரும் கேட்க

"ஆமா .தேவா சொன்னபடி ஆதிரா யாருன்னு அந்த லீ க்கு தெரியும். ஆனா நமக்கு அவனை தெரியும்னு அவனுக்கு தெரியாது. அப்படி இருக்கும் போது நாம அங்க போகிற விஷயம் அவனுக்கு தெரிஞ்சாலும் நம்மளையும் குறிப்பா ஆதிராவை அவன் எதுவும் செய்யாமல் இருக்கணும்னா அதுக்கு ஆதிரா அந்த கப்பல்ல மட்டும் இல்ல, அந்த கப்பலையும் தாண்டி எல்லாருக்கும் தெரிஞ்சவளா இருக்கணும் அப்பதான் அவனால இவளை எதுவும் செய்ய முடியாது. செய்ய யோசிக்கவும் மாட்டான்” என்று ஆர்யன் விளக்கினான்.

"இது எப்படி சாத்தியம் இந்தியா சார்பாக உன்னை எப்படி நியமிச்சாங்க. ஆதிரா. "என்று அஸ்வின் கேட்க

"பிரைம் மினிஸ்டர் கேட்டுகிட்டார் அவர் கேட்டு நான் இல்லன்னு சொல்ல முடியாது இல்ல, அது மட்டும் இல்லாம இதுல இருக்குற நோக்கம் என்னவென்று எனக்கு தெரிஞ்சது,

புரிஞ்சது. என்னோட உதவி இதுல இருக்கட்டுமே அதுக்காக தான் "என்று கௌதம் சொன்னார்.

“அப்போ ஆதிரா அக்கா, இதை சொல்லித்தான் நாம சைனாவுக்கு போறோம் டோர்னமெண்ட்ல கலந்துகிற மாதிரி செம பிளான்.. அப்போ லீ க்கும் நம்ம எதுக்காக அங்க போறோம்ன்னு தெரியாது அதானே" என்று கட்டபொம்மன் கேட்க

கண்டிப்பா நாம் அவனுக்காக தான் அங்க போறோம்னு அவனுக்கு தெரியும் ஆனால் எதுவும் செய்ய முடியாது அதுக்கு மட்டும் தான் இந்த பிளான். ஆதிரா சொல்ல சற்று எச்சில் விழுங்கினான் கட்டபொம்மன்.

“மிச்சம் எல்லாத்தையும் நான் கப்பல்ல போய் சொல்றேன் எல்லாரும் கிளம்பலாமா? ” என்று ஆதிரா கேட்க அனைவரும் தலையசைத்தனர்.

Let's get ready for the adventure. என்று சொல்லி ஒரு புன்முறுவல் செய்தாள் அதிரா.

பிரதமர் அலுவலகம்

உள்துறை அமைச்சர் அங்கு வந்தார். பிரதமரிடம்

“சார் உங்ககிட்ட கொஞ்சம் பேசணும்”,

“சொல்லுங்க ஷர்மா , என்ன விஷயம்?”

“சார் இது சரி இல்ல சார், புரோட்டக்கால் படி இப்படி பண்ணலாமா? “என்று அவர் பொடி வைத்து பேச

“எதை சொல்றீங்க மிஸ்டர் ஷர்மா” என்று சந்தேகப் பார்வையோடு கேள்வியை கேட்டார் பிரதமர்.

“அந்த பொண்ணு ஆதிரா விஷயத்தை தான் சொல்றேன்.”

“ஆதிரா விஷயத்துல அப்படி என்ன சரியில்ல?”

“எதுக்கு சார் அந்த ஒரு பொண்ணுக்கு நீங்க இவ்வளவு உதவி பண்ணனும்? நீங்க ஒரு பிரதமர் உங்களைப் பார்க்க எவ்வளவோ பேர் காத்துகிட்டு இருக்காங்க, ஆனா அந்த பொண்ணு உங்கள பாக்கணும்னு சொன்னா உடனே நீங்க அப்பாயிண்ட்மெண்ட் தரிங்க அந்த பொண்ணுக்கு அந்த

ஃபேக்டரிய சோதனை போட அனுமதிச்சீங்க இப்ப என்னன்னா ஒரு இன்டர்நேஷனல் டோர்னமெண்ட் அதுல நம்ம இந்தியா சார்பாக அனுப்பி இருக்கீங்க எத்தனையோ பேர் இந்த டோர்னமெண்ட்டை லைஃப் ஆக வச்சு வாழ்ந்துகிட்டு இருக்காங்க, ஆனா நீங்க இப்படி செஞ்சது எனக்கு என்னமோ சரின்னு படல சார், " என்று அவர் சொல்ல

பிரதமர் பதில் சொல்ல ஆரம்பித்தார் , "என் பதவியை நான் துஷ்பிரயோகம் பண்றேன்னு நினைக்கிரீங்களா ? "

"நான் அப்படி சொல்லல சார், ஆனா இந்த பொண்ணுக்கு எதுக்கு இதை செய்யணும் அது மட்டும் இல்லாம அந்த பொண்ணு சைனா போகனும்னு எதுக்காக சொல்லுச்சுன்னு தெரியல. ஆனா இதனால ஏதாவது பிரச்சனை வந்தா அது ஒட்டுமொத்த இந்தியாவையும் பாதிக்கும் சார்."

"மிஸ்டர் ஷர்மா இந்தியாவைப் பற்றிய அக்கறை எனக்கும் இருக்கு. நான் எந்த விஷயத்தையும் தேவையில்லாம செய்யல அந்த சாங் குரூப் ஆஃப் கம்பெனிஸ் மேல கேஸ் நாம தானே போட்டோம், அதுல தீர்ப்பு நமக்கு சாதகமா வர வெச்சது இந்த ஆதிரா தானே." என்றார் பிரதமர்.

"சார் அத அவங்க டியூட்டி அதுக்காக அவங்க கேட்கிற எல்லா விஷயத்தையும் நாம் செஞ்சாகணுமா இது எந்த வகையில சார் நியாயம்?"

"ஷர்மா நியாயத்தை பத்தி ரொம்ப அக்கறை பண்றீங்க ரொம்ப சந்தோஷமா இருக்கு. அப்படி அக்கறைப்படுற நீங்க அந்த கம்பெனி மேல கேஸ் போடும்போது வேணான்னு ஏன் சொன்னீங்க? " என்று பிரதமர் கேட்க

"அது..அது... அந்த கம்பெனியோட இன்வெஸ்ட்மென்ட் குறைஞ்சிடுமோனு கவலைப்பட்டு தான் சார் சொன்னேன், ஒரு கம்பெனியை நாம மூடுறதுனால நாட்டுக்கு ஏற்பட பபோற பொருளாதார இழப்புகள்,இது எல்லாத்தையும் மனசுல வச்சு தான் சொன்னேன், என்று ஷர்மா பதில் உரைக்க

"நாட்டுக்கு ஏற்பட போற பொருளாதார இழப்பா? இல்ல உங்களுக்கா?" என்று பிரதமர் கேட்க

ஒரு கணம் ஸ்தம்பித்து போய் நின்றார் சர்மா.

"மிஸ்டர் ஷர்மா நீங்க அப்ப அந்த கேசை எதுக்காக போட கூடாதுன்னு சொன்னீங்க, இப்ப ஆதிரா சைனா போடறதுக்கு எதிரா எதுக்காக என்கிட்ட வந்து பேசுறீங்க இது எல்லாமே எனக்கு தெரியும் உங்களோட திட்டம் எதுவும் என்கிட்ட பலிக்காது,"பிரதமர் சொல்ல

இதைக் கேட்டு சற்று பலமாக சிரித்த சர்மா. "சரி சார் நேராவே விஷயத்துக்கு வரேன். சார் பிரதமர் பதவியில் இருக்கிறதுனால உங்களுக்கு எல்லா அதிகாரமும் இருக்குனு அர்த்தம் இல்லை இங்க என்ன நடக்கணும் அப்படின்னு முடிவு பண்றது யாருன்னு உங்களுக்கு தெரியும். நீங்க எப்படி ஆட்சியில் இருக்கீங்க நம்ம கட்சி எப்படி ஆட்சியில் உட்கார்ந்தோம்னு தெரியும் இல்ல?" என்று ஏளனமாக சிரித்தான் ஷர்மா.

"இந்த பதவிக்கு நான் ஆசையும் படல இந்த பதவி போனால் நான் கவலை பட போறதும் இல்ல. என்னை இந்த பதவியில் உட்கார சொன்னீங்க உட்கார்ந்தேன், ஆனா அதுக்காக மனசாட்சியை கழட்டி வெச்சிட்டு என்னால இருக்க முடியாது. முடிஞ்ச வரையில் எல்லாத்தையும் நான் தவிர்த்தேன், உங்க வழியில் குறுக்க வரல. ஆனா எப்போ அது இந்த நாட்டுக்கே ஆபத்துனு தெரிஞ்சிச்சோ இனிமேல் என்னால சும்மா இருக்க முடியாது. நீங்களும் சரி, உங்க கட்சியும் சரி, உங்களுக்கு பின்னால யார் இருந்தாலும், சரி அவங்க கிட்ட சொல்லுங்க நான் இனி எதையும் கண்டுக்காம இருக்க மாட்டேன்னு. இனி எல்லாத்துக்கும் கேள்வி கேப்பேன், தப்புன்னு தெரிஞ்சா நடவடிக்கை எடுப்பேன்" என்று கோவமாக சொல்ல அவர் கண்கள் சிவந்து இருந்தது.

இதை பார்த்த ஷர்மா சற்று ஆடிப்போனார் வேகமாக வெளியே சென்ற அவர் தன் மொபைலை எடுத்து போன் செய்தார்... "கிழவன் நம்ம வழிக்கு வர மாதிரி தெரியல, இனி எல்லாம் நீங்க தான் பத்துகணும்", என்று சொல்லிவிட்டு போனை வைத்தார்.

சென்னை துறைமுகம்

ஆதிரா மற்றும் அவள் குழுவினர் அனைவரும் அன்றைய இரவே டெல்லியில் இருந்து சென்னை துறைமுகத்திற்க்கு வந்து சேர்ந்தனர்.

"எப்பா எவ்ளோ பெரிய கப்பல் நல்லதோ, கெட்டதோ உன்னால கப்பலில் போகபோறேன் அக்கா வாங்க எல்லாரும் போகலாம்" என்று கட்டபொம்மன் வியந்து சொல்ல அனைவரும் கப்பல் நோக்கி செல்லத் தொடங்கினர். இதை பார்த்து “பாஸ் , ஆதிரா கப்பலுக்குள்ள போக போறா ..இங்கேயே ? “என்று வாங் லீ யின் விசுவாசி ஜியான் போனில் வாங் இடம் கேட்க

“வெயிட் .. வெயிட் ஜியான், அவ கப்பலுக்குள்ள போகட்டும் உள்ளே போகிற ஆதிரா வெளிய வரவே கூடாது அந்த பரந்த சமுத்திரத்தில ஜலசமாதி ஆயிடனும்” என்று சொன்னான் வாங்.

ஆதிரா கப்பலுக்குள் கால் எடுத்து வைத்தாள்.

அத்தியாயம் 24

சொகுசு கப்பல்

அது ஒரு அழகிய சீனக் கப்பல் மிகவும் பிரம்மாண்டமானது 16 அடுக்குக்களை கொண்டது. அதன் அழகை வெளியில் இருந்து கடலில் அது மிதந்து கொண்டிருக்கும்போதே பார்த்து மயங்கி விட்டனர் அனைவரும். அப்படி இருந்தது அந்த பிரம்மாண்ட சொகுசு கப்பலின் அழகு. கப்பலின் வெளிப்புறத்தில் **தீ ராயல் க்ரூஸர்** என்று எழுதப்பட்டிருந்தது பெயருக்கு ஏற்றார் போலவே இது மிக பிரம்மாண்டமான ராஜகிய கப்பல் தான்.

கப்பலின் முகப்பு பகுதி, கண்களை கவரும் வண்ணம் மெருகூட்டல் செய்யப்பட்டு தங்க நிற பொலிவுடன் காட்சியளித்தது. மிகப் பெரிய மற்றும் பிரம்மாண்டமான ராஜ மகுடத்தின் வடிவத்தில் சீன மின்விளக்குகள் ஜொலித்தது. அந்த விளக்குகள் இரவு நேரத்தில் கப்பலின் முகப்பை மினுமினுக்கச் செய்தன..

கப்பலின் மேல் நிலையில் ஆடம்பரமான, உயரமான மாளிகை வடிவங்கள் அமைக்கப்பட்டிருந்தது. இவை தங்கக் கோபுரங்களால் சூழப்பட்டு, சுத்தமான கண்ணாடிகளால் ஆன சாளரங்களாய் அழகாக வடிவமைக்கப்பட்டிருந்தன. இந்த நிலையிலிருந்து கடலின் அலையையும் வானத்தின் அனலையும் காண முடிந்தது. அவர்கள் உள்ளே சென்று கப்பலின் ஐந்தாவது தளத்திலுள்ள வரவேற்பு கூடத்தில் நின்றார்கள். அங்கே கடலைக் கண்காணிக்க பெரிய ஜன்னல்கள் இருந்தன, அதனால் பயணிகள் ரம்மியமாக கடல் காட்சியை ரசிக்க முடியும்.

விண்மீன் கண்ணாடி (Sky Dome), எனப்படும் கப்பலின் மேல் தளத்தில் பெரிய கண்ணாடி கூரை இருந்தது. அதன் வழியே நிமிந்து பார்த்தால் விண்மீன்களின் அழகை ரசிக்க முடியும். அப்படி ஒரு அமைப்பில் அது இருந்தது. அதைப்பார்த்த யாருக்கும் அதன் மீதிருந்து கண்களை எடுக்க தோன்றவே இல்லை.

மெயின் ஹால் எனப்படும் அந்த வரவேற்பு கூடம் மிகவும் விரிவான அளவில் பளபளப்பான ஒளியோடு பிரமாண்ட காந்தர்வ மண்டபம் போல இருந்தது. சுற்றிலும் சீன விளக்குகளும் வண்ண ஓவியங்களும் அங்கே இருந்த மரச்சுவர்களில் கூட பொன்னால் பொறிக்கப்பட்ட படங்கள் இருந்தன. இதையெல்லாம் பார்த்த தேவா .. ப்பியூ... என்று விசிலடித்தான்... " ராஜ வாழ்கையினு சொல்லுவாங்களே அது இதுதான் போல.. அழகு. பெரிய கப்பல் எப்படிப்பட்ட அமைப்பு... பேசாம இந்த கப்பல்லையே வேலைக்கு சேர்ந்திடலாம் போல இருக்கு... இல்ல.? என்ன சொல்ற கட்டபொம்மா என்று கேட்டுக்கொண்டே அவன் கட்டபொம்மனை பார்க்க

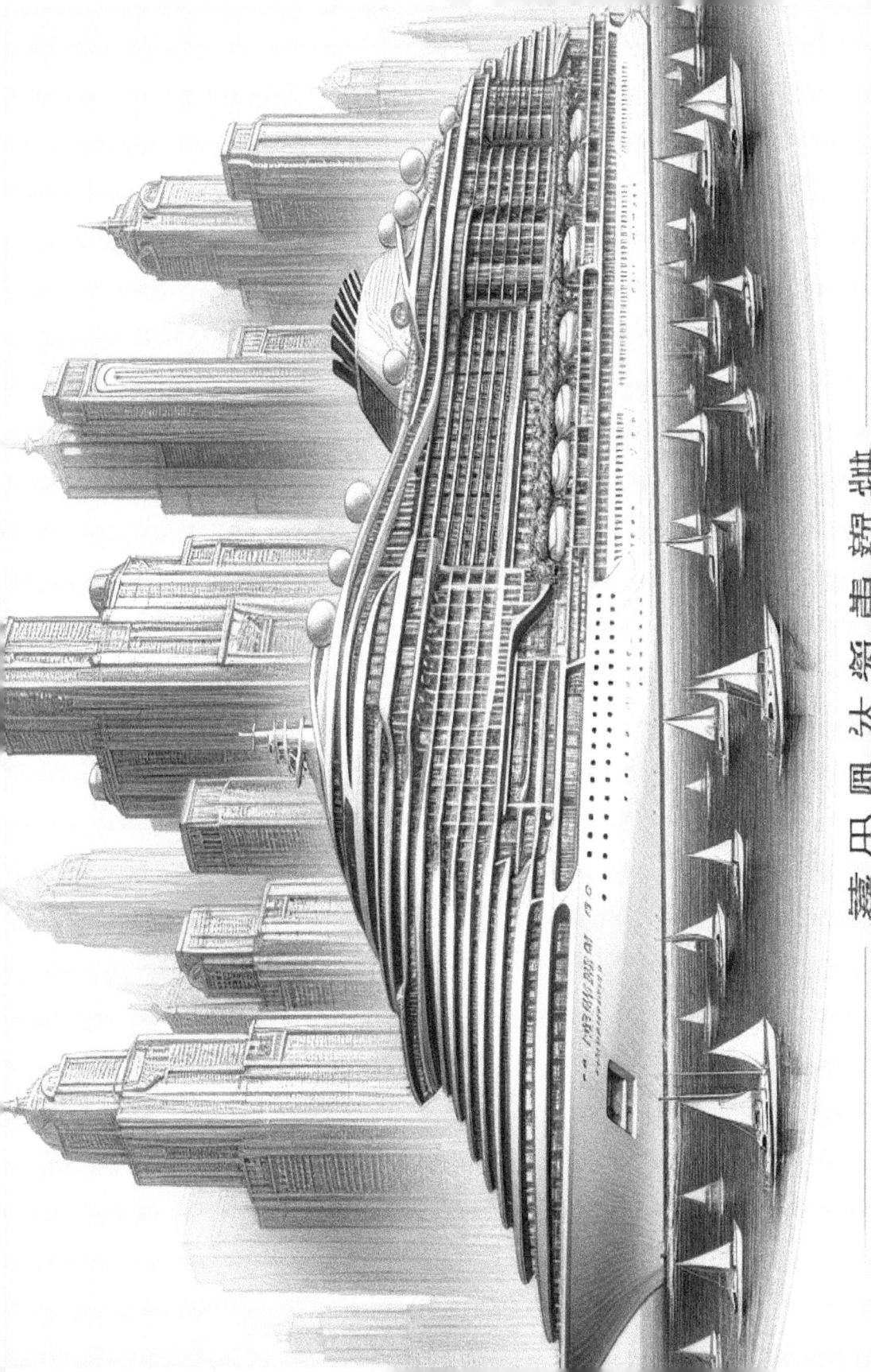

தன் கழுத்தை முடிந்தவரை தாழ்த்தி தலையை நிமிர்த்தி உயரமாக இருந்த அந்த விண்மீன் கண்ணாடியை பார்த்துக் கொண்டிருந்தான் கட்டபொம்மன்.

ஆதிராவும் சற்று அந்த கப்பலின் அழகை பார்த்து ரசித்துக் கொண்டு தான் இருந்தாள் அவள் மட்டுமல்ல அவளுடன் வந்த அனைவரும் தான்.

பளிங்கு போல மின்னும் ஃப்ரெஞ்ச் மார்பில் கற்களால் வேயப்பட்ட தரை மேலே பார்த்தவர்களின் கண்களை கீழே இழுத்துக் கொண்டுவந்தன.

"எவ்ளோ அழகா இருக்கு இல்ல ஆதிரா "... என்று சொன்னபடி அஷ்வின் அதிராவின் இருத்தோள்களிலும் கை வைத்து அவளை உலுக்கி கேட்க

சுவர்களின் பக்கம் கண்ணை செலுத்திக் கொண்டிருந்த தேவா சட்டென அஷ்வின் பக்கம் திரும்பி" கூடவே ஆபத்தும் இருக்கு" என்று சொல்ல

"டேய் கொஞ்ச நேரம் நிம்மதியா இருக்க விடுடா அப்படி போ அங்க போய் பெரிய பெரிய லைட் தொங்குது பார் ..போய் பார் போ என்று அஸ்வின் தேவாவை பிடித்து தள்ளிவிட ஆதிரா மெலிதாக புன்னகைத்தாள்.

“சரி எல்லாரும் வாங்க அவங்க அவங்க ரூமுக்கு போவோம் என்று ஆர்யன் அனைவரையும் பார்த்து சொல்ல"

எல்லோரும் அங்கிருந்து பத்தாவது மாடியில் இருந்த அறைகளுக்கு சென்றார்கள். ஆரியன், மித்ரன் இருவரும் தங்க ஒரு அறையும், ப்ரியா ஆதிரா, ஸ்வஸ்தி மூவரும் தங்க ஒரு அறையும், அஸ்வின் தேவா கட்டபொம்மன் மற்றும் செஸ் பிளேயர் கௌதம் நால்வரும் தங்க இரண்டு அறைகளும் ஒதுக்கப்பட்டு இருந்தன. அனைத்து அறைகளுமே கடலை பார்த்த பால்கனி வைத்த அறைகள்.

ஒரு பால்கனியில் இருந்து பக்கமாக எட்டிப் பார்த்தால் அடுத்த அறையின் பால்கனி தெரியும் ஆகையால் அவரவர் அறைகளுக்குச் சென்ற எட்டு பேரும் இந்த பால்கனியில் இருந்து ஒருவரை ஒருவர் எட்டிப் பார்த்துக் கொண்டனர்.

அஸ்வின் அதிராவை பார்த்து அவளுடைய அறைக்கு வந்து விடவா என்பது போல கண் சைகையால் கேட்க ஆதிரா அமைதியாக இருக்குமாறு வேண்டாம் என்பது போல் வெட்கத்துடன் முகபாவனை செய்ய..

அஸ்வின் அருகே இருந்த தேவா "போதும்டா.. போதும்டா ..டேய் கடலை பாரு... கடலை பாரு... என்று சொல்லி அஸ்வினுடைய கழுத்தில் கை வைத்து அவன் தலையை திருப்பி கடல் பக்கமாக காண்பிக்க.. இந்த பால்கனியின் கம்பியின் மேல் கையை வைத்து முறுக்கி.".ச்...சை" ..ஒரு குத்து குத்தினான் அஸ்வின்.

அனைவரின் அறைகளிலிருந்த ஸ்பீக்கரில் ஒரு அறிவிப்பு கேட்டது. பயணிகள் அனைவரும் பன்னிரண்டாவது தளத்தில் உள்ள மஸ்டர் ஸ்டேஷன் வருமாறு அறிவுறுத்தப்பட்டனர்.

“மஸ்டர் ஸ்டேஷனா அப்படினா? “ என்று கட்டபொம்மன் அஷ்வினை பார்த்து கேட்க

“நம்ம கப்பலில் போகும் ஒரு வேளை கப்பல் மூழ்கி போற நிலைமை வந்தா எப்படி தப்பிக்கணும் என்ன செய்யணும்னு டெமோ காமிப்பாங்க நமக்கும் சொல்லி குடுப்பாங்க அதுக்கு பேரு தான் மஸ்டர் ஸ்டேஷன் “ என்றான் அஸ்வின்.

“ணோவ்.... என்ன அண்ணா சொல்ற .. இப்பதான் ஆசையா கப்பல்ல ஏறுனா அதுக்குள்ள கப்பல் மூழ்கும், தப்பிக்கறது எப்படினு, கிளாஸ் எடுப்பங்கான்ற ? என்று கட்டபொம்மன் அலறி கேட்க

இது சும்மா அவங்களோட ப்ரோசீஜர் அவ்ளோ தான்டா... என்று தேவா வலியுறுத்தினான்.

பின்னர் கப்பலில் கொடுக்கப்பட வேண்டிய முதன்மைக் கட்ட அறிவிப்புகள் மற்றும் பாதுகாப்பு சம்பந்தமான அறிவிப்புகள் அனைத்தும் கப்பல் நிர்வாகம் வழங்கிய பிறகு, அங்கே கூடிய பயணிகள் அனைவரும் தங்கள் அறைகளுக்கு சென்றார்கள்.

மேலும் அப்போது ஒரு அறிவிப்பு அந்த கப்பலில் இருந்த ஸ்பீக்கர்களில் ஒலிக்க தொடங்கியது. நாளை செஸ் போட்டிக்காக வந்திருக்கும் அனைவருக்கும் கப்பலில் விருந்து

ஏற்பாடு செய்யப்பட்டுள்ளதாகவும் அதிலே செஸ் போட்டியில் கலந்து கொள்ள வந்திருக்கும் அனைவரின் குடும்பத்தினரும் போட்டியாளர்களும் கலந்து கொள்ள வேண்டும் என்று அந்த அறிவிப்பில் வேண்டுகோள் விடுத்தனர் கப்பல் நிர்வாகத்தினர்.

சீனாவில் நடக்கவுள்ள செஸ் சாம்பியன்ஷிப் போட்டிக்காக பல்வேறு நாடுகளில் இருந்து பலரை இந்த கப்பலில் ஏற்றிக்கொண்டு இந்த கப்பல் பயணித்துக் கொண்டிருக்கிறது.

பத்து நாட்களுக்கு முன்னே ஐரோப்பாவில் இருந்து கிளம்பி இந்த கப்பல் வழியில் அந்தந்த நாடுகளில் உள்ள போட்டியாளர்களை அழைத்துக் கொண்டு இந்தியா வந்தடைந்தது. அதுவும் சென்னைக்கு இங்கிருந்து இந்தியாவின் சார்பாக கலந்து கொண்டிருக்கும் ஆதிராவையும் அவளது உடன் வந்தவர்களையும், மேலும் மற்ற பயணிகளையும் ஏற்றுக் கொண்டு தற்போது சீனாவிற்கு செல்ல உள்ளது. இன்னும் நான்கில் இருந்து ஐந்து நாட்களில் சீனாவிற்கு சென்றடைந்து விடும் ஆகையால் முதல் நாள் விருந்தும் அதற்கு அடுத்த மூன்று நாட்கள் லீக் போட்டிகளும் கப்பலிலேயே நடக்க உள்ளன. இந்த லீக் போட்டிகளில் தேர்வாகும் நான்கு நாடுகளின் வீரர்கள் சீனாவில் நடக்க இருக்கும் இறுதிப் போட்டிக்கும் கொண்டு செல்லப்படுவார்கள். இப்படி ஒரு புதுமையான முறையை சீன அரசாங்கம் அன்றைய வருட செஸ் போட்டிக்கு அறிவித்திருந்தது.

ஆதிரா மற்றும் அவள் உடன் வந்திருந்த அனைவரும் ஒரே அறையில் குழுமி இருந்தார்கள்.

ஆர்யன், "கப்பலுக்கும் வந்துட்டோம், லீக் போட்டிக்கு ஆதிரா உடைய பேரையும் கொடுத்தாச்சு, இப்போ என்ன செய்ய போறோம் அடுத்து நம்ம பிளான் என்ன?..."

"என்ன பண்றது லீக் மேட்ச் விளையாட வேண்டிய தான்"என்றான் தேவா.

"நாம லீக் மேட்ச்காக இங்க வரல, பைனல் போட்டியில் கலந்துக்கவும் வரல, வந்த விஷயமே வேற" என்று அஸ்வின் சொல்ல

"ஆமா அது வேற இருக்கு இல்ல" என்று தன் பின்னந்தலையில் கை வைத்து சற்று கொடுத்தான் தேவா.

“அடுத்து என்ன பண்ணனும்னு கௌதம் சார் தான் சொல்லணும்” என்று ஆதிரா சொல்ல...

“விளையாட்டு விஷயத்தை எதுனாலும் என்னால உதவ முடியும், ஆனா நீங்க என்ன பிளான் பண்ணி இருக்கீங்கன்னு எனக்கு தெரியாதே ....” என்று கௌதம் சொல்ல

“சார் , இங்க நாங்க இருக்க விஷயம் கண்டிப்பா வாங் லீக்கு இந்நேரம் தெரிஞ்சிருக்கும் “என்று ஆதிரா சொல்லிக் கொண்டு இருக்கும்போதே

“அது எப்படி அக்கா தெரியும் ஒரு வேலை சைனா போனதுக்கு அப்புறம் தெரியலாம் இப்போ எப்படி ? “என்று கட்டபொம்மன் கேட்க

“நாம இருக்கிறதே அவனோட கப்பலில் தான்” என்றான் ஆர்யன்.

ஒரு கணம் சுற்றி இருந்த அனைவரும் ஸ்தம்பித்து பொய் நின்றனர்.

“என்ன அங்கிள், சொல்றீங்க” என்று அஸ்வின் ஆச்சரியத்தோடும், அதிர்ச்சியோடு கேட்க

“ஆமாம் , இந்த கப்பல் வாங் ஓட கப்பல் தான் இந்த செஸ் டோர்ணமெண்ட்க்கு ஒன் ஆஃப் தி ஸ்பான்சர் அவன் தான்” என்று ஆர்யன் சொன்னான்.

கட்டபொம்மன் மனதுக்குள் “சைனாக்கு போய் தான் சாந்தி ஆவோம்னு பாத்த சமாதிக்குள்ள தான் இருக்கோம் போல இவ்வளவு பெரிய கப்பல்லயே சமாதி ஆக போறது உறுதி” ..... என்று நினைத்துக் கொள்ள

“அதனால நாங்க இந்த கப்பல்ல இருக்கோனு அவனுக்கு தெரிஞ்சாலும் அவன் எங்களை எதுவும் செய்யணும் நினைச்சாலும் அது செய்ய முடியாத மாதிரி ஒரு விஷயம் பண்ணனும்..” என்றாள் ஆதிரா..

“என்ன பண்ணனும் நினைக்கிறீங்க சொல்லுங்க” என்று கௌதம் ஆதிராவை கேட்க

“அப்பா எனக்கு ஒரு புத்தகம் கொடுத்திருந்தார்,ரொம்ப வருஷத்துக்கு முன்னாடி அது நான் படிச்சேன் அதுல ஒரு

சூப்பரான விஷயம் இருக்கும் இதே மாதிரி கப்பல்ல ஒரு சீன் நடக்கும் அந்த சீனை தான் நாம இங்க செயல்படுத்த போறோம்..” என்று ஆதிரா அவள் யோசித்து வைத்திருந்த விஷயத்தை சொல்ல...

கௌதம் ஒரு நிமிடம் ஆதிராவை மலைப்பாகப் பார்த்தார்.

“இது நடக்கும் நினைக்கிறீங்களா ஆதிரா?... “என்று சந்தேகப் பார்வையோடு ஆதிராவை கௌதம் கேட்க

“நடக்கும் சார் கண்டிப்பா நடக்கும் இங்க அப்படி ரெண்டு பேர் இல்லையா என்ன?... ” என்று சற்று புண்முறுவலுடன் ஆதிரா கேட்க

சிரித்துக் கொண்டே கௌதம் “ஏன் இல்லை இருக்காங்க நான் பாத்துக்குறேன்” என்று கூறினார்.

“அடுத்து உங்க ரெண்டு பேருக்கும் ஒரு வேலை இருக்கு “என்று அஸ்வின் மற்றும் கட்டபொம்மன் பக்கம் ஆதிரா திரும்ப ...

“எது வேலையா இன்னிக்கி தான் கப்பல்ல வந்திருக்கோம் அதுக்குள்ள வேலையா ? “ என்றான் கட்டபொம்மன்.

“நமக்கு டைம் இல்ல கட்டபொம்மா .. ” என்று கூறிய ஆதிரா அனைவருக்கும் அவர் அவர்கள் செய்ய வேண்டிய விஷயம் என்ன என்பதை எடுத்துரைத்தாள்.

லீக் போட்டிக்கு இன்னும் ஒரு நாள் மட்டுமே இருக்கும் நிலையில் அடுத்த நாள் காலை அஸ்வினும் கட்டபொம்மனும் என்ன வேலை செய்ய வேண்டும் என்பதை கூறினால் அதைக் கேட்ட இருவரும்

“இது சரியா வருமா இதெல்லாம் எப்படி நடக்குனு நினைக்கிற...”. என்று அஸ்வின் கேட்க

“சரியா வரும் அஸ்வின் ,அப்பாவும் இது சரியா வரும் சொன்னாரு” என்று ஆதிரா சொல்ல ஆரியனை ஒரு பார்வை பார்த்தான் அஸ்வின். ஆரியன் அஸ்வினை பார்த்து எல்லாம் சரியாக வரும் என்பது போல கண்ணசைக்க செரியென்று ஒப்புக் கொண்டான் அஸ்வின்.

தேவாவையும் ப்ரியாவையும் பார்த்த ஆதிரா, "எங்களுக்கு இருக்கிற டெக்னிகல் சப்போர்ட் நீங்க ரெண்டு பேரு தான். பிரியா அதுலயும் நீ தான் உன்னை எதற்காக நான் வர சொன்னேன் உனக்கு தெரியும் அதை கொஞ்சம்" என்று ஆதிரா சொல்ல

"நான் பாத்துக்குறேன் ஆதிரா என்னால முடிஞ்ச வரை பண்றேன்" என்று பிரியா சொல்ல

தேவா மட்டும் சற்று பிடிக்கொடுக்காமல் அதிராவை கவனிக்காதது போல் நின்றான்.

"என்ன தேவா நீ எதுவும் சொல்ல மாட்ற " என்று அதிரா கேட்க

"நான் என்ன வேணாலும் செய்ற ஆதிரா, ஆனா இந்த பொண்ணு கூட வேணாம்... "என்று தேவா சொல்ல

"அத நான் சொல்லணும்" என்று பிரியாவும் மறுமொழி கூறினாள்.

"ஏன் சேர்ந்து வேலை செய்ய விருப்பமில்ல, ஒருவேளை இன்ட்ரோடியூஸ் ஆகலையா அதனாலயா?" என்று ஆதிரா கேட்டு முடிப்பதற்குள்

"அதெல்லாம் ஒன்னும் இல்ல " என்று பிரியாவும் தேவவும் ஒரே குரலில் கூறினர்.

"என்ன ரெண்டு பேரும் ஏதோ சண்டை போடுற மாதிரி பேசுறீங்க..."

"அக்கா இங்க ஒரு டாம் அண்ட் ஜெர்ரி ஷோ நம்ம பிளான் பண்ண அன்னிலிருந்து நடந்துட்டு இருக்கு..." என்று கட்டபொம்மன் நாட்களாக சிரித்துக் கொண்டே சொல்ல..

"இங்க பாருங்க உங்களுக்குள்ள என்ன பிரச்சனை...எனக்கு தெரியாது நீங்க ரெண்டு பேரும் எப்ப பேசினீங்கன்னு கூட எனக்கு தெரியாது ஆனால் நான் வந்திருக்கிறது ரொம்ப முக்கியமான விஷயம், கொஞ்சம் நம்ம கோட்டை விட்டாலும் நம்ம யாரும் உயிரோடு போக முடியாது..என்று ஆதிரா. சொல்ல

இருக்கும் பிரச்சனையின் தீவிரத்தை அனைவரும் உணர்ந்து தலையாட்டினர்.

அந்த நேரத்தில் அவர்களின் அறையின் கதவு தட்டப்பட அனைவரும் திகைத்து யார் என்பது போல பார்க்க கதவருகே சென்ற ஆதிரா உன் துணை வழியே பார்த்து ஒரு புன்னகையை உதிர்த்துவிட்டு கதவைத் திறந்தாள்.

அங்கே கப்பல் அதிகாரி உடையில் ஒருவன் நின்று கொண்டு இருந்தான்.

“ஹாய், ஆதிரா... ஹவ் ஆர் யூ ... “என்று அவன் கேட்க “நல்லா இருக்கேன் சீக்கிரம் உள்ள வா ” என்று ஆதிரா அவன் கையை பிடித்து இழுக்க

ஒரு கணம் அதை பார்த்த அஸ்வின் ... சற்று திடுக்கிட்டான் யாராக இருக்கும் இவன் என்று ஒருவாகான சந்தேகம் அவனுக்குள் வந்தது. அவன் அருகில் வந்த தேவா “இவன் யாருடா ஆதிராவை எப்படி தெரியும்?” என்றான்.

உள்ளே வந்த அவனை அங்கிருந்த அனைவருக்கும் அறிமுகம் செய்தாள் ஆதிரா.

“அப்பா, இவன் விக்னேஷ் என்னோட ஸ்கூல் ஃப்ரெண்ட் ” என்று அவள் சொல்லிக் கொண்டிருக்கும்போது “ஹே ஆதிரா நம்ம 12th விக்னேஷா?..”. என்று பிரியா கேட்க

“அவனேதான்” என்ற வார்த்தை ஆதிராவிடமிருந்து வந்தது.

ஆரியன் அவனுக்கு கைக்கொடுத்து வரவேற்க.. அவனும் கைக்கொடுத்து விட்டு மீதி இருந்த அனைவருக்கும் கையசைத்து செய்கை காட்டினான்.

“ஹே, விக்கி இங்க என்ன பண்ற..”. என்று பிரியா கேட்க

“ஆதிரா உனக்கு சொல்லலையா ? நான் இந்த கப்பல்ல தான் வேலை செய்றேன், “என்று அவன் சொல்ல

“ஆதிரா நீ இதை சொல்லவே இல்ல!!! அப்போ உனக்கு முன்னாடியே விக்னேஷ் இங்க இருக்கறது தெரியுமா? “என்று பிரியா கேட்க

“இந்த ஷிப்ல நம்ம போகனும்னு பிளான் பண்ணதுக்கு காரணமே இவன் தான் “என்றாள் ஆதிரா...

“என்ன சொல்ற ஆதிரா” என்று அஷ்வின் கேட்க

“அதெல்லாம் அப்புறமா புரிகிற மாதிரி சொல்றேன் இப்ப கொஞ்சம் எல்லாரும் வெளில போக முடியுமா நானும் விக்னேஷும் கொஞ்சம் தனியா பேசணும்” என்று ஆதிரா சொல்ல

அனைவரும் சரி என்று சொல்லிவிட்டு வெளியே செல்ல அஷ்வின் மட்டும் அங்கிருந்து செல்லாமல் சற்று ஆதிராவையே பார்க்க அஸ்வின் கொஞ்சம் போ” என்ற ஆதிரா மீண்டும் சொல்ல.. என்ன சொல்வதென்றே தெரியாமல் அஸ்வின் சற்று தளர்ந்த முகத்தோடு வெளியே வந்தான்.

வெளிய வந்த உடனே பார்த்த தேவா, தன் வாய் மேல் கை வைத்து மூடி சிரித்துக் கொண்டிருந்தான். அஸ்வின் அந்த அறையை விட்டு வெளியே வரவும் டொப் என கதவை சாத்தும் சத்தம் கேட்டது.

சற்று கண்கள் இருக்க முடிகொண்ட அஸ்வின் “ரிலாக்ஸ் ரிலாக்ஸ் ஒன்னுமில்ல “என்று தனக்குள் சென்று கொண்டான்.

ஒரு பத்து நிமிடம் இருக்கும் கதவை திறந்த அதிரா அங்க நின்று கொண்ட அஸ்வினை பார்த்து" அஸ்வின் ஒரு நிமிஷம் வாயேன்"என்று கூப்பிட்டாள், ஆர்வத்தோடு அஸ்வினும் அவள் அருகே செல்ல “அப்பாவை கொஞ்சம் கூப்பிடுறியா” என்று சொல்லிவிட்டு மீண்டும் உள்ளே சென்று கதவை சாற்றிக் கொண்டாள் ஆதிரா. மெதுவாக திரும்ப மீண்டும் அங்கே தேவா நின்று கொண்டிருந்தான். எந்த காக்காவுக்கு எந்த வடைன்னு தெரியாது அஷ்வின் வா போலாம் என்று அவனை கிண்டல் செய்து கொண்டு அங்கிருந்து அவனை அழைத்துச் சென்றான். அஸ்வின் ஆரியந்தம் அதிர அழைப்பதாக சொல்ல ஆரியனும் அந்த அறைக்கு சென்றான். மீண்டும் ஒரு ஐந்து நிமிடம் கழித்து மூவரும் வெளியே வந்தனர்.

ஆதிரா விக்னேஷை பார்த்து "உன்ன நம்பி தான் டா இருக்கேன் கைவிட்டுடாத " என்று சொல்ல உன்னை எப்படி அப்படி விட்டுவிடுவேன், பயப்படாதே நான் இருக்கேன் என்று விக்னேஷ் கூறினான். சற்று தூரத்தில் நின்று கேட்டுக் கொண்டிருந்த அஷ்வின் தேவாவும் ஒருவரை ஒருவர் பார்த்துக் கொள்ள தேவா அஸ்வினை பார்த்து" வடை போச்சுடா" என்று சொல்லி அவன் தோளைத் தட்டிக் கொடுத்தான்.

விக்னேஷ் சென்ற பிறகு அனைவரும் இந்த இடத்திற்கு வந்த ஆதிரா" சரி நான் சொன்ன பிளான் படி எல்லாமே நடக்கணும் சரியா" என்று சொல்லிக்கொண்டே அஸ்வினை பார்த்த ஆதிரா இன்னைக்கு நைட்டு டின்னர்ல தான் நீயும் கட்டபொம்மனும் நான் சொன்னத எக்ஸிகியூட் பண்ணனும் ..."சோதப்பிடாத...அஸ்வின் என்று சொல்ல சரி என்பது போல் தலையை குணிந்துக் கொண்டே தலையசைத்தான் அஸ்வின்.

"மத்தவங்களுக்கும் க்ளியர் தானே ? " என்று கேட்க அங்கு இருந்த அனைவரும் சரி என்றார்கள் .

ஒரு கணம் திரும்பி ஆர்யனை பார்த்த ஆதிரா "எல்லாம் ஓகே தானே ப்பா..பிரச்சினை எதும் இல்லல"என்று கேட்க அவளை அருகே அழைத்து அவள் தலையை தடவிக் கொடுத்து "பாத்துக்கலாம் " என்று சொல்லி ஒரு புன்னகையை உதிர்த்தான் ஆர்யன்.

அன்று இரவு உணவு தளத்திற்கு சாப்பிட சென்றனர் அஸ்வின் மற்றும் கட்டபொம்மன் . அங்கே கௌதமும் ஆதிராவும் கூட வந்தனர்.அவர்கள் இருவரும் ஒரு ஓரத்தில் போடபப்பட்டு இருந்த டின்னர் டேபிள் அருகே அமர,அஷ்வின் மற்றும் கட்டபொம்மன் யாருடைய வருகைக்காகவோ காத்திருப்பது போல நின்றிருந்தார்கள்.

ஆதிரா கௌதமிடம் "அவங்க ரெண்டு பேரும் இப்ப வருவாங்களா ? " என்று கேட்க "நான் விசாரிச்ச வரைக்கும் ரெண்டு பேரும் வந்துட்டாங்க டின்னர்க்கு இங்க தான் வராங்கன்னு தெரிஞ்சது அதான் இங்க வர சொன்னேன்" என்றார் கௌதம். அப்போது அங்கே சில சலசலப்பு ஏற்பட்டது சிறியதாக கூச்சல் சத்தம் போல கேட்டது ஒரு ரெண்டு பேர் கை தட்டவும் செய்தார்கள் என்ன என்று ஆதிராவும் கௌதமும் திரும்பி பார்க்க அங்கே இருந்த இரண்டு வாயில்களில் ஒரு வாயில் வழியே ஆஸ்திரேலியாவின் செஸ் பிளேயர் வில்லியம் அலெக்ஸாண்டர் மற்றும் இன்னொரு வாயில் வழியே இங்கிலாந்து நாட்டு செஸ் பிளேயர் ரிச்சர்ட் ஃபிராங்க் வந்தார்கள்.

அவர்களிடம் அங்கிருந்த சிலர் சென்று கையொப்பம் பெற்று கொண்டார்கள். அப்போது அப்போ ஸ்பீக்கரில் ஒரு குரல் ஒலித்தது.

"We are delighted to welcome the world's top chess players, including the current champion, Mr. William Alexander from Australia, and the runner-up of the last World Chess Tournament, Mr. Richard Frank from England." என்று கப்பல் நிர்வாகம் சார்பாக அவர்கள் வரவேற்கப்பட்டனர்.

இதை கவனித்த ஆதிராவும் கௌதமும் ஒருவரை ஒருவர் பார்த்துவிட்டு திரும்பி அஷ்வினையும் கட்டபொம்மனையும் பார்க்க இருவரும் சரி என்பது போல் கட்டை விரலை உயர்த்தி காண்பித்தனர்.

அந்த செஸ் வீரர்கள் இருவரும் ஒருவரை ஒருவர் சந்தித்து கொள்ளும் போது "இந்த முறை கண்டிப்பா உன்னை நான் ஜெயித்து காட்டுவேன்" என்று சென்ற முறை இரண்டாம் இடம்பிடித்த ரிச்சர்ட் சொல்ல அதற்கு அலெக்ஸாண்டர் "பார்க்கலாம் வாழ்த்துக்கள்" என்று கூற அவர்களின் ஆதரவாளர்களாக அங்கு இருந்த நபர்கள் ஆரவாரம் எழுப்பினர். பின் இருவரும் சாப்பிடும் அருகருகே இருக்கும் மேஜையில் சென்று அமர்ந்தனர்.

அஷ்வினும் கட்டபொம்மனும் அமர்களுக்கு பக்கவாட்டில் இருக்கும் ஒரு மேஜையில் அமர்ந்து அவர்களுக்குள் பேச்சு வார்த்தையாக பேசுவது போல் அலெக்ஸாண்டர் மற்றும் ரிச்சர்ட் காதில் விழுமாறு தமிழும் ஆங்கிலமும் கலந்து மாறி மாறி பேசினர். அது சற்று வாக்குவாதம் போலவும் மேலும் பரிகசிப்பு போலவும் இருந்தது முதலில் இதை எதையும் கண்டு கொள்ளாத ரிச்சர்டும், அலெக்ஸாண்டரும் தங்கள் பெயர் அதில் அடிபடவே அதை கூர்ந்து கேட்டார்கள்.

கட்டபொம்மன், "அதெல்லாம் ஒன்னும் இல்ல ரிச்சர்ட் எவ்ளோ பெரிய ஆளு, கூடவே அலெக்ஸாண்டர் நடப்பு சாம்பியன், இந்தியன் கிராண்ட் மாஸ்டர் கௌதம் சாரை நீ சொன்ன கூட பரவாலை ஒத்துப்பேன், ஆனா அவரோட ஜூனியர், ஸ்டூடண்ட்.. அந்த ஆதிரா எப்படி ரெண்டு பேரையும் விட சிறந்தவ அவளால இவங்க ரெண்டு பேரையும் விட நல்லா

ஆட முடியும்னு சொல்ற இதெல்லாம் நம்பற மாதிரியா இருக்கு" என்று கேட்க

அதற்கு அஸ்வின், "சும்மாவா அந்த அளவுக்கு திறமை இல்லாமையா ஆதிராவை இந்த முறை கௌதம் சார் இறக்கி இருக்காரு. கௌதம் சார் எப்படிப்பட்ட பிளையேர்னு எல்லாருக்கும் தெரியும், போன முறை அவர் உலக செஸ் போட்டியில் கலந்துக்கல இல்லனா இந்நேரம் அவர் தான் சாம்பியன் அதனால் தானே வில்லியம் அலெக்ஸாண்டர் ஜெய்ச்சாரு ஏன் அதுக்கு முன் போட்டியில் அலெக்ஸாண்டரை தோற்க்கடிச்சது கௌதம் சார் தானே " என்று சொல்ல

இதை கவனமாக கேட்டுக்கொண்டிருந்த அலெக்ஸ் சற்று தாடையை தடவியபடி யோசித்தான், அதை பக்கத்து மேஜையில் இருந்து பார்த்த ரிச்சர்ட் நமட்டு சிரிப்பு சிரித்தான்.

"சரி, அதுக்காக அவரோட ஜூனியர் ஸ்டூடண்ட் இவங்களை எப்படி ஜெயிக்க முடியும்" என்று கட்டபொம்மன் பேச்சை வளர்க்க

"அதுதான் கௌதம் சாரோட ஈகோ, இவங்களை அந்த ஆதிராவை வெச்சே ஜெயிச்சு காமிக்கணும்னு அவர் நினைக்கறாரு போல அதான் அவளை கலந்துக்க சொல்லி இருக்காரு , அலெக்சாண்டரையே ஜெயிச்ச கௌதம் சார், ரிச்சர்ட் டையும் எப்படி ஜெயிக்கணும்னு ஆதிராக்கு சொல்லி கொடுத்திருக்க மாட்டாரா? அலெக்ஸாண்டர் கிட்ட தோத்த ரிச்சர்ட் , அலெக்ஸாண்டரை ஜெயிச்ச கௌதம் சாரை விட பெரிய பிளேயரா என்ன? என்று அஷ்வின் பேச

அலெக்ஸாண்டர் இப்போது ரிச்சர்டைப் பார்த்து பரிகாசமாக சிரித்தான். ரிச்சர்ட் சற்று கோபம் கொள்ள சிரிப்பை அடக்கிக் கொண்டான் அலெக்ஸாண்டர்.

"சரி , இப்போ என்ன சொல்ல வர, ஆதிரா இவங்க ரெண்டு பேரையும் விட பெரிய பிளையேர்னா?" என்று கட்ட பொம்மன் கேட்க

"ஆமாம் , உண்மையாவே இங்க விளையாடுற எல்லாரும் எப்படி விளையாடு வாங்கனு எல்லா பிளேயர்சும் பாத்துருப்பாங்க ஆன ஆதிரா புதுசு அதுதான் அவளோட பலம். அவளோட டெக்னிக் யாருக்கும் தெரியாது இதை தான் கௌதம்

சார் தனக்கு சாதகமா பயன்பப்படுத்த போறார்னு நினைக்கிறேன்" என்றான் அஸ்வின்.

"நீ சொல்றதும் சரிதான்" என்று கட்டபொம்மன் சொல்ல அஷ்வின் கட்டபொம்மனிடம் "அங்க பாரு ரெண்டு பேரும் அங்க தான் சாப்பிட்டிட்டு இருக்காங்க எவ்ளோ நம்பிக்கை இருந்தா ஆதிராவை அவருக்கு சமமா உக்கார வெச்சி சாப்படுவாரு"என்று அஷ்வின் ஆதிராவை கைகாட்டி சொல்ல

ரிச்சடும் , அலெக்ஸாண்டரும் திரும்பி ஆதிராவும் கௌதமும் இருந்த இடம் நோக்கி பார்த்தார்கள். அவர்கள் இருவருக்குள்ளும் சிறிய ஒரு ஐயம் ஏற்பட்டது இவள் என்ன அப்படி பெரிய வீராங்கனையா என்று.

அப்போது கட்டபொம்மன் மீண்டும் அஸ்வினிடம் பேச தொடங்கினான் , "எனக்கு என்னமோ இந்த பொண்ணு இவங்க ரெண்டு பெருகிட்ட ஆடினா அஞ்சு நிமிஷத்துல தோத்துடுவானு தோணுது" என்று சொல்ல

"அப்படியா அப்போ நமக்குள்ள ஒரு பெட் வெச்சிப்போம் இந்த டோர்ணமேண்ட்ல ஆதிரா இவங்களை ஒருத்தரை ஜெயிச்சுட்டா என்ன சொல்ற" என்று அஷ்வின் கேட்க

கட்டபொம்மன் அதற்கு ," எதுக்கு அவ்ளோ தூரம் இந்த போட்டில அங்க கூட ஆடறதுக்கு முன்னாடியே இவ நாக் அவுட் ஆயிட்டா என்ன பண்றது? நீதான் அவளை இவங்க ரெண்டு பேருக்கும் சமமா பேசரியே? நான் அவங்க ரெண்டு பேர்ல யாராச்சும் ஒருத்தர் கிட்ட பேசி எப்படியாச்சும் இவ கூட விளையாட வெக்கறேன் அப்போ தெரியும்ல" என்று சொல்ல

இதெல்லாம் நடக்கற விஷயமா என்று அஷ்வின் கேட்க "நான் செய்யறேன் எவ்ளோ பெட்" என்று கட்டபொம்மன் கேட்க

"நீ அவங்களை சம்மதிக்க வை ஏன் முடிஞ்சா அவங்களை போய் பாத்துட்டு வா அப்பறம் நான் சொல்றேன் அப்படி அவங்க யாராச்சும் சம்மதிச்சா நான் ஆதிராவை ஆட சொல்லி கேக்கறேன் பந்தயமும். அப்போ முடிவு பண்ணிக்கலாம்" என்று சொல்ல

சரி என்று சொல்லி விட்டு கட்டபொம்மன் சென்றான் . இதையெல்லாம் கேட்டுக்கொண்டிருந்த அலெக்ஸ் மற்றும் ரிச்சர்ட் ஏதோ சிந்தனைக்குள் மூழ்க சிறிது நேரத்தில் சாப்பிட்டுவிட்டு அவரவர் அறைக்கு சென்றார்கள்.

அத்தியாயம் 25

செஸ் போட்டி

அடுத்த நாள் காலை ரிச்சர்ட் 11 வது டெக்கில் இருக்கும் நீச்சல் களரம் அருகே ஒரு சாய்வு நாற்காலியில் அமர்ந்திருக்க கட்டபொம்மன் ரிச்சர்ட் இருக்கும் இடத்திற்கு அருகே இயல்பாக செல்வது போல, ஆனால் அவன் தன்னை கவனிக்கும் படியும் கைகளை வீசி நடந்து செல்ல, அப்போது ரிச்சர்ட் அருகே இருந்த ஒரு ஜூஸ் கிளாஸை வேண்டும் என்றே அவன் மேல் தட்டிவிட்டு பின் தெரியாதவன் போல் மன்னிப்பு கேட்டான் அதற்கு ரிச்சர்ட் அவனை பார்த்து திட்ட எழுந்தான்.

. அப்போதுதான் முன்தினம் விருந்து அறையில் பேசிக்கொண்டிருந்த இருவரில் ஒருவன் என்று அறிந்தான் ரிச்சர்ட். அவனிடம் பேச்சு கொடுத்த ரிச்சர்ட், "நேத்து நீயும் இன்னொருத்தனும் ஆதிரா என்று ஒரு பொண்ண பத்தி பேசிட்டு இருந்தீங்களே அதுலயும் என்ன பத்தி பேச்சு போச்சு" என்று அவன் கேட்க

கட்டபொம்மனும் தான் செயல்படுத்த நினைத்து திட்டம் சரியாக நடப்பதை எண்ணி பேச ஆரம்பித்தான். "சார் நீங்க தான ரிச்சர்ட் சார் ரொம்ப சந்தோஷமா இருக்கு சார் உங்கள தூரத்திலிருந்து பார்த்தேன். கிட்ட பார்க்க முடியுமா என்று நினைத்தேன் முதலில் எனக்கு இதில் ஒரு ஆட்டோகிராப் போடுங்க சார்.. என்ற ஒரு காகிதத்தை அவன் நீட்ட, இதெல்லாம் அப்புறம் இருக்கட்டும் யார் அந்த ஆதிரா அவ என்ன அவ்வளவு பெரிய பிளேயரா?" என்று அவன் அவனிடம் கேட்க..

“சார், இந்தியன் கிராண்ட் மாஸ்டர் கௌதமோட ஜூனியர் அந்த பொண்ணு, ஆனா அவ என்னவோ பெரிய ஆள் மாதிரி நேத்து என் கூட பேசின அந்த அஸ்வின் என்கிட்ட பேசிட்டு இருந்தான். அதனால தான் அவன் கிட்ட நான் சொன்னேன் உங்க ரெண்டு பேரையும் அவளால ஜெயிக்க முடியாதுன்னு. ஆனா அவன் ஈசியா உங்கள ஜெயிக்க முடியும்னு சொல்றான். அதான் கோபத்தில் அவன் கிட்ட உங்க ரெண்டு பேர்ல யாராவது ஒருத்தர் கூட மேட்ச் ஆட வைக்கிறேன் அப்படின்னு பேசினேன் சார் அப்புறம்தான் தோணுச்சு என்னால உங்க கிட்டவே நெருங்க முடியாது, நான் எப்படி உங்களை அவ கூட மேட்ச் ஆட சம்மதிக்க வைக்க முடியும் அப்படின்னு. கட்டபொம்மன் சொல்ல “சரி, அப்போ மேட்ச் ஆடுனா ? “என்று ரிச்சர்ட் கேட்க

“சார் உண்மையாவா சொல்றீங்க? நிஜமா நீங்க அவ கூட மேட்ச் ஆடுறதுக்கு ஒத்துக்கிறீங்களா?”

“ அந்த கௌதம் போன டோர்னமெண்ட்ல கலந்துக்கல அப்படி கலந்துட்டு இருந்தா நான் அவனை ஜெயிச்சிருப்பேன். இந்த முறையும் கலந்துக்கல அதுக்கு பதிலா அவன் ஜூனியர் இப்போ கலந்துக்குறா, இந்த முறை அவ கூட விளையாட முடியாம போச்சுன்னா? நான் யாருனு எப்படி காட்ட முடியும் தனியா ஆடினால் நான் யாரென்று எல்லாருக்கும் தெரியும் இல்ல” என்று ரிச்சர்ட் சொல்ல

“சூப்பர் சார் , ஆனா இதுல ஒரு சின்ன பிரச்சனை இருக்கு சார்.”. என்று கட்டபொம்மன் இழுக்க

“என்ன பிரச்சனை” என்றான் ரிச்சர்ட்.

“அலெக்சாண்டர் சாரும் நான் விளையாடுகிறேனு சொல்லி இருக்காரு சார்..” என்று கட்டபொம்மன் சொல்ல

“அலெக்சாண்டரா!! எப்படி ? நீ எப்ப பேசுன.. ரிச்சர்ட் கேட்க

“நேத்து நைட்டு நான் ரூமுக்கு போகும்போது அலெக்சாண்டர் சார் என்ன படியில் பார்த்து அப்பவே இது பேசிட்டாரு சார்... இப்ப நீங்களும் இத கேக்குறீங்க நான் எதிர்பார்க்கவே இல்ல சார்....” என்று கட்டபொம்மன் சொல்ல

“சரி,அவன் ஆடட்டும் நானும் ஆடுறேன் அவ யாரை ஜெயிக்கிறான்னு பார்க்கலாம் ஒருவேளை ரெண்டு பேர் கிட்டயும் தோத்துட்டா நாங்க ரெண்டு பேரு தான் வேர்ல்ட் பெஸ்ட் பிளேயர்ஸ் என்று தெரியும் இல்ல, அந்த கௌதமுடைய ஆணவமும் அடங்கும். அப்படியே அந்த அலெக்சாண்டரையும் நான் தோக்கடிச்சிட்டேனா!!! நான் மட்டும்தான் வேர்ல்ட் பெஸ்ட் சாம்பியன்...” என்று ஒரு அகங்கார சிரிப்போடு ரிச்சர்ட் சொல்ல...

“சூப்பர் சார்.. இது தான் சார் வேணும் நான் உடனே அஸ்வின் கிட்ட பேசறேன் சார் உங்க கூட விளையாட ஆதிரா சம்மதிக்க வைக்க சொல்றேன் ஒரு பெட் மேட்ச் மாதிரி விளையாடலாம் என்ன சார்...” என்று கட்டபொம்மன் கேட்க

“அதுவும் சரிதான், லீக் மேட்ச் ஆரம்பிக்கிறதுக்கு முன்னாடியே அந்த ஆதிராவை ஒன்னும் இல்லாதவனு அனுப்பிட்டா அப்ப தெரியும்... கவலைப்படாத இதுல நீ மட்டும் பெட் கட்ட வேண்டாம் இந்த கப்பல்ல இருக்க எங்க ஃபேன்ஸ் எல்லாரையும் பெட் கட்ட வைப்போம் let's be like a casino” என்று ரிச்சர்ட் சிரித்துக் கொண்டு சொல்ல

“சூப்பர் சார் இதுல நம்மளையும் கொஞ்சம் என்று கட்டபொம்மன் அவரிடம் தலையை சிரித்துக்கொண்டு சொல்ல...” ரிச்சர்ட் சிரித்துக் கொண்டே அவன் தோளை தட்டிக்கொடுத்தான்.

இதே போல அலெக்சாண்டரிடம் ரிச்சர்ட் விளையாட ஒப்புக்கொண்டாக சொல்லி அவனையும் சம்மதிக்க வைத்தான்.

ஆதிராவும் கௌதமும் இருந்த அறைக்கு வந்த கட்டபொம்மனும் தேவாவும் உள்ளே வந்து இருவரிடமும் சக்சஸ் என்பது போல இருகைகளையும் உயர்த்தி கட்டை விரல்களை காட்டினர். பின் ஆதிரா தன் திட்டத்தை சொல்ல

இரண்டு மணி நேரத்திற்கு பின் ரிச்சர்ட்டிடம் சென்ற கட்டபொம்மன் , சா”ர் ஒரு வழியா பேசி சம்மதிக்க வைத்துவிட்டேன் சார், ஆனா அதுல ஒரு சின்ன பிரச்சனை” என்று கட்டபொம்மன் தலையை குனிந்து கொண்டு வார்த்தைகளை இழுக்க

“என்ன விஷயம் சொல்லு “என்று ரிச்சர்ட் கேட்க

“அவ ரொம்ப திமிரு புடிச்ச பொண்ணு சார் உங்க கூட தனித்தனியா எல்லாம் ஆட மாட்டாளாம் ஒரே நேரத்தில் இரண்டு பேர் கூடயும் ஆடுவாளாம் அப்படின்னா இதுக்கு சம்மதிக்கிறேன்னு சொல்றா.”. என்றான் கட்டபொம்மன், இதே நங்கூரத்தை அலெக்சாண்டர் இடமும் கட்டபொம்மன் போட

“என்ன சொல்ற .... . “என்று சிறிய அதிர்ச்சியோடு அலெக்சாண்டர் கேட்க, “ஆமா சார் அவ அப்படித்தான் சொல்றா ஒரே நேரத்துல ஆடுறதுக்கு ரெண்டு பேருக்கும் சம்மதம்னா நான் ஆடுறேன் இல்லனா முடியாது அப்படின்னு தீர்க்கமா சொல்றா சார்..”. கட்டபொம்மன் முடித்தான்.

இங்கே

“சரி அலெக்சாண்டர் என்ன சொன்னான் என்று ரிச்சர்ட் கேட்க அவர் இதுக்கு எல்லாம் எதுவும் பயப்படவில்லை சார் உடனே ஓகேன்னு சொல்லிட்டாரு” என்று கட்டபொம்மன் சொல்லிவிட்டு தலையை குனிந்து கொண்டு மெல்ல தலையை நிமிர்த்தி ஓரக்கண்ணால் ரிச்சடை பார்த்து நமக்கு சிரிப்பு சிரித்தான்.

சற்று யோசித்த ரிச்சர்ட்.... “அவனுக்கே அவ்வளவு இருக்கும் போது எனக்கு என்ன நான் ரெடி ஒரே நேரத்தில் ஆடுனாலும் சரி... எத்தனை பேர் வந்து ஆடுனாலும் சரி... என்னால் ஆட முடியும்” என்று சொன்னான்.

“ சரிங்க சார் அப்போ நான் இதை பேசிடறேன் கப்பல் மேனேஜ்மெண்ட் கிட்ட..”. கட்டபொம்மன் கேட்க

“அத நான் பாத்துக்குறேன் அலெக்சாண்டர் நானும் ஒரு விளையாட்டு ஆட போறோம்னு சொன்னா கண்டிப்பா ஒத்துப்பாங்க நான் ஏற்கனவே மேனேஜர் கிட்ட பேசிட்டேன்...”என்று ரிச்சர்ட் சொல்ல அந்த டைனிங் ஹாலுக்கு அலெக்சாண்டரும் வந்து சேர்ந்தான்.

"என்ன காட் பொம்மன்... என்று அலெக்ஸாண்டர் கூப்பிட

“சார் காட் பொம்மன் இல்ல கட்டபொம்மன் ...” என்றான் கட்டபொம்மன்.

“எஸ் எஸ்.. கட்டபொம்மன் .. ரிச்சர்ட் என்ன சொல்றாரு... “என்று அலெக்ஸாண்டர் கேட்க வரும் “ஓகே சொல்லிட்டாரு சார் நாளைக்கு மார்னிங் மேட்ச் வச்சுக்கலாம்... எப்படியாவது அந்த ஆதிராவை ரெண்டு பேரும் தோக்கடிச்சிடுங்க சார் உங்க ரெண்டு பேரோட பெரிய ஃபேன் நானு அதனால தான் இந்த முயற்சி... “என்று சொல்ல அலெக்சாண்டர் அவனைப் பார்த்து ஒரு சிரிப்பு சிரித்தான்... “நாளைக்கு பாரு” அலெக்ஸாண்டரும், ரிச்சர்டும் கட்டபொம்மனுக்கு விடை கொடுத்து விட்டு கிளம்பினான்.

“அப்பாடா இந்த அளவுக்கு நடிக்கிறது என்றால் சினிமாவில் நடிச்சிடுவேன் போல இருக்கே! இந்த ஆதிரா அக்கா என்ன பிளான் வச்சிருக்கான்னே தெரியல, எதுக்கு இதெல்லாம் பண்றா ? என்று தலையை ஒரு ஆட்டு ஆட்டிக் கொண்டு அங்கிருந்து சென்றான் கட்டபொம்மன்.

அடுத்த நாள் இந்த கப்பலில் ஒரு அறிவிப்பு செய்யப்பட்டது. இந்திய செஸ் விளையாட்டு வீராங்கனையாக இந்த இன்டர்நேஷனல் செஸ் டோர்ணமேண்டில் கலந்துக் கொள்ளும் ஆதிரா, நடப்பு சாம்பியனாக முதல் மற்றும் இரண்டாம் இடத்தில் உள்ள அலெக்ஸாண்டர் மற்றும் ரிச்சர்ட் உடன் ஒரே நேரத்தில் பந்தய செஸ் மேட்ச் விளையாட இருக்கிறார்... இதை காண்பதற்கும் மேலும் இதில் பந்தயம் கட்டவும் விருப்பம் உள்ளவர்கள் எட்டாவது டேக்கில் உள்ள கவுண்டரில் தாங்கள் ஆதரிக்கும் வீரரின் பெயரில் பந்தயம் கட்டலாம் போட்டி மதியம் 2 மணிக்கு தொடங்கும் என்று அறிவிப்பு செய்தது கப்பல் நிர்வாகம் .

இதையெல்லாம் கேட்ட ஜியான், வாங் லீக்கு ஃபோன் செய்தான் ... “பாஸ் இங்க அந்த ஆதிரா செஸ் விளையாட வந்தானு தானே நினைச்சோம், அவ வேற செஸ் விலையாடுறா பாஸ் ... “

“என்ன சொல்ற “ என்று மறுமுனையில் வாங் கேட்க

“ஆமாம் பாஸ் , போன முறை டாப் இரண்டு இடத்தில் இருக்கும் செஸ் பிளேயர்கள் கூட ஒரே நேரத்தில் மேட்ச் ஆட போறாளாம் அதுவும் பெட் மேட்ச்... “என்று ஜியான் சொல்ல

“என்ன ஆதிரா உண்மையில நீ செஸ் ஆடதான் வந்தியா , ஏன் ஜியான் அவ சந்தேக படுறா மாதிரி வேற எதாச்சும் “என்று கேட்க

“இல்ல பாஸ் ரெண்டு நாளாக அவ கப்பலை சுத்திப் பார்த்துக்கிட்டு பொழுதுக் போக்கிட்டு இருக்கா அவ கூட வந்தவங்களும் அதான் செய்யிறாங்க....” என்று ஜியான் சொல்ல

“அப்போ நாம தான் தப்பா நினைச்சுக்கிட்டோமா,தேவையில்லாம சும்மா கப்பல்ல வந்தவளே பிளான் ஓட வந்திருக்கான்னு... அவளைத் தேவையில்லாம ஃபோகஸ் பண்றோமோ ? “வாங் கேட்க

“இருக்கலாம் பாஸ் அன்னிக்கி அவ அண்டர்கிரவுண்ட்ல இருந்து தப்பிச்சதுல இருந்து பயந்து இருக்கலாம் பாஸ்... ஒரு வேளை சீனா வரணும்னா அவ ஈசியா ஃப்ளைட்டில் வந்திருக்கலாமே ஏன் இதுல வரணும் ....”

“வந்திருக்கலாம் .. அப்போ இந்தியன் பிரைம் மினிஸ்டர் கிட்ட அவ பேசினா,ஏதோ தப்பா இருக்குனு நமக்கு வந்த மெசேஜ் .. ? “என்று வாங் கேட்க

“ஒருவேளை இந்த போட்டிக்காக கூட அவ பேசி இருக்கலாம் பாஸ்” என்று ஜியான் சொல்ல

“இருக்கலாம் ... இருக்கலாம் ... அப்படியும் இருக்கலாம் அவ சாதாரணமா தான் இந்த கப்பலில் வந்திருக்கலாம் .. என் கப்பல்னு தெரியாம கூட வந்திருக்கலாம் இல்லையா? “என்று வாங் கேட்க

“ஆமா பாஸ் , அப்படி தான் இருக்கும் ... “என்று ஜியான் பதில் உரைத்தான் .

“ஆமாம் அப்படி தான் இருக்கும் இல்லனா!!! என்று இழுத்த வாங்

“ஒரு வேளை நாம இப்படி நினைக்கணும்னு கூட அவ நினைச்சிருக்கலாம் இல்லையா” என்று வாங்க பலமான குரலில் சொல்ல

“பாஸ்ஸ்ஸ்ஸ்..”என்று தழுதழுத்த குரல் ஜியானிடம் இருந்து வர

“அவ எதோ பிளான் பன்றானு எனக்கு உள்மனசு சொல்லுது நாம இப்படி நினைக்கணும்னு தான் அவ யோசிப்பா இனிமே முழு கவனம் அவ மேல தான் உனக்கு இருக்கணும் சரியா உன்னிப்பாக கவனி ” என்று சொல்லி விட்டு போனை வைக்க ஜியான் சற்று யோசித்து விட்டு தலையை ஆட்டிக்கொண்டு சென்றான்.

மதிய நேரம் 1.30 அனைவரும் விளையாடப்போகும் மூன்று பேரில் இருவருக்கு மட்டுமே பந்தயம் கட்டினர் . ஒன்று ரிச்சர்ட் மற்றொன்று அலெக்ஸாண்டர் சிலர் இருவரின் பேரிலும் கட்டினர். ஆதிராவின் பெயரில் யாருமே பந்தயம் கட்டவில்லை மூவரை தவிர ஆர்யன் , அஸ்வின் மற்றும் ஸ்வஸ்தி .

ஆதிரா சொன்னது போல ஒரே நேரத்தில் இருவருடனும் ஆட இருப்பதால் இரண்டு பெரிய விளையாட்டு அறைகளில் மக்கள் அமர வைக்க பட்டனர்.

ஒரு அறையில் அலெக்ஸாண்டர் ரசிகர்களும் மற்றொரு அறையில் ரிச்செட் ரசிகர்களும்... ஆனால் எந்த அறையிலும் ஆதிராவின் ரசிகர்கள் இல்லை ஆர்யன் ,மித்ரன் ஸ்வஸ்தி ஒரு அறையிலும், அஸ்வின் கௌதம், ஒரு அறையிலும் அமர்ந்தார்கள்.

போட்டியின் விதிமுறைகள் கூறப்பட்டன...ஒரே நேரத்தில் இருவரோடும் ஆடுவதால் ஆதிரா மட்டுமே இந்த அறைக்கும் அந்த அறைக்கும் செல்ல வேண்டும். அது எப்படி செல்ல வேண்டும் என்பதை ஆதிரா முடிவு செய்யலாம். ஆனால் போட்டி துவங்கும் போது என்ன முறை சொல்கிறாரோ அதையே தான் கடைசி வரை பின்பற்ற வேண்டும் என்று சொல்லப்பட

ஆதிரா .. தன் முடிவை சொன்னாள் அதாவது ஒருவருடன் ஒரு நகர்வு நகர்த்திய பின் அடுத்த அறைக்கு சென்று அடுத்த நகர்வு என்று இப்படி ஒரு ஒரு நகர்வும் ஒருவர் மாற்றி ஒருவரோடு என்று கூறினாள். இதை கேட்டு சிரித்த அலெக்ஸ் "ஐந்து நிமிடம் கூட தாண்ட போவதில்லை இவள்" என்று தனக்குள் நினைத்துக் கொண்டான்.

எல்லாம் ஏற்கப்பட்டு போட்டி துவங்கியது , அனைவரும் போட்டி யாரால் முடிக்க பட போகிறது முதலில் ரிச்சர்டா?

அலெக்ஸா? என்று மட்டுமே யோசித்தனர். ஏனெனில் இருவரும் எவ்வளவு பெரிய ஆட்டக்காரரர்கள் என்று அனைவருக்கும் தெரியும்.

அலெக்ஸ், ஆதிராவிடம் அவளையே எந்த நிற காய்கள் என்று தேர்வு செய்ய சொன்னான். ஆதிரா வெள்ளை என்றாள் சரி என்று முதல் நகர்த்தலை நகர்த்த சொன்னான் ஆதிராவும் ஒரு காயை நகர்த்த ஒரு நொடிக்கூட தாமதிக்காமல் தன் பக்க குதிரை ஒன்றை நகர்த்தி வைத்தான் அலெக்ஸ்..

இப்போது ஆதிரா அடுத்த அறைக்கு சென்று ரிச்சர்ட் உடன் ஆட வேண்டும் அதற்காக எழுந்து அந்த அறைக்கு சென்றாள். அங்கு ரிச்சர்ட் உடன் ஆட தொடங்கினாள். பின் அலெக்ஸ் அறைக்கு வந்தாள் இங்கு ஆடினாள் பின் ரிச்சர்ட் அறைக்கு. இப்படி தான் அவள் முடிவு செய்து முறையை சொல்லி இருந்தாள். இரண்டு அறையில் இருந்த கூட்டமும் ஆதிரா சென்று வருவதை பார்த்துக் கொண்டே இருந்தன . நேரம் அரை மணியை கடந்தது.

மக்கள் சற்று நிமிர்ந்து உட்கார ஆரம்பித்தார்கள்.. ஐந்து நிமிடத்தில் முடிந்து விடும் என்று நினைத்த போட்டி இப்போது அரை மணி நேரத்தை தொட்டது அனைவருக்கும் சுவாரசியம் கலந்த ஆச்சரியத்தை தந்தது.

யார் இந்த ஆதிரா... என்று அனைவரும் தங்களுக்குள் பேசிக்கொள்ள தொடங்கினர்.

நேரம் 1 மணி நேரம் ஆனது இப்போது எல்லோரும் ஆதிராவை பற்றி தான் பேசத் தொடங்கினர். எப்படி இந்த பெண் ஒரே நேரத்தில் உலகின் தலை சிறந்த இருவரோடு போட்டி போடுகிறாள் அதுவும் இவ்வளவு நேரமாக என்று

கடிகாரம் உருண்டது, இரண்டு நேரம் ஆனது இப்போது அனைவரும் தங்கள் இருக்கைகளின் விளிம்பிற்கு வந்தனர், எல்லோர் முகத்திலும் ஆர்வம் தெரிந்தது. இப்போது மூவரில் யார் ஜெயிப்பர் என்று தோன்றியது அனைவருக்கும் சிலர் ஆதிராவின் மேல் இன்டர் - பேட்டிங் கட்டத் தொடங்கினர். ஒருவன் முகத்தில் மட்டும் உண்ணகை மலர்ந்தது அது ஆர்யன்.

இப்போது இரண்டரை மணி நேரத்தை தொட்டது ஆட்டம். ரிச்சர்டுக்கு ஒன்றும் புரியவில்லை எப்படி இந்த பெண்

இவ்வாறு ஆடுகிறாள் என்று. இந்த பக்கம் அலெக்ஸ் அதே மனநிலையில் தான் இருந்தான் என்ன செய்வது என்று தெரியாமல்.

ரிச்சர்ட் ஒரு கட்டத்தில் யோசித்தான் இப்போது இவளிடம் தோற்றால் அலெக்ஸ் தன்னை ஒரு பொருட்டாக கூட மதிக்க மாட்டான். அவன் மட்டுமல்ல யாருமே மதிக்க மாட்டார்கள் என்று அதனால் மேட்சை சமன் செய்வது என்று முடிவெடுத்தான்.

இந்த பக்கம் அலெக்ஸ் தான் சமன் அறிவித்து விடலாமா ? மேட்ச் ட்ரா என்றால் கூட சமாளித்து கொள்ளலாம் ஆனால் தோற்றால் மிகுந்த அவமானம் என்று யோசித்தவன் , அப்படி செய்தால் ரிச்ச்ர்ட் தன்னை கேவலமாக நினைப்பான் என்று சிந்தித்துக் கொண்டு இருக்கும் போது ரிச்சர்ட் ஆட்டத்தை சமன் செய்வதாக அறிவித்து விலகிவிட்டார் என்று அறிவிக்கப்பட்டது. இதை கேட்டதும் மனதுக்குள் சந்தோசம் அடைந்த அலெக்ஸ் ஆதிரா உள்ளே வர வந்தவள் , “ஓகே சார் ஆடலாமா” என்று கேட்டு இன்னொரு காயை நகர்த்த அலெக்ஸ் ஆதிராவைப் பார்த்து கையை நீட்டினான் . ஆதிரா நிமிர்ந்து பார்க்க கைக்குலுக்கும் படி அலெக்ஸாண்டர் தலையசைக்க ஆதிராவும் ஒரு நமட்டு புன்னகையுடன் கைகொடுத்தாள்.

அலெக்ஸாண்டரும் மேட்சை சமன் செய்வதாக சொல்லி விலகிவிட்டார் எனவே இந்த போட்டியில் ஜெயித்தது ஆதிரா என்று அறிவிக்கப்பட்டது.

அலெக்ஸாண்டர் மற்றும் ரிச்சர்ட் அந்த அறைகளை விட்டு வெளியே வந்தவர்கள் ஒருவரை ஒருவர் பார்த்துவிட்டு வேறு வேறு பக்கம் சென்றார்கள். அங்கு சுற்றி இருந்த சில மக்களும், அஸ்வின் , மித்ரன், ஸ்வஸ்தி ஓடி வந்து ஆதிராவை கைகொடுத்தும் கட்டிப்பிடித்தும் வாழ்த்தினர். அங்கே வந்த ஆர்யன் ஆதிராவின் தலை தடவிக்கொடுத்து அவளை அணைத்துக் கொண்டு " well done ஆதிரா" you done it " என்று கூறினான்.

கப்பல் முழுவதும் ஆதிராவின் பேச்சு பரவியது .... ஆதிரா அந்த கப்பலில் மைய புள்ளியாகவே ஆனாள். அவளிடம் வந்து சிலர் புகைப்படம் எடுத்துக் கொண்டனர். ஆர்யன் மற்றும் தன்

சகாக்களிடம் சென்ற ஆதிராவிடம் கட்டபொம்மன் "அக்கா இப்போ நீ தான் இந்த கப்பலில் சூப்பர் ஸ்டார் இனிமே உன்னை யார் நினைச்சாலும் தொட முடியாது செம.. பிளான் அக்கா ... நம்மளுக்கு வர இருந்த ஆபத்தை தள்ளி வெச்சாச்சு.". என்று சொல்லி அவளுக்கு கைகொடுக்க அவளும் சிரித்துக் கொண்டே கைக்கொடுத்தாள்.. சிரித்துக் கொண்டிருந்த ஆர்யன் மட்டும் சற்று விலகிவந்து நின்று தீவிரமாக யோசிக்க தொடங்கினான்.

இங்கே ஜியான் ..வாங் லீ க்கு ஃபோன் செய்தான் நடந்ததை விவரித்தான்..

"ஓ.. அப்போ ஆதிரா ஃபேமஸ் ஆயிட்டா அப்படித்தானே...".

"ஆமா பாஸ் , எல்லாருக்கும் அவ யாருன்னு தெரிஞ்சு அவ எங்க போனாலும் செல்ஃபி எடுக்கறாங்க இப்போ அவளை எதும் பண்றது கஷ்டம்னு தோணுது பாஸ்..."என்றான் ஜியான்.

"ஆதிரா, அப்போ இதுதான் உன் பிளான் ... ம்ம் .. இவ்வளவு கஷ்டப்பட்டு உன் பெயர் எல்லாருக்கும் தெரியும்னு பண்ணிருக்கனா அப்போ நீ எதோ திட்டத்தோட தான் வந்திருக்க உன்னை ஈசியா எதும் செய்ய முடியாதுனு நினைக்கறியா? அப்படி நினைச்சா அது உன் தப்பு ஆதிரா. இதனால உன்னை விட்ருவேனு நினைச்சியா"என்று சொல்லி பலமாக சிரித்த வாங்

"ஜியான் ... ஆதிரா நாளைக்குள்ள கடலோட கடலா போகனும்.. " " பாஸ் ... இங்க...." என்று ஜியான் இழுக்க

"என்ன செய்யணும்னு நான் சொல்றேன் ... ஆதிரா.. tommorow is your last day" என்றான் வாங்.

இங்கே ஆதிராவின் அறையில் "எப்படியோ இனிமே நாம பத்திரமா போகலாம் .. ஆனா சைனா போனதும் அந்த வாங்கை எப்படிக்கா சமாளிக்க போறோம்" என்று கட்டபொம்மன் கேட்க, அதை பத்தி பயப்பட வேணாம் நாம சீனாவில போய் கால் வைக்கும் போது அவனோட ஆட்டம் அடங்கியிருக்கும் என்றாள் ஆதிரா.

அத்தியாயம் 26

அரையிறுதி

அன்றைய இரவு முழுவதும் ரிச்சர்ட் மற்றும் அலெக்ஸாண்டர் இருவருக்கும் தூக்கம் வரவில்லை. ஒரு பெண்ணிடம் அதுவும் முதல் முறை போட்டியில் கலந்து கொண்டப் பெண்ணிடம் தேவை இல்லாமல் போய் பந்தயம் வைத்து விளையாடி தோற்று விட்டோமோ என்று அவர்களுக்கு தோன்றியது.

இங்கே ஆதிராவின் அறையில் ஆதிரா உட்பட அனைவரும் அமர்ந்து பேசிக் கொண்டிருந்தனர்.

"சரி, நீ இவ்வளவு பெரிய செஸ் பிளேயரா? எப்படி ரெண்டு பேரையும் ஜெயிச்ச?" என்று தேவா கேட்க

ஆதிரா அவள் அருகே அமர்ந்திருந்த ஆர்யனை கைக்காட்டி "அப்பா தான் சொன்னாரு, அவர் கொடுத்த ஒரு புத்தகத்தில் இருந்த விஷயத்தை தான் நான் ஃபாலோ பண்ணேன்" என்றாள்.

"சரி அப்படி என்ன பண்ண?" என்றான் அஷ்வின்.

"ரெண்டு பேரு கூடவும் ஒரே நேரத்துல விளையாட யோசிச்ச காரணமே அப்போ தான் அவங்களை சுலபமா ஜெயிக்க முடியும்னு தான். புரியலைல நான் யாராவது ஒருத்தர் கூட ஆடியிருந்தா கண்டிப்பா தோத்திருப்பேன். ஆனால் ரெண்டு பேரோட ஒரே நேரத்துல ஆடினதால நான் அவங்க கூட விளையாடல, சொல்ல போனா நான் அங்க விளையாடவே இல்ல"என்று ஆதிரா சொல்லிக்கொண்டிருக்கும் போதே

"அப்படினா நீ விளையாடலனா? என்ன அர்த்தம்" என்றான் அஷ்வின்.

“நான் விளையாடல ஆனா விளையாட வெச்சேன்.. அவங்க ரெண்டு பேரையும் ஒருத்தருக்கு ஒருத்தர் விளையாட வெச்சேன்” என்றாள்.

“அது எப்படி நீதான விளையாடின..” என்று கட்டபொம்மன் வினவ

ஆதிரா விளக்கினாள்,அலெக்ஸாண்டர் ஆஸ்திரேலியக்காரன் அவன் ஆப்ஷன்ஸ் கொடுத்து பழகியவன்,அதனால் அவன்கிட்ட ஆடும் போது வெள்ளை காய்களை தேர்வு செய்தாள். ரிச்சர்ட் இங்கிலாந்து நாட்டுக்காரன் அவன் இந்தியர்களை அடிமைப்படுத்தி ஆண்ட இனம் அவன் குணம் மாறாது அதனால் அவனிடமே காய்களை தேர்ந்தெடுக்க சொன்னாள் ஆதிரா. வெள்ளையன் என்னும் தன் நிறத்தின் மேல் மாறாத ஈடுபாடுக் கொண்ட அவன் வெள்ளை காய்களைத் தேர்வு செய்தான். எனவே இங்கே ரிச்சர்ட் உடன் கருப்புக் காய்கள், அங்கே அலெக்ஸாண்டர் உடன் வெள்ளைக் காய்கள். ஆக அலெக்ஸாண்டர் இடம் முதல் நகர்த்தல் நகர்த்திய ஆதிரா அவன் பதில் நகர்த்தலை கவனித்தாள், ரிச்சர்ட் உடன் ஆடுமபோது அலெக்ஸாண்டர் நகர்த்திய அதே நகர்த்தலை செய்தாள். இரண்டு மூன்று நகர்த்தல் மட்டுமே ஆதிரா தன் யோசனை கொண்டு ஆட வேண்டி இருந்தது, மீதம் உள்ள அனைத்து நகர்வுகளும் அலெக்ஸும், ரிச்சர்டும் தான் மறைமுகமாக விளையாடினர். அதனால் தான் ஒரு கட்டத்திற்கு மேல் ஆட்டம் கொண்டு செல்ல முடியாமல் இருவரும் ஆட்டத்தை விட்டுக்கொடுத்தனர்.

இந்த விஷயத்தை ஆதிரா சொல்லி முடிக்க தேவா ,பிரியா , அஷ்வின் கட்டபொம்மன் மற்றும் கௌதம் என அனைவரும் ஒரு கணம் ஸ்தம்பித்து பின் தங்களை அறியாமல் கைகளைத் தட்டினர்.

அந்த நேரம் அங்கு வந்தான் கப்பலின் தலைமை பொறியியல் அதிகாரி விக்னேஷ். அவனைப் பார்த்ததும் ஆதிரா அவனை உள்ளே அழைத்தாள். " வா விக்னேஷ் உள்ள வா" என்றாள்.

உள்ளே வந்த விக்னேஷ் ஆதிராவை பார்த்து "எவ்வளவு பெரிய வேலைய பண்ணிட்டு சாதாரணமா உக்காந்துட்டு இருக்க" என்று நமட்டு சிரிப்போடு கேட்டான்.

"என்ன சொல்ற விக்கி நான் என்ன பண்ணேன்" என்று ஆதிரா அவனை கேட்க

"விஷயமே தெரியாதா? உனக்கு, உன் கூட விளையாடுன அலெக்சாண்டர் மற்றும் ரிச்சர்ட் இந்த டோர்னமெண்ட்ல இருந்து வாக்அவுட் பண்ணிட்டாங்க" என்று விக்னேஷ் சொல்ல தான் அமர்ந்து இருக்கையில் இருந்து சட்டென்று எழுந்தான் கட்டபொம்மன்.

“என்னது வாக் அவுட் பண்ணிட்டாங்களா அப்பனா அவங்க இந்த டோர்ணமென்ட்ல விளையாட மாட்டாங்களா? இது எப்போ?” என்று அதிர்ச்சியோடு தலையை சொறிந்துக் கொண்டே கேட்டான்.

இன்னிக்கி காலையில் தான் ரெண்டு பெரும் சொல்லி வெச்சா மாதிரி வாக்கவுட் பன்றாத டோர்ணமேண்ட் மேனேஜர் கிட்ட எழுத்துப் பூர்வமாக கொடுத்தாங்க" என்று விக்னேஷ் கூறினான்.

“ஆதிரா உன்கிட்ட தோத்த அவமானத்துல டோர்னமெண்ட் விட்டே போறதுக்கு ரெடி ஆயிட்டாங்களா? என்று தேவா கிண்டல் மொழியில் கேட்டான். ஆனால் ஆதிராவின் முகத்தில் ஒரு துளி சிரிப்பு கூட இல்லை ஏதோ ஒன்று தவறாக நடந்தது போல் அவள் உணர்ந்தாள். அந்த நேரத்தில் ஏற்பட்ட எரிச்சல் காரணமாக தேவாவிடம்

"சும்மா இரு தேவா என்ன ஏதுன்னு புரியாம உன் இஷ்டத்துக்கு பேசாத" என்று ஆதிரா கோபம் கொள்ள தேவா எதுவும் புரியாமல் விழித்தான்.

“நான் நினைச்சது போல இப்போ நடக்கலை, நான் அவங்க ரெண்டு பேரும் அவமானம் படனும் அவங்க போட்டியை விட்டு விலகணும்னு விருப்பப்படல, அது எனக்கு தேவையும் இல்ல, இப்போ இவங்க ரெண்டு பேரும் விலகியதால மீதம் இருக்கிறது நாலு நாடுகளோட டீம் தான்.” என்று ஆதிரா சொல்ல

"ஏன் மிச்ச நாடுகள் யாரும் கலந்துக்கலையா ?" என்று பிரியா கேட்க

"கலந்துக்கல"என்றாள் அதிரா.

"ஆம்,இந்த காலக்கட்டத்தில் மூன்று நாடுகளுக்குள் யுத்தம் நடந்துக் கொண்டு இருக்கிறது. அதனால் அந்த மூன்று நாடுகளும் போட்டியில் பங்கேற்க ஐக்கிய நாடுகளால் தடை விதிக்கப்பட்டிருந்தது. அதே போல இந்த போர்களில் சீனா ஆதரவளிக்கும் நாடுகளுக்கு எதிரானவர்கள் சீனாவில் நடக்கும் போட்டியில் பங்குகொள்ள மறுத்தனர், என்பதை அதிரா விலக்கினாள்.

"அப்போ இந்தியாவோட சேர்த்து நாலு டீம் தான் இருக்கா?" என்றான் அஷ்வின்.

"அதனால நமக்கு இப்போ நேரம் கிடைக்காது இந்த நாலு டீமுக்குள்ள தான் போட்டி நடக்கும். நான் விளையாடியே ஆகனும் இப்போ ... ச்சே நான் இத எதிர்பார்க்கவே இல்ல " என்று ஆதிரா சலித்துக் கொள்ள அவர்கள் அறையில் இருந்த ஒலிப்பெருக்கியில் ஒரு அறிவிப்பு கேட்டது.

"மிகவும் வருந்துகிறோம், எதிர்பாராத விதமாக அலெக்ஸாண்டர் மற்றும் ரிச்சர்ட் இருவரும் இந்த சர்வதேச செஸ் போட்டியில் இருந்து விலகிக்கொண்டனர். அதன் காரணமாக மீதம் நான்கு நாடுகளின் வீரர்களே உள்ள நிலையில் சீனாவில் நடத்த திட்டமிடப்பட்டிருந்த அரையிறுதிப் போட்டிக்கு பிரான்ஸ், ஜெர்மன், இத்தாலி மற்றும் இந்தியா இந்த நான்கு நாடுகளும் நேரடியாக தேர்ந்தெடுக்கப் படுகிறார்கள். எனவே இந்த கப்பலில் நடத்தப்பட இருந்த லீக் போட்டிகள் ரத்துசெய்யப்படுகிறது. இன்று எந்தப் போட்டியும் இல்லாத காரணத்தால் விளையாட்டு வீரர்களும் அவர்கள் குடும்பத்தினரும் இந்த இனிய பயணத்தை மகிழ்ந்துக் கொண்டாடும் வகையில் ஏற்பாடுகள் செய்யப்பட்டுள்ளது. நாளை காலை எட்டு மணி அளவில் கப்பல் சீனாவின் ஷாங்காய் துறைமுகத்திற்கு சென்று சேரும் நன்றி"..என்று முழு அறிவிப்பையும் கேட்டு கட்டபொம்மன்

"அக்கா .. சூப்பர் அக்கா, நீ இப்போ விளையாட தேவையில்ல என்று சொல்லிக்கொண்டே ஸ்பீக்கரைப் பார்த்துக் கொண்டு

இருந்த கட்டபொம்மன் ஆதிரா பக்கம் திரும்ப தலையில் கைவைத்தப்படி மெத்தையில் மேல் அமர்ந்திருந்தாள் ஆதிரா.

அந்த நேரத்தில் உள்ளே வந்த ஆர்யனைப் பார்த்த ஆதிரா அவனை பார்த்து என்ன செய்வது என்பது போல கண்களால் கேட்க பொறுமையாக இரு பதட்டம் வேண்டாம் என்பது போல் தலையசைத்தான் ஆர்யன்.

மீதம் இருந்தவர்கள் அவர்கள் இருவரையும் பார்க்க அருகில் வந்த அஸ்வின்," ஆதிரா என்னாச்சு அதான் இப்போ நீ விளையாட வேண்டியது இல்லையே நீ நினைச்சா மாதிரி இங்க இருக்க எல்லாருக்கும் உன்னை தெரிஞ்சும் போச்சு இனிமே அந்த வாங் லீயால உன்னை அவ்ளோ சுலபமா எதையும் செய்யவும் முடியாது இன்னும் என்ன வேணும். ஏன் இப்படி எதையோ பறிக்கொடுத்த மாதிரி இருக்க " என்று வினவினான்.

"எல்லாம் வீணாப்போச்சு அஷ்வின் , நான் நினைச்சது ஒன்னு இங்க நடக்கிறது ஒன்னு எல்லாம் சோதப்பிடுச்சு" என்று ஆதிரா புலம்ப

“ஹேய், என்னடி சொல்ற எல்லாம் தான் சரியாயிடுச்சே அப்பறம் என்ன நேரா சீனா போய் இறங்க போறோம் அவ்வளவு தானே " என்று சற்று அழுத்தமான குரலில் பிரியா கேட்க

"அவ்வளவுதான்! இல்ல போய் சீனாவில இறங்கப் போறோம் அவ்வளவு தான் இல்ல? ஷாங்காய் துறைமுகத்தில் நாம கால வெச்சதும் நம்மளை என்ன செய்வானு தெரியாது அந்த வாங் லீ. நம்ம யார் உயிருக்கும் உத்திரவாதம் இல்ல" என்று ஆதிரா சொல்ல

அங்கு இருந்த அனைவரும் ஆதிராவையே பார்த்துக்கொண்டு நின்றார்கள்.

“என்ன பாக்கறீங்க நாம எதோ சும்மா போக இந்த கப்பலுக்கு வரல நாம சீனாவுல கால் வெக்கறதுக்குள்ள அங்க அந்த வாங்கோட ஆட்டத்தை அடக்கியாகனும் இல்லனா நாம இருக்கமாட்டோம், அதுக்கு ... அதுக்கு இந்த கப்பலில் இருக்க வேலைய முடிச்சாகனும்" என்று கோபத்தோடு கத்திக்கொண்டே ஆதிரா அங்கு இருந்த மேஜை மேல் இருந்த பூத்தொட்டியை ஓங்கி தட்டிவிட அது கீழே விழுந்தது சில்லு சில்லாக உடைந்தது .

பிரியா மற்றும் அஷ்வின் ஓடிச்சென்று ஆதிராவை பிடித்துக்கொண்டு அவளை ஆசுவாசப் படுத்த தேவா ஆர்யனைப் பார்த்து

" சார், இங்க என்ன தான் நடக்குது எதுக்கு நாம இந்த கப்பலில் வந்தோம் இப்போ எதுக்கு ஆதிரா இவ்வளவு கோவபடுறா?,என்னாச்சு? என்ன பிளான் ? எதாச்சும் சொல்லுங்க சார் கப்பலில் போகப்போகிறோம்னு சொன்ன அப்போவே எனக்கு தோணுச்சு ஏன் இந்த சுத்து வேலையினு சொல்லுங்க சார் என்ன விஷயம் " என்று தேவா விடாப்பிடியாக கேட்க

"நான் சொல்றேன்" என்ற ஒரு குரல் கேட்டது அனைவரும் குரல் வந்த திசைத்திரும்பி பார்க்க அதை சொன்னது விக்னேஷ்.

“நான் இந்த கப்பலில் சேர்ந்து எட்டு மாசம் ஆகுது மாசம் ஒரு முறைக்கு இந்த கப்பல் சைனாவுக்கும் இந்தியாவுக்கும் குறிப்பாக சென்னைக்கும் வந்து போகும். அப்படி சீனாவில் இருந்து வரும் போது எந்தவித பொருட்களும் இல்லாம வரும் இந்த கப்பல்,திரும்பி போகும் போது மட்டும் ஏகப்பட்ட கன்டெய்னரோட சீனாவுக்கு போகும் வழியில் ஆள் அரவமே இல்லாத இடத்துல கடலில் சில மூட்டைகளை அப்படியே கொட்டுவாங்க, ஆனா அது என்னனு தெரிஞ்சிக்க எனக்கு கூட அனுமதி கிடையாது. இந்த கப்பல் சொந்தகாரங்களோட ஒரு குரூப் வரும் அவங்க தான் இந்த வேலையை பார்ப்பாங்க அந்த நேரத்துல எங்க எல்லாரையும் ஐந்தாவது மாடியில் இருக்க ஒரு கேபின் உள்ள இருக்க சொல்லுவாங்க இது தொடர்ச்சியாக நடக்குது" என்றான் விக்னேஷ்.

“சரி, அதுக்கும் ஆதிராவுக்கும் என்ன சம்பந்தம்”என்றான் அஷ்வின்.

"இருக்கு , ஆதிரா ஒரு பெரிய கேஸ் ஜெயிச்சத நான் நியூஸ்ல பார்த்தேன், அதுக்கு அவளுக்கு வாழ்த்து சொல்ல ஃபோன் செஞ்சப்போது அவ எதிர்த்து வாதடின கம்பனி சாங் குரூப் ஆஃப் கம்பனிஸ் அப்படின்னு தெரிஞ்சுது. நான் அந்த கன்டெய்னர் கப்பலில் ஏறும் போது பார்த்து இருக்கேன் அந்த கண்டெய்னரில் இருக்க முட்டைகளில் இந்த கம்பனியோட சீல் அதுல இருந்துச்சு, அதை ஆதிரா கிட்ட சொன்னேன் அவளும்

என்ன இதை பத்தி கண்காணிக்க சொன்னா, நானும் கண்காணிச்சேன் அப்போதான் இந்த டோர்ணமெண்ட் இங்க நடக்க போகுதுனு தெரிஞ்சுது" என்றான் விக்னேஷ்.

“அதனால என்ன” என்று பிரியா கேட்க

"எப்பயும் ரெண்டு கன்டெய்னர் ஏத்திக்கிட்டு போகிற இந்த கப்பலில் இந்த முறை எட்டு கண்டெய்னர் ஏறி இருக்கு." என்று விக்னேஷ் சொல்ல அனைவரும் " என்ன" என்று ஒரு சேர கேட்டார்கள்.

“ஆமா இதை பத்தி நான் ஆதிரா கிட்ட சொன்னப்பதான் அவள் அங்க நடந்த எல்லா விஷயத்தையும் எனக்கு சொன்னா, இது ஏதோ சீரியஸான விஷயமா எனக்கு பட்டுச்சு அதனாலதான் ஆதிரா என்கிட்ட கேட்ட உதவியை நான் செஞ்சேன்” என்று விக்னேஷ் சொல்ல

“என்ன உதவி” என்றான் தேவா .

“இந்த கப்பலோட ப்ளூ பிரிண்ட் அது ஆதிராவுக்கு அனுப்பினேன், அது மட்டும் இல்லாம இந்த கப்பலுக்குள் அவ்வளவு சீக்கிரம் வர முடியாது இந்த டோர்னமெண்ட்ல கலந்துக்க சொல்லி ஆதிராகிட்ட சொன்னது நான்தான் அப்போ தான் அவளால் இந்த கப்பளுக்குள்ள வரமுடியும் தோணுச்சு அதான் சொன்னேன்” என்று விக்னேஷ் சொல்லி முடிக்க

"உன்னால தான் இவ்வளவு பிரச்சினையுமா "என்று தன் மனதுக்குள் நினைத்துக் கொண்டு பற்களைக் கடித்தான் அஸ்வின்.

"ஆதிரா, இப்ப என்ன பண்ண போற? என்ன நினைச்சுட்டு இருக்க நீ? இதெல்லாம் உனக்கு தேவையா?" என்று அஷ்வின் ஆதிராவை பார்த்து கேட்க

“அஷ்வின் என்னால திரும்பத் திரும்ப சொல்ல முடியாது இது எல்லாத்தையும் கண்டும் காணாம இருந்துட்டு போவதற்கு என்னால முடியல, நீங்க யாரும் உதவி செஞ்சாலும் சரி, செய்யாட்டியும் சரி நான் நெனச்சத இன்னைக்கு செய்யத்தான் போறேன் கண்டிப்பா செய்ய தான் போறேன், என்னப்பா? என்று ஆதிரா ஆர்யனைப் பார்த்துக் கேட்க ஆர்யன் அவள் அருகில் வந்து அவள் தோளோடு சேர்த்து அணைத்து "நான்

இருக்கேன்" என்றான் . பிறகு ஸ்வஸ்தி ,மித்ரன் மற்றும் பிரியா வந்து ஆதிராவின் கையை பிடிக்க, அருகே வந்த அஷ்வின்

"உனக்கு எந்த ஆபத்தும் வர விட மாட்டேன் என் உயிர் இருக்க வரை,நீயே இவ்வளவு உறுதியா இருக்கும் போது எனக்கு என்ன கவலையில்ல பாத்துக்கலாம்" என்றான்

கட்டபொம்மனும் தேவாவும் அவர்களோடு இணைந்துக் கொள்ள விக்னேஷும் அவர்கள் கைமேல் கை வைத்தான்.

“சரி இப்போ என்ன பிளான்” என்று அஷ்வின் கேட்க

ஆதிரா சொல்ல ஆரம்பித்தாள்.

அந்த கப்பலின் பிளுப்ரின்ட் வரைபடத்தை எடுத்து விரித்தாள்.

"இது தான் இந்த கப்பலொட அடி பாகம் மத்தவங்களை பொறுத்த வரை லக்கேஜ் வைக்கிற இடம் தான் அடிபாகம் அதற்கு கீழே கப்பல் ஓடுவதற்கான கரி இருக்கும் இடமும் அதை செலுத்தும் என்ஜின் இருக்கும் இடமாக தான் தெரியும் ஆனால் விக்னேஷ் சொன்னபடி கரிக்கொட்டும் இடத்துக்கும் லக்கேஜ் வைக்கும் இடத்துக்கும் நடுவில் ஒரு தளம் இருக்கு அதுதான் அந்த கன்டெய்னர் வெச்சிருக்க இடம் அங்க தான் நாம் போய் பாக்கணும் " என்று ஆதிரா சொல்ல

“நாமலா அப்போ எல்லாரும் போக போறோமா?” என்று கட்டபொம்மன் கேட்க

"இல்ல நாம நாலு டீம் ஆக பிரிய போறோம்.நான் அந்த கன்டெய்னர் இருக்க இடத்துக்கு போக போறேன் " என்று ஆதிரா சொல்ல கேட்ட அஷ்வின் உடனே "நான் உன் கூட வரேன்" என்று சொல்ல

“இல்ல அஷ்வின் நானும் அப்பாவும் போறோம்,” என்று ஆதிரா சொல்ல அஷ்வின் முகம் சற்று சுருங்கி போனது அதை கவனித்த ஆதிரா அவன் தோளில் கைவைத்து “உனக்கு இங்க வேற வேலை இருக்கு” என்று சொன்னாள்.

“அஷ்வின், கட்டபொம்மன் நீங்க ஒரு டீம்,ஸ்வஸ்தி ஆண்டி, மித்ரன் அங்கிள்” என்று சொல்ல “நாங்க பாத்துகறோம் ஆதிரா” என்றனர் இருவரும்

“பிரியா, தேவா நீங்க ரெண்டு பேரும் ஒரு பக்கம் போகனும்” என்று ஆதிரா சொல்ல

"எது இவ கூடவா வேற வேலை இல்ல இவ கூடலாம் போக முடியாது” என்று தேவா சொல்ல

“ஹலோ... இப்போ உன்கூட வரேனு யார் சொன்னா, ஆதிரா என்னால இவன் கூடலாம் போக முடியாது” என்று பிரியா சொல்ல

“ஜஸ்ட் ஷட் அப் ரெண்டு பேரும் போறீங்க, அவ்வளவு தான், என்ன பிர்ச்சனையில் இருக்கோம், இப்பவும் சண்டை போட்டுகிட்டு” என்று ஆதிரா அதட்டல் தொனியில் சொல்ல இருவரும் சரி என்று தலையசைத்தார்கள்

இங்கே சீனாவில் அதிபர் மாளிகையில்

சீன அதிபர் ஏதோ ஆழ்ந்த சிந்தனையில் இருந்தார். அப்போது அங்கே வந்த அவரது செக்ரேட்டரி "சார் என்னாச்சு பதட்டமாக இருப்பது போல தெரியுது" என்று கேட்க

"தெரியல என்னவோ மனசுக்குள்ள நெருடலா இருக்கு, ஏதோ தப்பு நடக்க போகுதோனு தோணுது" என்று சொல்ல

“ஏன் சார் , அப்படி என்னாச்சு” என்று செக்ரேட்டரி கேட்க

“இன்னிக்கி என்ன நாள் தெரியுமா?” என்றார் அதிபர் .

“இன்னிக்கி என்ன சார்?” என்று அவன் கேட்க

“சிவராத்திரி..” என்று அதிபர் சொல்ல அவன் ஒரு கணம் அதிர்ந்தவனாய் அப்படியே நின்றான்.

“சார்.. சார்... “ என்று அவன் அவரை தழுதழுத்த குரலில் அழைக்க

“என்ன இப்போ புரியுதா? ஏன் நான் பதட்டமாக இருக்கேன்னு” என்று அதிபர் கேட்க அவன் ஆமாம் என்பது போல் தலையசைத்தான்.

“என்ன சாபமோ தெரியல ஒவ்வொரு வருஷமும் எதையாச்சு நான் இழந்துட்டு இருக்கேன், பணம் ,பேரு, புகழ் , சொத்து இப்படி எதாச்சும் ஒன்னு எனக்கு ஒவ்வொரு வருஷமும் தப்பாவே நடக்குது, இந்த வருஷம் .. இந்த வருஷம் அப்படி

எதுவும் நடக்க கூடாது ... அந்த அர்ஜுன் அவனை..” என்று சொல்லி பெருமூச்சு விட்ட அந்த அதிபர்.

“அவனை நான் பாக்கணும், என்னாச்சு” என்று கேட்க

“அவனை அண்டர்கிரவுண்ட் ஜெயிலில் இருந்து மேல கொண்டு வந்தாச்சு சார் நாம் போலாம்” என்று சொல்ல

“உடனே கிளம்பு இன்னிக்கி ஒரு முடிவு தெரிஞ்சாகணும்” என்று சொல்லிக்கொண்டு வேகமா கிளம்பினார் அந்த சீன அதிபர்.

இங்கே சென்னையில் ஆர்யனின் வீட்டில் ஆதிராவின் அன்னை இந்திராவும் அவள் பாட்டியும் குறுகுறுத்த கண்களோடு ஆவலாக நோக்கி கொண்டிருந்தனர். அவர்கள் எதிரே ஒரு கைவிரல்களை எண்ணிக்கொண்டு மற்றொரு கையில் ஜாதகத்தை வைத்துக் கொண்டிருந்தார் ஒருவர், பார்க்கும்போதே பழுத்த ஜோசியர் என்று தெரிந்தது. அந்த ஜாதக கட்டத்தில் ஆதிரா என்ற பெயர் எழுதப்பட்டு இருந்தது.

“இவளுக்கு எப்போ தான் கல்யாணம் ஆகும்னு சொல்லுங்க ஐயா, முப்பத்தி இரண்டு வயசாச்சி ஆனா இன்னும் கல்யாணம் பண்ணிக்கல என்ன செய்யலாம் சொல்லுங்க” என்று ஆதிராவின் அன்னை இந்திரா கேட்க

தீவிரமாக ஜாதகத்தை சோதித்த ஜோசியர் கடைசி பக்கத்தை பார்த்தார் அங்கு ஏதோ எழுதப்பட்டு இருந்தது. அது ஒரு செய்யுள் போல இருந்தது அதை படித்தவருக்கு அதிர்ச்சி ஏற்பட்டது . இதை யார் எழுதினது என்று கேட்டார்.

“காஞ்சிபுரத்தில் ஒரு சாமியார், நாங்க கைலாசநாதர் கோயிலுக்கு போயிருந்தப்போ ஆதிராவுக்கு ஒரு வயசு அங்க அந்த சாமி ஆதிராவை கூப்பிட்டு அவரே தானாக தன் பையில் இருந்து இந்த ஜாதகத்தை எடுத்து, " இது உன் பொண்ணோட ஜாதகம் பத்திரமா வெச்சிக்கோ இதுதான் அவ ஜாதகம் சந்தேகம் என்றால் பரிசோதிச்சிக்கோ"

அப்படின்னு சொல்லிட்டு போயிட்டாரு அப்பறம் நாங்க கம்யூட்டர் ஜாதகம் போட்டபோதும் அச்சு அசல் இதே ஜாதகம் தான். அதனால் அந்த கடவுள் சந்நிதானதுல கிடைச்ச இதையே

நாங்க பத்திரப்படுத்தி வெச்சோம்” என்று முழுவதையும் சொல்லி முடித்தாள் இந்திரா.

இதைக்கேட்ட ஜோதிடர் சற்று பலமாக பெருமூச்சு விட்டு “உங்க பொண்ணு மார்கழி திருவாதிரையில் பிறந்தவள், உலகாள பிறந்தவள்.” என்று சொன்னார்.

இதை கேட்ட இந்திரா , “இதையே தான் அந்த சாமியாரும் சொன்னாரு அதே போல இவளை நான் 12 வருஷம் பிரிஞ்சி இருப்பேன்னு சொன்னாரு அதுவும் நடந்துச்சு” என்று அவள் சொல்ல

பிறகு அந்த ஜோதிடர் அதில் இருந்த பாடலை படித்துப் பார்த்தார்.

நாலெட்டு வயதிலேயே நமனிவளை தேடுமே!!

நாவாய் தனிலேறியே கடல்த்தாண்டி செல்லுமே!!

நண்ணியது நடந்திட்டால் நல்லகதி காணுமே!!

எண்ணியது எட்டாவிடின் சிவராத்திரியில் நமனடியில் சேருமே !!

என்று எழுதி இருந்தது இதை படித்த ஜோதிடர் சற்று கண்ணைமூடி எதையோ சிந்தித்தார். பிறகு, இந்திராவைப் பார்த்து “இப்போ உங்க பொண்ணு எங்க” என்று கேட்க

“அவ ஒரு செஸ் போட்டிக்காக சீனாவுக்கு போயிருக்கா”

“பிளைட்டிலயா?” என்று கேட்டார்.

“கப்பலில்” என்று அவள் சொல்ல ஒரு கணம் சிந்தித்த ஜோதிடர் “நாவாய் தனிலேறியே கடல்த்தாண்டி செல்லுமே!!”என்ற வரி அவருக்கு சுருக்கென்று. “உங்க பொண்ணுக்கு இந்த வருஷம் கண்டிப்பா கல்யாணம் நடக்கும்” என்று சொல்லிவிட்டு அவர்களிடம் இருந்து விடைபெற்று வெளியே வந்தவர், எதோ யோசனையில் நடந்து செல்ல அங்கே ஒரு தோரணங்கள் கட்டி விழாக்கோலம் பூண்ட சிவன் கோயிலை கண்டார் .

“ஈஸ்வரா, என்ன உன் விளையாட்டு அந்த பாடலில் இருக்கும்படி பார்த்தால் நாலேட்டு வயது அதாவது 32 வயது அவளை நமன் (எமன்) தேடிக்கொண்டிருக்கிறான், இவளும்

கடல்த்தாண்டி செல்கிறாள், அவள் எண்ணிய விஷயம் சரியாக நடந்தால் அவள் உயிர்ப் பிழைப்பாள், இல்லையென்றால் சிவராத்திரியில் உயிறிழப்பாள். இன்று தான் சிவராத்திரி அந்த பொண்ணுக்கு இருக்க ஆபத்தை நீதான் காப்பாற்ற வேண்டும்" என்று வேண்டி விட்டு சென்றார்.

கப்பலில் ஜியானுக்கு ஃபோன் வந்தது, அது வாங் லீ " என்னாச்சு ஜியான் " என்று கேட்க

"பாஸ், இங்க லீக் மேட்ச் ரத்தாயிடுச்சு, இனிமே ஆதிராவை கண்காணிக்கிறது சுலபம் அவளால எதையும் செய்ய முடியாது" என்று சொல்ல

"அப்படி அசால்ட்டா இருக்காதா அவ இப்போ அமைதியா இருக்கானா இன்னிக்கி ராத்திரி எதாச்சும் பிளான் பண்ணிருக்க வாய்ப்பிருக்கு எதுவும் செய்யாம அமைதியா இருந்தா அவளை எதுவும் செய்யாத அப்படியே விட்டுவிடு சைனாவுல காலை வச்ச அடுத்த நிமிஷம் அவளை உருதtதெரியாம அழிச்சிருவேன், ஒருவேளை நம்ம எல்லைக்குள்ள அவ மூக்க நுழைச்சா , அவளை அந்த கடலுக்கு இரையாக்கிடு" என்று சொல்லி சிரித்தான் வாங்.

இங்கே ஆதிரா தன்னுடைய திட்டத்தை சொல்லிக் கொண்டிருக்கும் போது கௌதம் உள்ளே வந்தார். "வாங்க கௌதம்" என்ற ஆதிரா மீண்டும் பேச்சை தொடர்ந்தாள்.

"நான் சொன்னது எல்லாம் நியாபகம் இருக்குல்ல இன்னிக்கி ராத்திரி 2 மணிக்கு நம்ம ஆபரேஷன் ஆரம்பிக்க போகுது. அஷ்வின், கட்டபொம்மு நீங்க ரெண்டு பேரும் கப்பலோடா சர்வெலன்ஸ் கேமராவை ஹேக் பண்ணி அதை கன்ட்ரோல் பண்ண வேண்டியது உங்க பொறுப்பு."

"பிரியா, தேவா நீங்க ரெண்டு பேரும் கப்பலோட 13 வது டெக்குக்கு போய் அங்க இருந்து கப்பலை சுத்தி யாரெல்லாம் வரங்கனு அப்டேட் கொடுத்துகிட்டே இருக்கணும் நான் சொல்லும் போது..." என்று ஆதிரா கேட்க புரிந்தது என்பது போல் தேவா சைகை செய்தான்.

"ஸ்வஸ்தி ஆண்டி அந்த மித்ரன் அங்கிள் ...நீங்க" என்று ஆதிரா சொல்ல "கப்பலோட பவர் கனெக்சன் சரியா" என்று கேட்க ஆதிரா தலையசைத்தாள்.

"நானும் அப்பாவும் கீழ பாத்துக்கறோம் " என்றவுடன்

" அப்போ கௌதம் சார்" என்று கட்டபொம்மன் கேட்க அவர் இங்க ரூம்ல இருந்தாகனும் யாருமே இங்க இல்லனா பெரிய சந்தேகம் வரும்.சார் யார் வந்தாலும், இல்ல யாருக்கு சந்தேகம் வந்தாலும் நீங்க தான் சமாளிக்கணும் சார்,அதே போல யாராச்சும் எங்களை தேடி வரா போல இருந்தா எங்களுக்கு தகவல் கொடுங்க" என்று சொல்ல

"Don't worry ஆதிரா நான் பார்த்துக்கறேன்" என்றார் கௌதம். அனைவரையும் ஒரு பார்வை பார்த்த ஆதிரா,அந்த அறையில் இருந்த ஜன்னல் அருகே சென்று கடலை பார்த்து " நாளைக்கு விடியற விடியல் நமக்காக தான் பிறக்கும் "தி கேம் ஸ்டார்ட்ஸ் நௌ" என்றாள்.

அத்தியாயம் 27

இறுதியாட்டம்

இரவு இரண்டு மணி ஆனது, ஆதிரா மற்றும் அவள் குழு திட்டமிட்டப்படி நான்காக பிரிந்தார்கள். அஷ்வின் மற்றும் கட்டபொம்மன் சர்வேலன்ஸ் ஸ்டேஷன் இடத்திற்கு வந்தார்கள் , அங்கு இருந்த ஒரு திருப்பத்தில் சுவர் பின்னால் மறைந்து நின்றார்கள். இருவரும் தங்கள் கையில் இரும்புப் பந்து போன்ற ஒன்றை எடுத்தனர். அதை அவர்கள் அந்த சர்வேலன்ஸ் அறைக்குள் உருட்டிவிட அங்கே புகைமூட்டம் ஏற்பட்டது. அதை கண்ட அங்கு இருந்த பணியாளர்கள் திகைக்க சில நொடிகளில் அவர்கள் மயங்கினர். அஷ்வின் மற்றும் கட்டபொம்மன் உற்சாகமாக ஒருவரை ஒருவரின் கைகளை தட்டிக்கொண்டனர்.

13 வது டெக்கிற்கு வந்த தேவாவும் பிரியாவும், "ஹேய் நீ அந்த கட்டமேல ஏறி யாராச்சும் வரங்காலனு கவனமா பாரு நான் கீழ நின்னு பாக்கறேன்" என்று பிரியா சொல்ல “நான் ஏன் ஏறனும் நீ ஏறு நீ சொல்லிலாம் என்னால ஏற முடியாது” என்று தேவா சொல்ல இருவருக்கும் வாக்குவாதம் ஏற்பட்டது.

ஸ்வஸ்தியும், மித்ரனும் நான்காவது மாடியில் இருக்கும் மின்சார கட்டுப்பாட்டு அறைக்கு அருகில் வந்தனர். வேக வேகமாக அறையின் உள்ளே மட மடவென நுழைந்தனர்.

கடைசியாக ஆதிராவும் ஆர்யனும் முதல் தளத்திற்கும் கீழே உள்ள தரைத்தளத்திற்கு வந்தனர். அங்கே வந்த விக்னேஷ் "வாங்க கீழ போலாம்" என்று சொல்லிக்கொண்டு தன்னுடைய அதிகார அட்டையை அங்கிருந்த திரையில் காண்பிக்க அது அவனுக்கு கதவை திறந்து வழிவிட்டது. உள்ளே மூவரும் செல்ல

அடித்தளம் வந்தது. ஆதிராவிடம் தன்னுடைய அடையாள அதிகார அட்டையை கொடுத்த விக்னேஷ் "இத வெச்சிக்கொ சீக்கிரம் வேலையை முடிச்சிட்டு வெளிய வா பத்திரம் " என்று சொல்லிவிட்டு மேலே ஏறி சென்றான் .

அவன் மேலே சென்றதும் அந்த கதவுகள் மூடிக்கொள்ள தன்னுடைய பையில் இருக்கும் டார்ச்சை எடுத்த ஆதிரா அதனை ஒளிர வைத்து அந்த ஒளியை அந்த தளத்தின் அனைத்து பகுதிகளுக்கும் செலுத்த அங்கு ஒரு ஸ்விட்ச் இருப்பது தெரிந்தது. அந்த ஸ்விட்சை அழுத்த அந்த இடம் முழுதும் உள்ள மின்விளக்குகள் ஒளிர்ந்தன . ஒரு சிறு புன்னகையோடு ஆர்யனைப் பார்த்தவள்.அப்பா சீக்கிரம் வேலையை முடிக்கணும்" என்று சொல்ல சரி என தலையசைத்த ஆர்யன் அங்கு இருந்த மூலை முடுக்கு விடாமல் தேட ஆரம்பித்தான். அந்த இடம் தேவை இல்லாத அடசுகளை சேர்த்து வைத்த இடம் போல் தான் இருந்தது. அங்கு எந்த கன்டெய்னர் இருக்கும் அறிகுறியும் இல்லை.

ஆதிரா தன் காதில் ஒரு சிறிய பட்டன் வடிவ ஏர்பாடை மாட்டிக்கொண்டாள். தன் பையில் இருந்து ஒரு சதுரங்க வடிவ கண்ணாடியை எடுத்தாள். அது தான் "க்ரோமா டேப் "ஹாலோகிராம் மூலமாக நேவிகேஷன் மற்றும் வீடியோக்களை காட்ட கூடியது. கிட்டதட்ட ஒரு மினி லேப்டாப் ஆனால் இது 2050 ஆம் காலக்கட்டக் கருவி.

அதை இயக்கிய ஆதிரா " ஹலோ... ஹலோ.. டு யூ ஆல் ஹியர் மீ" என்றவளுக்கு அனைவரிடமும் இருந்து பதில் கிடைத்தது." எஸ் ஆதிரா வீ ஆர்" என்று.

"சரி, எல்லாரும் உங்க பொஸிஷன்ல இருக்கீங்களா? "என்று ஆதிரா கேட்க

"இருக்கோம் வீ ஆர் ரெடி" என்ற வார்த்தை அவர்களிடம் இருந்து வர

"சரி , அப்போ நான் சொல்லும்போது அந்தந்த வேலையை செய்யுங்க என்று சொன்னவள், அஷ்வின் கட்டபொம்மன் நீங்க சிஸ்டம் ஹேக் பண்ணியாச்சா, கேமரா மற்றும் ஷிப்போட கம்யூனிகேஷன் நம்ம கன்ட்ரோலுக்கு வரணும்" என்று ஆதிரா சொல்லிக்கொண்டிருக்கும் போது

"அதெல்லாம் கன்ட்ரோலுக்கு வந்தாச்சு"என்ற ஒரு குரல் கேட்டது. ஆங்காங்கே இருந்த மித்ரன், ஸ்வஸ்தி, தேவா , பிரியா, அஷ்வின் , கட்டபொம்மன் என அனைவரும் இது யார் குரல் ? என்று யோசிக்க ஆதிராவுக்கும் மட்டும் பளிச்சென தெரிந்தது, இது வாங் லீயுடைய குரல் என்று.

“ஹலோ ஆதிரா .. என்ன தான் எனக்கு உன்னோட தைரியம் புடிக்கும் அப்படின்னு இருந்தாலும், இவ்வளவு தைரியமா வேலை பாக்கக் கூடாது மை டியர், "

வாங்... என்று ஆதிரா சொல்ல

“எஸ், இட்ஸ் மீ வாங் லீ... உங்க கம்யூனிகேஷன் நெட்வொர்க்கில் நான் எப்படி வந்தேனு பாக்கறீங்கிளா? இட்ஸ் மை ஷிப் யூ இடியட்ஸ்" நீ ஒருவேளை அமைதியா இருந்திருந்தா பாவம் செத்துப் பொழச்சவளாச்சே அப்படியே விட்டுடலாம்னு பாத்தேன், ஆனா நீ அடங்களையே சரி அடக்கிடுவோம் . இன்னிக்கி தான் உனக்கு கடைசி நாள் ஆதிரா, நீ சூரிய உதயத்தை பாக்கமாட்ட” என்று அவன் சொல்லும்போது ஆர்யனின் கைகள் முறுக்கின, கண்கள் சிவந்தன. ஆதிரா, அவன் கையைப் பிடித்து ஆசுவாசப் படுத்தினாள். ஆதிரா டீம் மெம்பர்ஸ் உங்களுக்கும் இதே கதிதான் என்றவன். ஜியான்.. என்று அழைக்க அதே லைனில் "எஸ் பாஸ் " என்ற ஒரு குரல் கேட்டது.

"ஃபினிஷ் தெம் ஆஃப்" என்று சொல்லிவிட்டு வாங் அந்த லைனை துண்டிக்க

உடனே வேக வேகமாக ஆதிரா அந்த தளத்தின் படிகளில் ஏறிச்சென்று அங்கிருந்த கதவை அழுத்தி மூடித்தாளிட்டு அருகே இருந்த இரு மேக்னடிக் லாக்கை எடுத்து பூட்டினாள் .

"ஆதிரா நீ எங்கயாச்சு பாதுகாப்பா போய் ஒளிஞ்சிக்கோ,யார் வந்தாலும் நான் பாத்துக்கிறேன்” என்று ஆர்யன் சொல்ல “அப்பா அதுக்கு நேரம் இல்ல, எதனாலும் சேர்ந்து சமாளிப்போம் என் அப்பா என்கூட இருக்கும் போது எனக்கு என்ன ஆகப்போகுது" என்று அதிரா சொல்ல அவளை உற்று பார்த்த ஆர்யன் ஆதிராவின் தலையை தடவிக் கொடுத்து "வா அதிரா " என்றான்.

இங்கே மாஸ்டர் கண்ட்ரோல் அருகில் இருந்த அஸ்விலும் கட்டபொம்மனும், என்ன செய்வது என்று புரியாமல் தவிக்க அங்கே இரண்டு பேர் வந்தனர். அவர்களிடமிருந்து எப்படி தப்பிப்பது என்று யோசித்த அஸ்வின் அவர்கள் தங்களை நோக்கி வருவதற்கு முன்னே கட்டபொம்மனை அழைத்துக் கொண்டு அந்த அறையை விட்டு வெளியே சென்றான். இவர்கள் ஓடுவதை பார்த்த அந்த இரண்டு பேர் இவர்களை துரத்த ஆரம்பிக்க , அந்த தளத்திலிருந்து மேல் தளத்திற்கு ஓடிய அஸ்வினும், கட்டபொம்மனும் என்ன செய்வது என்று யோசித்துக் கொண்டிருக்கும் போது அஸ்வின் அங்கே இருந்த ஒரு ஸ்டாண்டிங் எலக்ட்ரிக் ஸ்கூட்டரையும் , ஒரு ஆஃப் ரோட் SUV யையும் கண்டான். கட்டபொம்மனிடம் இனி ஓடிட்டு இருந்தா வேலைக்காகாது நீ அந்த ஸ்கூட்டர் எடுத்துக்கோ, நான் அந்த ஆஃப் ரோட் எடுத்துக்கறேன் தனி தனியா வேற வேற பக்கம் போவோம்" என்று சொல்ல சரி என்ற கட்டபொம்மன் அவன் சொன்னபடி செய்ய இருவரும் ஒவ்வொன்றை எடுத்துக்கொண்டு வேகமாக வேறு வேறு பக்கம் சென்றார்கள்.

இங்கே பதிமூன்றாவது டெக்கில் தேவாவும், பிரியாவும் இருக்க சண்டைப்போட்டுக் கொண்டிருந்தவர்கள். இந்த வாங் குரலை கேட்டதும் என்னசெய்வது என்று யோசித்து அங்கிருந்து கீழே இறங்கினார்கள். அப்போது அங்கு வாங் உடைய ஆட்கள் இரண்டு பேர் வர, வேகவேகமாக அங்கிருந்த ஹைட்ராலீக் வெயிட் லிஃப்டர் மூலம் கீழே இறங்க முயன்றார்கள். மேல் தளத்திற்கும் கனமானப் பொருட்களைக் கொண்டு வர பயன்படுத்தும் நீரியல் தூக்கி எனப்படும் ஹைட்ராலிக் லிஃப்ட் அது. இவர்கள் அதில் ஏறியதும் மடமடவென அது கீழே இறங்கியதால் இருவர் அந்த ஆட்களிடம் அகப்படாமல் கீழே சென்று குடோனுக்குள் இறங்கினார்கள்.

பவர் ஸ்டேஷனில் இருந்த ஸ்வஸ்தி மற்றும் மித்ரன், "நான் வெளிய போறேன் நீ இங்கேயே இரு நான் போய் அவங்களை திசைத் திருப்புறேன்" என்று மித்ரன் சொல்ல "நானும் வரேன்" என்றாள் ஸ்வஸ்தி."நீ இங்க இருக்கறது தெரிய கூடாது நான் ஓட ஆரம்பிச்சா அவங்க என்ன தான் துரத்துவாங்க நீ இங்க இருக்க வேண்டியது ஆதிராவுக்கு ரொம்ப முக்கியம்,"என்றான். சரி என்று தலையசைத்த ஸ்வஸ்திக் "பாத்து கவனம்" என்று சொன்னாள். மெல்ல வெளியே சென்ற மித்ரன் அங்கிருந்து

சற்று தூரம் இருந்த ஒரு பவர் பாக்ஸை திறந்து ஏதோ செய்வதுப் போல் பாவனை செய்ய அங்கு வந்த வாங் உடைய வேறு இரு ஆட்கள் மித்ரனைக் கண்டு ஓடி வர மித்ரன் அங்கிருந்து ஓட தொடங்கினான்.

ஆர்யனும் ஆதிராவும் அடித்தளத்தில் எல்லா இடத்திலும் தேடி எந்த கலந்த கதவோ வழியோ இல்லை வெளியே செல்ல முடியாது அவர்கள் நம்மை பிடிப்பதற்குள் எப்படியாவது அந்த கண்டெய்னரை கண்டுபிடிக்க வேண்டும் என்று முடிவு செய்தனர். அப்போது அங்கு கதவை உடைக்கும் சத்தம் கேட்டது. இருவரும் அந்த திசையில் பார்க்க அங்கிருந்த கதவை உடைத்து கொண்டு உள்ளே வந்தான் ஜியான். அவனுடன் இன்னும் இரண்டு பேர் வர ஆதிராவின் கையைப் பிடித்து இழுத்து தனக்கு பின்னால் நிறுத்தினான் ஆர்யன்.

மேல் பக்கமாக எலக்ட்ரிக் ஸ்கூட்டர் மூலம் தப்பித்த அஷ்வின் மற்றும் கட்டபொம்மன் 7 வது மாடியில் ஒரே இடத்திற்கு வந்து சேர இவர்களை துரத்தி வந்தவர்களும் அங்கு வர இருவரும் இரு சேர அங்கிருந்த ஒரு லிப்ட்டுக்குள் நுழைந்தார்கள்.கைக்கு வந்த ஒரு என்னை அதில் அவர்கள் அழுத்த அது நேராக பதிமூண்றாவது மாடிக்கு சென்றது.

அங்கு தேவா மற்றும் பிரியாவை கோட்டை விட்ட இரண்டு பேர் அங்கு இருக்க லிஃப்ட் வழியே வரும் அஷ்வின் மற்றும் கட்டபொம்மனை கண்டு அவர்களை பிடிக்க தயராகினர். 13 வது தளத்தில் லிஃப்ட் திறந்து கொள்ள இருவரின் முகத்திலும் கையில் இருந்த தடுப்பு கட்டையின் மூலம் அடித்தனர் வாங் உடைய ஆட்கள். நிலைதடுமாறி கீழே விழுந்த அஷ்வின் மற்றும் கட்டபொம்மனை பிடித்த இருவரும் வயர்லெஸ் மூலம் ஜியானுக்கு செய்தி சொல்ல அவன் அவர்களை அங்கேயே ஒரு அறையில் அடைத்து வைக்க சொன்னான்.

கீழே குடோனில் வந்திறங்கிய தேவா மற்றும் பிரியா அந்த அறையை விட்டு வெளியே வர அங்கு அஸ்வினை துரத்திய இரண்டு பேர் வந்தார்கள். அவர்களிடம் அகப்படாமல் இருக்க தேவா பிரியாவை அழைத்துக்கொண்டு ஓடினான். அங்கே இருந்த ஒரு அறையின் அருகே அவர்கள் ஓடும் போது இரண்டு பக்கமாக வந்து அவர்களை இன்னும் இருவர் வந்து வளைத்திட வேறு செல்ல வழியில்லாமல் மாட்டிக்கொண்டனர். தேவாவும்

பிரியாவும் சிக்கியதை பட்டிரி சொல்லி அவர்களை என்ன செய்வது என்று வயர்லெஸ் மூலம் ஜியானிடம்அந்த நான்கு ஆட்களும் கேட்க, யார் சிக்கினாலும் அவர்களை அருகே இருக்கும் அறைகளின் அடைத்து வைக்க சொன்னான் ஜியான்.

இங்கே ஆதிராவை பிடிக்க வந்த ஜியானை ஆர்யன் தடுத்தான். அவன் கழுத்தை பிடித்துத் தூக்கி போட்டான் ஜியான். மேலும் கையில் இரு தடுப்புக் கட்டை ஒன்றை வைத்திருந்த ஜியான் ஆதிராவை ஓங்கி அடிக்க அவள் தடுமாறி கீழே விழுந்தாள்.

"டேய், அவளை ஒன்னும் செய்யாத" என்று கீழே விழுந்த ஆர்யன் கூச்சலிட அவனருகே வந்த ஜியான் அவனை எட்டி உதைத்தான். ஆர்யனைத் தூக்கி நிற்க வைக்க சொல்லி ஜியான் சொல்ல அவன் ஆட்கள் அவனை பிடித்து தூக்கி நிறுத்தினார்கள். இரண்டு முறை அவன் வயிற்றில் ஜியான் குத்த மெல்ல சரிந்து தரையில் விழுந்தான் ஆர்யன். மீண்டும் அவனை தூக்கி மண்டி இட வைத்த ஜியான் அவன் அட்களின் ஒருவனிடம் ஒரு துப்பாக்கியை கொடுத்தான் அது லேசர் துப்பாக்கி சூட்டால் உடல் இரண்டாகிவிடும். இதை பார்த்த ஆதிரா "நோ, அப்பாவை விடு உனக்கு என்ன வேணும்னு சொல்லு" என்று ஜியானைப் பார்த்து கேட்க , அவன் சட்டையில் இருந்து மொபைலை எடுத்த ஜியான் ஆதிராவின் முன் நீட்ட அதிலே வீடியோ காலில் இருந்தான் வாங் லீ.

“ஹலோ ஆதிரா , இப்போதான் நாம முதல் முறையா பார்க்கிறோம் இல்ல, ஆன என்ன பண்றது மீட் பண்ற டைம் சரி இல்லையே, ஐ திங்க் திஸ் இஸ் அவர் லாஸ்ட் மீட்”என்று சொல்ல

“வாங், உனக்கும் எனக்கும் தான் பிரச்சினை எங்கப்பாவை விற்று” சொல்லு என்று ஆதிரா சொல்ல

“அதே தான் நானும் சொல்றேன், உனக்கும் எனக்கும் தான் பிரச்சினை நீ உயிரை விட்டுடு நான் உன் அப்பாவை விட சொல்றேன் ப்ராமிஸ்” .. என்று அவன் சொல்ல

ஆதிரா சற்று அமைதி காக்க “ஆதிரா... ஆ...ஆதிரா.ரா வேணாம் நீ தப்பிச்சு போ” என்று ஆர்யன் தளர்ந்த குரலில் சொல்ல

“என்ன பண்ண போற ஆதிரா!!! ஓ உன் அப்பா மட்டும் போதாதா சரி, ஒன்னு சொல்லட்டுமா இந்த கப்பலில் இருக்கிறவங்களுக்கு உன்னை நல்லா தெரியும். அதனால் உன்ன எதுவும் செய்ய முடியாதுனு நினைப்புல இருக்கியா இப்போ நீ சாகலைனா இந்த கப்பலையே நான் மூழ்கடிப்பேன் மிஞ்சி போன ஆக்சிடன்ட் அப்படின்னு சொல்லி பரிதாபம் ஏற்படுத்துனா! போதும் உலகமே நம்பும்” என்று சொன்னவன். உனக்கு டைம் இல்ல ஆதிரா என்னோட சாம்ராஜ்ஜியம் எனக்கு முக்கியம் அதுக்கு நான் எவ்வளவு விலை வேணும்னாலும் கொடுப்பேன். உன் அப்பாவும்,இந்த அப்பாவி மக்கள் ஒரு பக்கம் நீ ஒரு பக்கம், என்ன சொல்ற ஆதிரா? என்று கேட்க

“நான் என்ன செய்யணும்” என்றாள் ஆதிரா.

“ஃபேன்டாஸ்டிக் இதான் வேணும் என்ன நீ அலைய வெச்சதுக்கு அவ்வளவு சுலபமா சாக கூடாது. கிரேட்டஸ் தெரியுமா கட்டுவிரியன், அதனோட விஷம் அது அவ்ளோ பவர் ஆன் விஷம் இல்ல,ஆனா அந்த விஷம் ஏறினா கொஞ்சம் கொஞ்சமா 3 மணி நேரத்தில் உயிர் பிரியும்.

மணி இப்போ 5 இன்னும் ஒரு மணி நேரத்துல ஷாங்காய் வந்துடும் இங்க வந்ததும் உன்ன என் இடத்துக்கு கொண்டு வந்து நீ துடிச்சு சாகரத பாக்கணும் வேணாம், வேணாம் எதுக்கு உன்னை நான் கொண்ணு பெரியாள் ஆக்கணும். நீ என் ரேஞ்ச் இல்ல சரி எப்படியும் இதுக்கப்புறம் பேச போறது இல்ல, பாய் ஆதிரா..Have a deep. Sleep என்று சொல்லிவிட்டு ஜியான் என்றான் வாங்.

“பாஸ்” என்று அவன் பார்க்க “முடிச்சிடு ஜியான்” என்று சொல்லிவிட்டு ஃபோனை துண்டித்தான்.

ஜியான் ஒரு பெட்டியில் இருந்து விஷத்தை எடுக்க ஒரு நிமிஷம் என்ற ஆதிரா.. “நான் அப்பாகிட்ட பேசணும்” என்று சொல்லி அவளை இழுத்து ஆர்யனிடம் தள்ளினான் ஜியான். “அப்பா எனக்கு உங்களை ரொம்ப புடிக்கும் என்னால தான் இங்க நெறய பேருக்கு கஷ்டம் பிரியா,அஷ்வின் தேவா, நீங்கனு எல்லாருக்கும் கஷ்டம் எல்லாரும் சொன்னீங்க இதெல்லாம் வேணாம்னு நான் தான் கேக்கலை சாரிப்பா” என்று அவள் சொல்ல கீழே சுருண்டு கிடந்த ஆர்யன் தன் கையை உயர்த்தி

அவள் தலையை தடவிக் கொடுக்க ஜியான் பக்கம் திரும்பிய ஆதிரா.

"நான் சாக தயார் ஆனா அந்த விஷத்தை நான் என் அப்பா கையாள தன் ஏத்துப்பேன். என் மரணம் என் அப்பா கையால அவர் மடியில் போகனும் அது தான் என் கடைசி ஆசை" என்று சொல்ல

ஜியான் அந்த விஷத்தை ஆரியனிடம் கொடுத்தான் "ஏமாத்தனும்னு நினைச்சா இன்னும் விஷம் இருக்கு, நான் சும்மா விட மாட்டேன்" என்றான்.

அதை வாங்கிய ஆதிரா ஆர்யன் கையில் கொடுத்தாள். ஆர்யன் கதறி அழ அவன் கையை பிடித்து அந்த விஷத்தை தன் வாயில் ஊற்றி குடித்தாள் ஆதிரா.

இதைப் பார்த்த ஜியானுக்கு ஒரு பொண்ணுக்கு அப்பா மேல இவ்வளவு பாசம் இருக்குமா உயிரை விடும் அளவுக்கு என்று நினைத்து ஒரு கணம் அவன் மனசும் இளகியது, ஆனால் அவன் விசுவாசம் அவனை ஆட்கொண்டது.

ஆதிரா கண்கள் செருக ஆர்யன் மடியில் விழுந்தாள். ஆர்யன் ஸ்தம்பித்து போனவனாய் இருந்தான். அருகே வந்த ஜியான் தன் கையில் இருந்த துப்பாக்கியால் ஆர்யனை அடித்து பின் அவனையும் ஆதிராவையும் அந்த அறையில் தரையில் இருந்த மூடி ஒன்றை திறந்து அதற்குள் போட்டான்.

வெளியே வந்த ஜியான் வாங் இடம் "பாஸ் ஆதிரா முடிஞ்சிட்டா" என்று சொல்ல **எஸ் இட்ஸ் கிரேட்** ஜியான் என்றான் வாங்.

ஆங்காங்கே மாட்டிக்கொண்டவர்களை என்ன செய்ய என்று ஜியான் கேட்க அவர்களையும் கடலுக்கு இரையாக்க சொன்னான் வாங்.

மேல் மாடியில் மாட்டிக்கொண்டிருந்த அஷ்வின் மற்றும் கட்டபொம்மனை கொல்ல சொல்லி ஜியான் செய்தி அனுப்ப, அவர்கள் இருந்த அறையை திறந்து உள்ளே வந்த மூன்று பேர் துப்பாக்கியால் அவர்களை கொல்வதற்காக அவர்கள் முன் துப்பாக்கியை நீட்ட   பட்.பட்.பட் என்று மூன்று பேரும் நெற்றியில் தோட்டா பாய சரிந்து விழுந்தார்கள்.

அவர்களுக்கு பின்னால் ஒரு ஹைடெக் மெஷின் துப்பாக்கியோடு ஒரு உருவம் நின்று கொண்டு இருந்தது. அது கௌதம். அஷ்வின் கௌதமை பார்த்து “என்ன சார் இவளோ லேட்” என்று கேட்க “டைம் வரணும் இல்ல” என்றார் கௌதம்.கௌதம் ஒரு செஸ் பிளேயர் மட்டும் அல்ல RAW எனப்படும், இந்திய உளவுத்துறை ஏஜென்ட் இந்த ஆபரேஷன் நடக்க ஆதிராவுக்கு துணையாக பிரதமரால் அனுப்பப்பட்ட நபர். இந்த சத்தம் கேட்டு இருவர் ஓடி வர அவர்களையும் சுட்டார் கௌதம்.

இதை வயர்லெஸ் மூலம் அறிந்த கீழே இருந்த இரண்டு பேர் தாம் மற்றொரு அறையில் அடைத்த பிரியா மற்றும் தேவாவை கொல்ல முயல அங்கு வந்த மித்ரன் மற்றும் விக்னேஷ் இருவரையும் அடித்து அவர்கள் கையில் இருந்த துப்பாக்கியை வாங்கி அவர்கள் தலையில் அடிக்க இருவரும் சரிந்து விழுந்தார்கள்.

ஜியானுக்கு இந்த தகவல் வர ஒன்றும் புரியாமல் அவன் முழிக்க வாங் இடம் இருந்து ஃபோன் வந்தது “ஜியான் ஆதிராவுக்கு என்னாச்சு” என்று கடுங்கோபம் கொண்டு அவன் கேட்க

“பாஸ், அவ செத்துட்டா பாஸ் நான்தானே விஷம் கொடுத்தேன், ஏன் பாஸ்” என்று ஜியான் வினவ

“அப்பறம் எப்படிடா நான் அவ்கிட்ட வீடியோ காலில் பேசுனது மீடியாவில் வருது என்று கேட்க என்னது மீடியாவா என்று ஜியான் திரும்பி பார்க்க

அங்கு இருந்த டீவியில் வாங் ஆதிராவிடம் பேசிய வீடியோ, செய்திகளில் ஓடிக்கொண்டு இருந்தது. கப்பலில் இருந்த ஒரு பெரிய திரையிலும் அந்த காட்சி ஓடியது. கப்பலில் இருந்த எல்லாரும் அதை பார்க்க ஆதிரா எங்கே,? எங்கே? என்று அனைவரும் சலசலக்க ஆரம்பித்தார்கள் .

பாஸ் என்று ஜியான் சொல்ல

“என்னடா நடந்துச்சு விஷம் குடுத்தியா இல்லையா?”

“பாஸ் அவளே தான் வாங்கி குடிச்சு மயங்கி விழுந்தா பாஸ்”என்று ஜியான் சொல்ல

“என்ன சொன்ன குடிச்சாளா?” என்று வாங் கேட்க ஆமாம் என்றான் ஜியான்.

“அடேய் பைத்தியக்காரா ! பாம்பு விஷத்தை குடிச்ச சாகமாட்டங்கடா இடியட். .. போ ..போ போய் அவ என்ன பன்றாணு பாரு அவளை எங்க வெச்சிருக்க” என்று அவன் கேட்க

“நம்ம கன்டெய்னர் இருக்க அணடர்கிரவுண்ட்ல போட்டுட்டேன் “...

“போச்சு எல்லாம் நாசமா போச்சு” என்று அவன் சொல்ல அங்கு ஓடிக்கொண்டிருந்த திரையில் ஆதிரா தெரிந்தாள்.

“ஹேய் இவ எப்படி இதுல போ போய் பாரு” என்று வாங் சொல்ல

ஜியான் அதன் தரைத்தளத்தை நோக்கி ஓடினான்.அப்போது வேகமாக ஒரு அதிர்வு கப்பலில் ஏற்பட்டது. ஓடிக்கொண்டிருந்த ஜியான் நிலை தடுமாறி கீழே விழுந்தான்.

“என்னாச்சு? என்ன சத்தம்” என்று வாங் கூச்சலிட

“தெரியல பாஸ் கப்பல் நிந்துடுச்சுனு நினைக்கறேன்” என்று ஜியான் சொல்ல

"வாட் ...ஓ ஷிட்" என்று கத்திய வாங் kill her அவளை கொல்லு என்று கத்தினான். இங்கே கப்பல் தலைமை மாலுமி விக்னேஷ் கப்பலின் வேகத்தை குறைத்ததால் அந்த நேரத்தில் அஷ்வின்,தேவா கட்டபொம்மன் என மூன்று பேரும் கப்பலில் இருந்த. நங்கூரத்தை கடலில் அவிழ்த்து விட்டனர். மறுபுறம் கௌதமும்,மித்ரனும் மறுமுனையில் இருந்த நங்கூரத்தை அவிழ்த்து விட கப்பல் அங்கேயே நின்றது.

அப்போது அங்கு மேலும் ஒரு சம்பவம் நடந்தது . ஆதிரா அந்த அறையில் இருந்த அனைத்து கன்டெய்னர்களையும் வீடியோவில் காண்பித்தாள். மேலும் அதில் இருந்த விஷயத்தை காண்பிக்க அங்கே பல உருண்டை வடிவில் டேங்க்குகளும் அதில பல மனித உடல்கள் இருந்தன. இதனை பார்த்த கப்பலில் இருந்தவர்களும், உலகம் முழுதும் பார்த்த அனைவரும் அதிர்ந்துப் போனார்கள் . வாங் நிலைகுலைந்து போனான்.

"என்ன நடக்குது அங்க அந்த ஆதிரா, என் மொத்த காரியத்தையும் கெடுத்து குட்டிசுவராக்கறா... "என்று தன் அறையில் இருக்கும் அனைத்து பொருட்களையும் தள்ளி உடைத்தான்.

அதே சீனாவின் வடக்கோடி எல்லையில் கடலுக்கு நடுவே இருந்த ஒரு சிறிய திட்டு அங்கே ஒரு சிறிய ஜெயில் ஒன்று இருந்தது. அதன் உள்ளே ஒரு அறையில் சீன அதிபர் இருக்க அங்கே ஒரு மனிதன் கை கால்கள் முழுதும் சங்கிலியால் பிணைக்கப்பட்டு இழுத்து வரப்பட்டான்.

இங்கே ஆதிரா வீடியோவில் அனைத்தும் பேசினாள், "எல்லாருக்கும் வணக்கம் இப்போ நீங்க இங்க பார்க்கிற இதெல்லாம் வெறும் கன்டெய்னர் இல்ல அத்தனையும் விஷம் ஒன்பது வகையான கொடிய விஷங்கள் இதுக் எல்லாமே இப்போ இருக்கிற இடம் எதுனு தெரியுமா? சர்வதேச செஸ் போட்டி நடந்துகிட்டு இருக்கே!! அந்த சீன கப்பலில் தான்

இந்த விஷத்தை தான் பல மாதக்கணக்கில் இந்தியாவுக்கு கொண்டு வந்து இங்க இருக்கிற மக்களுக்கு அவங்க கம்பெனி மூலமா வேலைக்கு ஆள் எடுக்கிறேன் என்ற பெயரில் எடுத்து அவங்க மேல இவங்களுடைய பரிசோதனை செஞ்சு செஞ்சு ஒவ்வொருத்தரையும் கொன்னுட்டு இருக்காங்க... இத்தன மாசமா விஷம் மட்டும் வந்துட்டு போயிட்டு இருந்த இந்த கப்பல்ல இன்னைக்கு போறது என்ன தெரியுமா மனித உடல்கள். சோதனை எலி மாதிரி பரிசோதித்து இறந்து போன மனித உடல்கள் இது அத்தனையும் நடுக்கடலில் கொட்டப்பட போகுது.சில உடல்கள் சீன கொண்டு செல்ல படுது. இதை தடுக்கறதுக்காக தான் இந்தியாவோட சார்பாக செஸ் விளையாடுறதா சொல்லி நான் இங்க வந்தேன் எனக்கு இங்க வர வேற வழி தெரியல .

இது எல்லாத்தையும் செஞ்சுகிட்டு இருக்குறது சாங் குரூப் ஆஃப் கம்பனிஸ் முதலாளி வாங் லீ. இவன் வேற யாரும் இல்ல சீன அதிபரோட மகன். போகர் செய்த நவபாஷாண சிலைகள் மருந்தாக பயன்படுவது போல, தானும் அதே போல ஒன்பது பாஷானங்கள் கொண்டு ஒரு மருந்தை கண்டுப்பிடிக்க நினைச்சான். இவனோட சுயநலத்துக்காக உலகத்தோடு மொத்த மருத்துவ வர்த்தகமும் இவனோட கட்டுப்பாட்டுக்குள்

இருக்கணும்னு இந்த விஷ பரிட்சை செய்தான்.மந்த மருந்தை மனிதர்கள் மீது பரிசோதனை செய்வது. அதோட விளைவு தான் இது. இதையெல்லாம் நான் சொல்லல கொஞ்சம் நேரத்துக்கு முன்னாடி அவனே பேசின வாக்கு மூலம் பார்த்திருப்பீங்க.

எல்லாத்தையும் உங்க முன்னால வெச்சிட்டேன் இனி முடிவு மக்கள் கையிலையும், உலகநாடுகள் கையிலயும் தான் இருக்கு .

இதுக்காக நான் மட்டும் என்னோட சேர்ந்து பல பேர் உயிரை பணையம் வச்சிருக்கோம்" என்று அனைத்தும் ஆதிரா பேசி முடிக்க இதைப் பார்த்துக்கொண்டிருந்த வாங் லீ அப்படியே சரிந்து நாற்காலியில் அமர்ந்தான்.கோவத்தில் ஷாங்காய் துறைமுகத்தில் இருந்த அவனுடைய ஆட்கள் அனைவரையும் மோட்டார் போட் மூலமாக சென்று கப்பலை சுற்றி வளைத்து கப்பல் வெடிக்க RDX வெடியை வீச சொன்னான்.

அதே நேரம் அஷ்வின் , தேவா ,பிரியா மித்ரன் ஸ்வஸ்தி என அனைவரும் ஆதிரா சென்ற தரைதளத்தின் அருகே வந்தனர். ஸ்வஸ்தி ஒரு க்ரோமா டேப் மூலம் எதையோ இயக்க ஒரு வட்ட வடிவ தரையை சுத்தம் செய்யும் வேக்யும் கிளீனர் போல் ஒன்று தரையில் தவழ்ந்து வர அதிலிருந்து மேலெழுந்த வட்டவடிவ தட்டு ஒன்று அந்த தளத்தின் நுழைவு வாயில் கதவில் ஒட்டி கொள்ள சிறிது நேரம் எதையோ ஸ்கேன் செய்த அந்த தட்டு பின் ஒரு மேக்நெட் கம்பி ஒன்றை வெளிய விட அது அந்த கதவின் சாவி துவாரத்துக்குள் சென்று அந்த பூட்டை திறந்தது.

அனைவரும் வேகவேகமாக உள்ளே சென்று பார்க்க ஆர்யன் கைகளில் ரத்தத்தோடு ஆதிராவின் மேல் கைபொட்டுக் கொண்டு நடந்து வந்தான்.

அனைவரும் ஆதிராவை ஓடிவந்து கட்டிக்கொண்டனர்,"ஆதிரா சாதிச்சிட்ட அவனோட முகத்திரையை கிழிச்சிட்ட" என்று அனைவரும் பாராட்ட ஆதிரா புன்முறுவல் செய்தாள்.

அந்த நேரம் அங்கு வந்த ஜியான் , "என் பாஸை அங்க தவிக்க விட்டுட்டு இங்க எல்லாரும் சிரிச்சுப் பேசிகிட்டு இருக்கீங்களா? என்று சொல்லிக்கொண்டு தன் கையில் இருந்த இரும்பு ஆயுதத்தால் அங்கிருந்த அவர்களை அவன் அடிக்க வர,

பட்டென ஒரு தோட்டா அவன் கையில் பாய்ந்தது. யார் சுட்டது என திரும்பி பார்க்க கௌதம் மற்றும் அவன் குழு அதிகாரிகள் அங்கு நின்றிருந்தார்கள். ஜியானை அந்த அதிகாரிகள் பிடித்து மண்டியிட வைத்தனர். அப்போது ஆதிரா அவனுடைய மொபைலை எடுத்தாள், வாங் லீக்கு வீடியோ கால் செய்தாள். ஃபோனை எடுத்த வாங் அதில் ஆதிரா தெரிவதைக் கண்டு கடுங்கோபம் கொண்டான்.

"ஹேய் .. உன்னை .உன்னை "என்று அவன் பேச

"ரிலாக்ஸ் வாங் என்ன எல்லாத்தையும் பாத்தியா உன் ஆட்டம் முடிஞ்சிடுச்சு.. அப்பறம் இதெல்லாம் எப்படி நடந்திச்சுனு குழப்பமா இருக்கா? என்னடா நாம எல்லாரையும் புடிச்சோமே ஆனால் எப்படி இதெல்லாம் நடந்துச்சு அப்படின்னு. நான் சொல்றேன், இவ்வளவு பெரிய பயிவானை வேலைக்கு வெச்சிக்க தெரிஞ்சா உனக்கு கொஞ்சம் அறிவு இருக்க ஆளுங்களை வைக்கணும்னு தோணலயா ? இது உன் கப்பல் நாங்க என்ன பேசினாலும் அந்த பிளான் உனக்கு தெரிஞ்சுடும்னு எங்களுக்கு தெரியும் அதனால் தான் நாங்க வேற திட்டம் போட்டோம்.

இட்ஸ் பிளான் பி .. அஷ்வினும் கட்டபொம்மனும் போக வேண்டிய இடமே 13 வது டெக்கில் இருக்கும் அறைக்கு தான். ஏன்னா அவங்களுக்கு குடுத்த வேலை இங்க நான் பேசுறத பிராடுகாஸ்ட் பண்ணுறது தான். உன்னோட செஸ் டோர்ணமேண்ட் பிராட்காஸ்ட் ஆகிற சாட்டிலைட் மூலமாக தான் பிராடுகாஸ்ட் செஞ்சி எங்க வீடியோவை வெளியே விட்டோம் . அது எப்படி உன்னோட சிஸ்டம் மூலமா போச்சுன்னு யோசிக்கிறியா? அதுக்கும் காரணம் இருக்கு பிரியாவும் தேவாவும் கண்ட்ரோல் ஸ்ட்டேஷன் மூலமா உங்க சிஸ்டத்தை ஹாக் பண்றது தான் பிளான், அப்போ தான என் பட்டன் கேமரா மூலம் நீ பேசியதெல்லாம் வீடியோவை ரிலீஸ் பண்ணமுடியும்" என்று ஆதிரா சொல்ல

அந்த நேரம் குறுக்கிட்ட அஷ்வின் அதை அப்படியே செஞ்சா நீ விட மாட்டியே அதான் நாங்க இடத்தை மாத்திக்கிட்டோம், உங்ககிட்டயும் மாட்டிகிட்டோம் ஐ மீண் மாட்டிகிட்டா மாதிரி நடிச்சோம். அப்போ தான உங்களோட பாதுகாப்போடு எங்க வேலையை நாங்க பார்க்க முடியும்.

ஆனா நானும் கட்டபொம்மனும் மேல இருந்தது கூட பரவாயில்ல பிரியாவும், தேவாவையும் அடைச்சி வைக்க வேற ரூம் கிடைக்கலையா கண்ட்ரோல் ரூமுக்குள்ளையா அடைப்பீங்க அதான் அவன் செய்ய கூடாததை எல்லாம் செஞ்சுட்டன்...அவன் சிஸ்டம் ஹாக் செய்ய நான் ஆதிராவோட வீடியோவை அப்லோட் பண்ண நடக்கக் கூடாதது எல்லாம் நடந்துடுச்சுப்பா" என்று அஷ்வின் சொல்ல கோவம் தாங்காமல் கத்தினான் வாங் லீ.

"இரு இரு .. அதுக்குள்ள கத்தினா எப்படி இன்னொரு பெரிய சம்பவம் இருக்கு. கொஞ்சம் டிவி, இல்லனா இன்டர்நெட்டில் உன் கப்பலோட வீடியோவை கொஞ்சம் நல்லா பாரு உனக்கு இன்னொரு பெரிய ஷாக் இருக்கு.." என்று தேவா சொல்ல

டிவியில் ஒளிபரப்பாகிக்கொண்டிருந்த அந்தக் காட்சியை அவன் பார்த்தான்,அதிலே கப்பலை சுற்றி வளைத்து வெடிகுண்டை வீச வந்த ஆட்களை ஹெலிகாப்டர் மூலம் வந்த இன்டர்போல் மற்றும் CIA இராணுவ வீரர்களும் இன்டர்போல் போர்க்கப்பல்களும் சுற்றி வளைத்து சிலரைக் கொன்றும் சிலரை கைதும் செய்தனர்.

"அவ்ளோதான் முடிஞ்சிச்சு , ஏண்டா ஆத்திரக்காரனுக்கு புத்தி மட்டுனு சொல்லுவாங்க அது சரிதான் போல , இந்த கன்டெய்னர் மற்றும் நவபாஷாண சோதனைக்காக மாட்டி இருந்தால் கூட கிரிமினல் அஃபன்ஸ் தான். ஆனா RDX ஐ வீச சொல்லி இப்படி ஆன்டி - டெரரிஸம் வழக்குல சிக்கிட்டியே வாங்கு,

இதெல்லாம் எப்படி வீடியோ எடுத்தோம் பாக்கறிய ரொம்ப நேரமா உன் கப்பலுக்கு மேல ஒரு கழுகு சுத்துச்சே அது கழுகுனு நினைக்கறியா? அது ட்ரோன் கேமரா,என்றான் அஷ்வின். இதை இயக்கத்தான் ஸ்வஸ்தியை அந்த பவர் ஸ்டேஷன் உள்ளேயே விட்டு விட்டு சென்றான் மித்ரன்.

வாங் ஸ்தம்பித்து போய் நிற்க

"நீ செஞ்ச பாவங்களுக்கு இது தான் கதி.இனி உன்னால வெளிவர முடியாது குட் பை வாங்" என்று ஆதிரா சொல்ல "ஆதிரா உன்னை விடமாட்டேன்"என்று அவன் ஆவேசமாக கூற ஆதிரா ஃபோனைத் துண்டித்தாள்.

"ஆதிரா நீ எப்படி தப்பிச்ச உனக்கு விஷம் குடுத்துட்டான் அந்த மலைமாடுனு தெரிஞ்சது உயிரே போயிடுச்சு என்னாச்சு"என்று அஷ்வின் கேட்க "அது பாம்புடைய விஷம், கட்டுவிரியன் விஷம் , ஆனா பெரும்பாலும் கட்டுவிரியன் பாம்புடைய விஷம் குடிச்சா உயிர் போகாது. அவன் நரம்பில் விஷத்தை ஏத்த கூடாதுன்னு யோசிச்சேன். அதனால் அதை நானே வாங்கி குடிச்சிட்டேன். இல்லனா நான் இப்போ உயிரோட இருந்திருக்க முடியாது.

"என்ன!!..அப்பா தான் ரொம்ப பயந்துட்டாரு, எங்களை நாங்க தேடிட்டு இருந்த கன்டெய்னர் இருக்க இடத்திலேயே இந்த ஜியான் தூக்கிப்போட்டு விட்டு வெளிய போனதும் நான் உடனேயே எழுத்து அப்பாகிட்ட நடந்ததை சொல்லிட்டேன்.

அதுக்கு அப்பறம் தான் நாங்க அந்த கன்டெய்னர் தேட ஆரம்பிச்சோம் அதே இடதுல சில மருந்துகளும் இருந்தது. அதில் இந்த விஷத்தை கட்டுபடுத்துற ஆன்டி பயோடிக் இருந்தது அதை போட்டுகிட்டேன்" என்று சொன்ன அதிரா ஆர்யனைத் திரும்பிப் பார்த்தபோது அவன் கண்களில் பெருமிதத்தோடு சிறு கண்ணீர்த் துளியும் வந்தது.கப்பலுக்கு ஹெலிகாப்டர் மூலம் இன்டர்போல் போலீஸ் வந்தது. கப்பலை கைபற்றி ஷாங்காய் துறைமுகம் அருகே வந்துவிட்டதால் கப்பலை துறைமுகத்திற்கு செலுத்த ஆணையிடப்பட்டது, கப்பல் துறைமுகம் வந்து சேர்ந்தது.

வடக்கோடி சீன எல்லையில் இருந்த ஜெயிலில் ஒருவனை பார்க்க வந்த சீன அதிபரிடம் அவன் செக்கரேட்டரி பதறிப் ஓடிவந்தான். அவர் மகன் வாங் லீயை பற்றியும், அப்போது கப்பலில் நடந்த விஷயத்தையும், வாங் செய்த குற்றங்கள் அனைத்தும் உலகம் முழுவதும் தெரிந்து விட்டதை சொன்னான். இதை கேட்ட சீன அதிபன் ஒரு கணம் நிலைக்குலைந்து போனான். மேலும் ஐ.நா சபை நாமும் நம் அரசாங்கமும் ஒருவேளை இந்த விஷயத்தில் தொடர்பு பெற்றிருப்போமா? என்று சந்தேகப்படுவதாகவும் அப்படி சம்பந்தப் பட்டிருந்தால் நம் அரசை ... என்று அவன் இழுக்க

சீனஅதிபன் அவனை ஒரு கோவப் பார்வைப் பார்க்க

"நம்ம அரசை கலைத்து விட உத்தரவு போடப்படும்னு சொல்லிருக்காங்க" என்று சொல்ல அங்கே ஒரு பலமான சிரிப்பொலி கேட்டது. சிரிப்பு ஒலி வந்த திசையை நோக்கி சீன அதிபன் பார்க்க

"என்ன அதிபரே எல்லாம் போச்சா , துவண்டு போய் நிக்குற போல" என்று கேட்டுக்கொண்டு கைகளில் சங்கிலியோடு ஒரு உருவம் வந்து நின்றது . அது அர்ஜுன்.

"25 வருஷத்துக்கு முன்ன நீ செஞ்ச பாவத்துக்கு இப்போ உன் கையால கூலிக் கொடுக்க வேண்டிய பலன் வந்திருக்கு... அதுவும் சிவராத்திரி அன்னிக்கி" என்று அர்ஜுன் சொல்ல

அக்கினிப்பார்வை ஒன்றை வீசினான் அந்த சீன அதிபர். பின் அவன் உதவியாளன் பக்கம் திரும்பிய அதிபன் "வாங் லீயை கைது செய்ய சொல்லி உத்தரவு பிறப்பிக்க சொல் " என்றான் இதை கேட்ட அவன் உதவியாளன் அதிர்ந்துப் போனான். மேலும்

"இதற்கு எல்லாம் காரணம் சாங் குரூப் ஆஃப் கம்பெனியும் அதன் உரிமையாளர் வாங் லீ என்றும் வழக்கு பதிவு செய்து அவனை கைது செய்ய சொல், அந்த கம்பெனியை உலகம் முழுதும் உள்ள அனைத்து கிளைகளையும் சீல் வைத்து மூடி வைக்க சீனாவின் சார்பாக உத்தரவிடபடுகிறது என்று ஆணை பிறப்பிக்கச் சொல்லு எனக்கு என்னுடைய ஆட்சி அதிகாரம் தான் முக்கியம் " என்றான் சீன அதிபன்.

இதையெல்லாம் கேட்ட அர்ஜுன் " வினை விதைத்தவன் வினையறுப்பான், யார் இந்த பொண்ணு உங்களுக்கே இந்த ஆட்டம் காட்டியிருக்கா?" என்று சொல்லி பலமாக சிரிக்க

"இருபத்தைந்து வருஷமா சங்கிலியில் கட்டி வெச்சும் உனக்கு திமிரு அடங்கலை" என்று அவனை எரித்துவிடும் பார்வை பார்த்தான். . பெரிய தப்பு பண்ணிட்ட ஆதிரா தொடக்கூடாத ஆபத்தை தொட்டுட்ட இனி அதுக்கான விளைவை நீ மட்டுமில்ல இந்த உலகமே அனுபவிக்க போகுது அவனுங்க ரொம்ப மோசமானவங்க என்று சொல்லிவிட்டு அங்கிருந்து சென்றான் சீன அதிபன்.

அதேநேரம் உலகத்தின் தென்கோடி எல்லை ஆஸ்திரேலியாவின் அருகே இருந்த ஒரு தீவு.

ஒரு பெரியக்கோட்டை அதன் உள்ளே கருப்பு அங்கிகளை அணிந்த நபர்கள் வட்டமாக நின்று கொண்டிருந்தர்கள். அவர்களுக்கு முன்னே இருந்த 13 படிகட்டுகளுக்கு மேலே ஒருவன் நின்றுகொண்டு இருந்தான் அவன் முன்னால் ஒரு முக்கோணம் வரையப்பட்டு அதில் ஒற்றைக்கண் இருந்தது . அவனிடம் வந்த ஒருவன் அசம்பாவிதம் நடந்து விட்டது. நமது கூட்டமைப்பில் உள்ள சீன அதிபரின் மகன் வாங் லீ கைது செய்யபடுகிறான். நாம் செய்ய இதில் எந்த முயற்சியும் இல்லை என்று அவன் சொல்ல

"எப்படி" என்ற ஒரு வார்த்தை அந்த மேல் நின்றுக்கொண்டிருந்த மனிதனிடம் இருந்து வர

"ஆதிரா" என்று பதிலுரைத்தான் அவன்.

மேலும் ஒரு விஷயம் என்று அவன் பவ்யமாக சொல்ல

"என்ன" என்றான் அந்த அமைப்பின் தலைவன்.

" கோரக்கர் சித்தரின் தீர்க்க தரிசனம் நடக்க ஆரம்பித்துள்ளதோ என்ற அச்சம் வருகிறது" என்று அவன் சொல்ல அவனை கூர்ந்துப் பார்த்தான் அந்த தலைவன்.

ஆம், கோரக்கர் தன்னுடைய சந்திரரேகையில் கூறியுள்ள "கலகக்காரர்கள் கை ஓங்கும் போது தென்னகத்தில் இருந்து வரும் ஒருவரால் அது அடக்கப்படும், அஸ்திவாரம் ஆட்டம் காணும் " என்பது தான் இதை தான் மோசசும் கூறியுள்ளார், அதே போல நமது இயக்கத்திற்கு அஸ்திவாரமாக இருந்தது, மருத்துவம் அதனை கட்டுப்படுத்தி வந்தது லீ குடும்பம், அது இன்று நிலைக்குலைந்துள்ளது" என்று அவன் சொல்ல அங்கு இருந்த அனைவரையும் பார்த்து சிரித்த அந்த தலைவன் "எந்த தீர்க்க தரிசனமும் நம்மை எதுவும் செய்ய முடியாது,ஒரு தனி நபராக யார் அது ?

"ஆதிரா "

ஆம் ஆதிரா , அவள் ஒருத்தியால் இது சாத்தியம் இல்லை, அவளுக்கு பின்னால் உதவி செய்தது யார்? *என்று அவன் கேட்க

"இந்தியாவில் இருந்து தகவல் வந்தது அந்த பெண்ணுக்கு நேரடியாக உதவி செய்ததே பிரதமர் தான்" என்றான் அவன்.

"ஹான்.. இப்போது புரிகிறது ... நமக்கு வேலை செய்யும் என்று ஒரு தலையாட்டி பொம்மையை சிம்மாசனத்தில் அமர வைத்தால் சில நாட்களாக அது சரியாக ஆடவில்லையே... என்று சிந்தித்தேன்.

. நமக்காக தலையாட்ட வேண்டிய அந்த பொம்மை, நமக்கே வலை செய்ய முடியாது என்று தலையாட்டுகிறதா? அப்படியெனில் அந்த தலை இருக்கக் கூடாது . இந்த ஆதிரா வெறும் புகை கங்கு அந்த பிரதமர் தான்.சீக்கிரம் இந்தியாவில் பிரதமருக்கான இடைத்தேர்தல் வர வேண்டும் என்று சொல்லி விட்டு அந்த தலைவன், ஆதிரா நீ யாரு இந்த சிலந்தி வலைகுள்ள சின்ன பூச்சியா வந்து சிக்கிட்டியே" என்று சொல்லி ஆக்ரோஷமாக சிரித்தான்.

அதே இங்கே ஷாங்காய் துறைமுகத்தில் கப்பல் வந்து நின்றது . கப்பலுக்கு உள்ளே ஆதிரா தன் காயங்களுக்கு மருந்து போட்டுக் கொண்டு கப்பலில் மையத்திற்கு வர அங்கிருந்த அனைவரும் அவளின் வீர செயலுக்காக அவளை பாராட்டினார்கள்.

வெளியே செல்ல இருந்த வழியில் அவள் நடக்க தொங்க இருபுறம் அவளுக்கு வழிவிட்டு நின்று கைத்தட்டி அவளை வழியனுப்பினர் அனைவரும் அலெக்ஸ்சும் ரிச்சர்டும் முன்னே வந்து அவளுக்கு கைக்கொடுத்தனர்.

சீனாவில் உள்ளே தன் வீட்டில் அதிர்ச்சியில் உறைந்திருந்த வாங் லீயை கைது செய்ய போலீஸும் , தீவிரவாத தடுப்பு அமைப்பும் வந்தது. இதைக்கண்ட வாங்" யாரை கைதுசெய்ய வரீங்க எங்க அப்பாக்கு தெரிஞ்சா" என்று அவன் சொல்ல

கைதுசெய்ய சொன்னதே அப்பா தான் என்று சொல்லி அவர்களின் ஆணையைக் காட்டி அவனை அழைத்துக் கொண்டு சிறைக்கு சென்றனர்.

வாங் சிறையின் உள்ளே கால் எடுத்து வைக்க, ஆதிரா சீனாவின் மண்ணில் கால் பதித்தாள்.

அந்த நொடி ஷாங்காய் மாகாணத்தின் எல்லையில் இருந்த பெரிய மலை உச்சியில் இருந்தது ஒரு குகை. அதன் உள்ளே புதரும் புற்றும் மண்டிக் கிடந்த இடத்தில் அமர்ந்தஇருந்த ஒரு உருவம் தன் கண்களைத் திறந்தது .

"இறைவா, ஆசை ஆறாத இவ்வுலகத்தை ஆற்றுப்படுத்த உலகாளப் பிறந்தவள் வந்துவிட்டாள். இனி இங்கு பெரும் பிரளயமே நடக்கப் போகிறது, மாபெரும் யுத்தம். என் வினையால் உருவான விளைவை சரி செய்ய வந்தவளுக்கு, நான் உதவ வேண்டிய காலம் வந்துவிட்டது. அவளை காத்து அவளுக்கு துணைப்புரிய அற்ப அடியேன் இந்த போகனுக்கு வலிமையைக் கொடு" என்று உரைத்தார் போகர் சித்தர்.

ஷாங்காய் துறைமுகத்தில் வந்திறங்கிய ஆதிரா அந்த காற்றை சுவாசித்து ஒரு பெருமூச்சு விட, "ஒருவழியா எல்லாத்தையும் முடிச்சிட்ட அக்கா இனிமே எந்த பிரச்னையும் இல்லை எல்லாம் முடிஞ்சுது "என்று கட்டபொம்மன் சொல்ல

"இல்ல , இனிமே தான் பிரச்சினையே ஆரம்பம்" என்று தன் மனதுக்குள் நினைத்துக்கொண்டான் ஆர்யன். இவர்கள் துறைமுகத்தில் இறங்கியதை தூரத்தில் இருந்த ஒரு ஜோடி கண்கள் பார்த்துக்கொண்டு நின்றது.

காலம் கி.பி 2060

" இந்திய பிரதமர் ஆதிரா ... ஆதிராவை கொண்ணுட்டாங்க.. அவளை காப்பாற்ற வேண்டும் அது கடந்தகாலத்தில் உள்ள உங்களால் தான் முடியும். நான் இந்த செய்தியை உங்களுக்கு அனுப்பி உள்ள இந்த காலகட்டத்தில் தான் அவள் பிறக்க போகிறாள் எனவே அவளை பிறந்தது முதல் பாதுகாத்து வளர்த்து வாருங்கள் அவளுக்கு எந்த ஆபத்தும் வர கூடாது அவள் அழிந்தால் இந்த உலகம் அன்பை இழக்கும் வீரத்தை இழக்கும் உலகப்போர் நேரும் அவளை காப்பற்றுங்கள் " என்று கருப்பு ஜெர்கின் போட்ட ஒரு மனிதன் தன் குரலை எதோ ஒரு கருவி மூலம் பதிவு செய்துக்கொண்டு இருந்தான். அங்கு இருந்த ஹாலோகிராம் திரையில் டெஸ்டினேஷன் ISRO India 2018 என்று இருந்தது. அந்த நேரம் பேசிக்கொண்டிருந்த அந்த மனிதன் மேல் லேசர் வீச்சு ஒன்று பாய அவன் எகிறி கீழே விழுந்தான். அவனை லேசரால் தாக்கிய முகமூடி அணிந்த மனிதன் ஒருவன் அவனருகே வந்து,

"கடந்தக்காலத்துக்கு செய்தி அனுப்பிட்டா ஆதிராவை காப்பத்திட முடியுமா ? நீ என்ன முயற்சி செய்தாலும் காப்பத்த முடியாது ஆர்யன்" என்று சொல்லிய அந்த மனிதன்

தான் அணிந்திருந்த முகமூடியை அவிழ்க்கப் பாதி எறிந்த முகத்தோடு தெரிந்தான் Dr. பிரபஞ்சன்.

"நீ குரல் தான அனுப்பின நானே போறேன் கடந்த காலத்துக்கு பிஞ்சுலயே உன் பொண்ணு ஆதிராவை அழிக்கிறேன் , நீ கண்டு பிடிச்ச இந்த டைம் டிராவல் போர்டல் தான் உன் பொண்ணுக்கு எமன் " என்று சொல்லிய பிரபஞ்சன் அந்த போர்ட்டலில் 2018 என்று காலத்தை நிர்ணயித்து அதன் உள்ளே என்று மறைந்தான். இதைக் கண்ட கீழே விழுந்து கிடந்த ஆர்யன் "உனக்கு ஒன்னும் ஆக விடமாட்டேன் ஆதிரா" என்று சொல்லிவிட்டு ஒரு காகிதத்தில் " எதையோ எழுதிவிட்டு " ஆர்யன் அந்த டைம் டிராவல் போர்ட்டலுக்குள் நுழைந்தான்.

அந்த காகிதத்தில் " **நான் கண்டிப்பாக ஆதிராவோடு மீண்டும் வருவேன்**" என்று எழுதி அதற்குக் கீழே ஆர்யன் என்று எழுதப்பட்டிருந்தது.

ஆதிரா (**An Uncommon girl**) பாகம் 1 முடிந்தது.

ஆதிரா (**The prime minister**) பாகம் 2 அடுத்த வருடம் **2025** இல் வெளியாகும்.

இந்த நாவலை படித்த அனைவருக்கும் இது முழுமையான ஒரு சுவாரசிய அனுபவத்தை தந்திருக்கும் என்று நம்புகிறேன்.

மேலும் என்னுடைய அடுத்தடுத்த நாவல் மற்றும் கதைகளுக்கு உங்கள் நல்லாதரவை தருமாறுக் கேட்டுக்கொள்கிறேன்.அதுவரை அனைவருக்கும் என் மனம் கணிந்த நன்றிகள்...

என்றும் அன்புடன்

ஆதித்தியன்.

www.ingramcontent.com/pod-product-compliance
Lightning Source LLC
LaVergne TN
LVHW061609070526
838199LV00078B/7222
9789367837894